KHUYÊN NGƯỜI TIN SÂU NHÂN QUẢ

Quyển Thượng

KHUYÊN NGƯỜI TIN SÂU NHÂN QUẢ
(AN SĨ TOÀN THƯ - TẬP 1)

NGUYỄN MINH TIẾN
dịch và chú giải

Bản quyền thuộc về tác giả và Nhà xuất bản Liên Phật Hội. Nghiêm cấm mọi sự sao chép, trích dịch hoặc in lại mà không có sự cho phép bằng văn bản của chúng tôi.

NGUYỄN MINH TIẾN
Việt dịch và chú giải

KHUYÊN NGƯỜI TIN SÂU NHÂN QUẢ

Quyển Thượng

Nguyên tác: Âm chất văn quảng nghĩa

NHÀ XUẤT BẢN LIÊN PHẬT HỘI

An Sĩ toàn thư là một tập sách khuyến thiện được Đại sư Ấn Quang nhiều lần khen ngợi. Đích thân ngài cũng đã vận động, tổ chức việc in ấn lưu hành, số lượng lên đến hàng vạn quyển. Vì thế, lần đầu tiên tiếp xúc với bộ sách này bằng Hán văn, bản thân tôi đã không khỏi khởi sinh một vài băn khoăn, nghi vấn.

Vì sao lại băn khoăn, nghi vấn? Vì khi nhìn qua tổng mục sách này, nổi bật lên là phần *Âm chất văn quảng nghĩa*, vốn dựa vào bài văn *Âm chất* của Văn Xương Đế Quân để giảng rộng. Các phần còn lại là *Tây quy trực chỉ*, *Vạn thiện tiên tư* và *Dục hải hồi cuồng* có thể tạm chưa bàn đến, nhưng riêng về bài văn *Âm chất* thì dường như không nằm trong Giáo pháp của đức Phật.

Văn Xương Đế Quân là một nhân vật hư hư thật thật, tuy một phần truyền tích về ông có thể tạm cho là thật, nhưng lại có vô số điều được thêu dệt thêm chung quanh hình ảnh của ông, mà phần lớn đều là những kiểu niềm tin mông muội, thiếu trí tuệ, nếu không muốn nói là mê tín. Như vậy, những lời truyền lại của một nhân vật như thế liệu có đáng để người Phật tử phải lưu tâm nghiên tầm học hỏi hay chăng?

Một tập sách như vậy liệu có đáng để lưu hành rộng rãi hay không?...

Nhưng Đại sư Ấn Quang vốn là bậc long tượng trong Phật giáo. Cuộc đời và đạo nghiệp của ngài quá đủ để chúng ta đặt niềm tin vào những lời khuyên của ngài. Đại sư nói về sách *An Sĩ toàn thư* và soạn giả là tiên sinh Chu An Sĩ như sau:

"...quả thật là một quyển kỳ thư khuyến thiện bậc nhất trong thiên hạ, nếu so với những quyển sách khuyến thiện tầm thường khác, há có thể sánh cùng được sao? Lòng tôi vẫn tin chắc rằng tiên sinh hẳn là bậc Bồ Tát theo bản nguyện mà hiện thân cư sĩ để thuyết pháp độ sinh."

(Trích Lời tựa của Đại sư Ấn Quang)

Chính niềm tin vào Đại sư Ấn Quang đã khuyến khích tôi tiếp tục đọc vào sách *An Sĩ toàn thư*, thay vì gác nó sang một bên sau khi nhận ra có sự hiện diện của nhân vật gọi là Văn Xương Đế Quân.

Và quả thật tôi đã đặt niềm tin không lầm. Sau khi đọc vào nội dung sách, tôi mới hiểu được lý do vì sao Đại sư hết lời khen ngợi, và cũng thấy được tâm lượng từ bi, trí tuệ diệu dụng của tiên sinh Chu An Sĩ khi soạn ra tập sách khuyến thiện này.

Từ đó, tôi phát tâm chuyển dịch sách này sang Việt ngữ, đồng thời soạn các chú giải và khảo đính một số điểm sai sót trong chính văn để tập sách thêm phần hoàn thiện. Sách dày hơn ngàn trang Hán văn khổ lớn, sử dụng khá nhiều điển tích cũng như thuật ngữ Nho giáo, Đạo giáo và trích dẫn một số lượng Kinh điển rất nhiều. Với một khối lượng tư liệu tham khảo đồ sộ và trong điều kiện tra khảo của thế kỷ 17, soạn giả không tránh khỏi nhiều nơi đã dẫn chú hoặc trích dẫn Kinh văn không hoàn toàn chính xác. Trong quá trình chuyển dịch, chúng tôi đã hết sức cố gắng phát hiện và ghi chú rõ những điểm này để giúp người đọc có thể tiếp cận với một văn bản hoàn chỉnh hơn. Vì thế, toàn bộ công trình khảo đính, chuyển dịch và chú giải đã phải kéo dài trong gần hai năm.

Về nội dung sách, soạn giả đã dựa vào bài văn *Âm chất* rất ngắn gọn (chỉ khoảng hơn 800 chữ) để biên soạn thành một bộ sách hơn 400 trang chữ Hán khổ lớn. Cách trình bày khá nhất quán trong toàn bộ sách. Cứ mỗi một câu được mang ra phân tích, bao giờ cũng có một phần giảng rộng mà ông gọi là *"phát minh"*, sau đó đến phần đưa ra nhận xét, lời bàn, mà ông gọi là *"án"*. Tiếp đó, hầu hết đều có thêm phần trưng dẫn sự tích, gồm những câu chuyện được rút ra từ kinh điển hoặc các truyện tích trong Phật giáo, nhằm mục đích minh họa cho ý nghĩa của các phần trên.

Chính phần giảng rộng và lời bàn của tiên sinh An Sĩ đã khai phá và mở rộng ý nghĩa của bài văn Âm chất hoàn toàn theo tinh thần Phật giáo, giúp người đọc qua đó tiếp nhận được những giáo lý tinh hoa, những tri thức hướng thiện trên tinh thần từ bi, vị tha và trí tuệ. Không khó để chúng ta nhận ra rằng, tuy dựa trên bài văn Âm chất, nhưng hầu như phần trước tác của tiên sinh An Sĩ đã chi phối hoàn toàn nội dung của sách này.

Một câu hỏi có thể được nêu lên ở điểm này: Tại sao tiên sinh phải dựa vào bài văn Âm chất? Tại sao tiên sinh không tự mình viết ra tất cả những nội dung ấy, vốn là điều không có gì khó khi xét đến sự dụng công của tiên sinh đối với bộ sách này?

Xin thưa, đó chính là chỗ phương tiện diệu dụng của Phật pháp, là chỗ mà Kinh văn đã dạy rằng: *"Tất cả pháp đều là Phật pháp."* Nếu chúng ta nhớ lại rằng trong số những người chưa thực sự hiểu biết sâu về Phật pháp thì có đến chín phần mười luôn đặt niềm tin vào thánh thần trời đất. Niềm tin đối với Văn Xương Đế Quân là một niềm tin loại đó. Có lẽ tiên sinh An Sĩ tự mình sẽ không bao giờ thực sự chọn theo hay quan tâm đến những niềm tin loại này. Thế nhưng, với tâm từ bi, tiên sinh đã nhận ra là có rất nhiều người đang bám vào những niềm tin đó như chỗ nương tựa của họ trong đời sống, và việc đòi hỏi hay khuyên bảo họ phủ nhận, bác bỏ niềm tin ấy khi chưa có được những hiểu biết, nhận thức sáng suốt hơn để thay thế vào sẽ là điều không tưởng, thậm chí còn có thể đưa lại những tác dụng trái ngược ngoài ý muốn. Chính vì vậy, tiên sinh đã chọn một phương thức tùy duyên vô cùng độc đáo, là dựa trên chính niềm tin sẵn có này để dẫn dắt người đọc hướng về Chánh pháp. Mỗi câu mỗi chữ được tiên sinh viết ra trong sách này đều thấm đẫm tinh thần Phật pháp, từng bước dẫn dắt người đọc đi vào con đường thâm tín và nhận hiểu sâu sắc về những ý nghĩa thiện ác, nhân quả... Cho nên nhận xét của Đại sư Ấn Quang quả nhiên không hề tùy tiện.

Hơn thế nữa, càng đi sâu vào nội dung sách, tôi lại càng thấy vững tin hơn vào những nhận xét như trên, cũng như càng nhận ra những lợi lạc vô biên của bộ sách khuyến thiện này, nhất là trong thời đại nhiễu nhương thiện ác lẫn lộn như hiện nay.

Về phương thức, có thể nói tiên sinh đã biên soạn sách này một cách hết sức công phu, khoa học. Chỉ nhìn qua thư mục tham khảo gồm các kinh sách của cả Tam giáo (Phật, Lão, Nho) gồm đến 126 bộ kinh sách đủ loại và nhớ lại rằng tiên sinh sống vào khoảng cuối thế kỷ 17, chúng ta sẽ hết sức khâm phục sự tra khảo, chắt lọc của tiên sinh từ một số lượng kinh sách đồ sộ này. Hơn thế nữa, phần lớn những trích dẫn trong sách đều rút từ Kinh điển Phật giáo, cho thấy sự uyên bác về Nội điển của tiên sinh và càng làm tăng thêm giá trị xác lập tín tâm của bộ sách này.

Mặc dù vậy, quá trình biên soạn cũng không tránh khỏi một vài hạn chế, khiếm khuyết nhỏ, như một số những chuyện kể rút từ Kinh điển đều được viết lại thay vì trích nguyên văn, nhưng thỉnh thoảng cũng có một đôi chi tiết không hoàn toàn chuẩn xác. Trong những trường hợp này, khi Việt dịch chúng tôi cũng đồng thời đối chiếu Kinh văn theo dẫn chú của soạn giả để chỉnh sửa lại cho chuẩn xác hơn.

Ngoài ra, thỉnh thoảng cũng gặp những dẫn chú không chính xác, khi soạn giả không trực tiếp lấy từ Kinh văn mà trích lại từ một tài liệu khác, và bản thân tài liệu đó lại có sự nhầm lẫn nên dẫn đến sai lầm theo. Trong những trường hợp này, chúng tôi sẽ cố gắng tìm ra đúng phần Kinh văn gốc để làm căn cứ, và đặt thêm các chú giải thích hợp để làm rõ sự nhầm lẫn này, tránh cho người sau không tiếp tục hiểu sai.

Đối với các dẫn chú Kinh điển, chúng tôi sẽ cố gắng đặt thêm vào phần chú giải các chi tiết cần thiết liên quan đến bộ kinh được trích dẫn, như kinh số trong Đại Chánh tạng, số trang, số dòng nơi xuất hiện đoạn Kinh văn được trích dẫn v.v... Với những thông tin này, người đọc khi cần đối chiếu tra khảo bất kỳ vấn đề nào trong sách cũng sẽ dễ dàng hơn rất nhiều.

Cuối cùng, với lòng chân thành tri ân soạn giả đã để lại cho đời một pho sách quý, chúng tôi xin giới thiệu rộng rãi bản Việt dịch và chú giải sách này đến với tất cả những ai hữu duyên, mong rằng có thể nối tiếp và làm lớn rộng hơn nữa tâm nguyện độ sinh của tiên sinh. Xin nguyện cho chúng tôi có đầy đủ thuận duyên để tiếp tục hoàn chỉnh phần còn lại của bộ sách trong thời gian sắp tới, góp phần mang đến lợi lạc an vui cho khắp thảy mọi người.

Trân trọng,
NGUYỄN MINH TIẾN

LỜI TỰA NHÂN VIỆC
KHẮC BẢN IN LẠI SÁCH
AN SĨ TOÀN THƯ

(Lời tựa này do Đại sư Ấn Quang
viết vào năm Mậu Ngọ - 1918)

Đối với tất cả chúng sinh, hai nghiệp dâm dục và giết hại là căn bản của vòng luân hồi sinh tử. Khó dứt trừ nhất chính là dâm dục, mà dễ phạm vào nhất chính là giết hại. Trong hai việc ấy, đối với dâm dục thì người có chút trí tuệ đều có thể tự xét mà kiềm chế không phạm vào. Tuy nhiên, muốn cho tâm ý thanh tịnh, hoàn toàn dứt sạch đến tận ngọn nguồn vi tế của dâm dục, thì chỉ có bậc A-la-hán đã trừ hết lậu hoặc, chứng đắc thể tánh chân thật mà thôi. Những ai chưa được như thế, hẳn đều đeo mang tập khí ái dục, cho dù có phần nặng nhẹ, nhiều ít khác nhau. Do đó mà ngày lại ngày qua tham dục càng kiên cố hơn trong tâm thức, đời này nối sang đời khác, không thể đạt đến sự giải thoát.

Đối với sự giết hại, người đời đều xem là việc tất nhiên, lấy mạnh hiếp yếu, dùng máu thịt chúng sinh mà làm đầy bụng mình, chỉ biết được sự ngon miệng nhất thời mà chẳng ai tin chuyện phải đền trả trong muôn kiếp. Kinh Lăng nghiêm dạy rằng: *"Người ăn thịt dê, dê chết lại sinh làm người, người chết lại sinh làm dê, cho đến hết thảy các loài chúng sinh cũng đều sinh tử xoay vòng như thế, ăn nuốt lẫn nhau, cùng tạo ác nghiệp mãi mãi không thôi!"*[1]

Bậc cổ đức dạy rằng:

Muốn cho thiên hạ thái bình,
Phải ngưng ăn thịt chúng sinh các loài.

Lại cũng dạy rằng:

Muốn biết vì sao thế gian,
Triền miên binh lửa, ngút ngàn nạn tai,
Hãy nghe vang vọng đêm dài,
Tiếng kêu thảm thiết vạn loài sinh linh.
Kìa trong lò mổ sát sinh,
Muôn loài bỏ mạng vì mình đó thôi!

Cho nên, đã tạo nhân như thế nào, ắt phải chịu quả như thế ấy. Nếu không suy nghĩ thì còn có thể phạm vào, bằng như đã có sự suy ngẫm, hẳn phải lấy làm kinh sợ mà không dám giết hại nữa!

Tiên sinh An Sĩ[2] cung kính vâng theo lời Phật dạy, khởi tâm thương xót muôn người, soạn ra sách

---

[1] Thật ra đoạn này trích lại gián tiếp từ Thủ Lăng Nghiêm nghĩa sớ chú kinh (首楞嚴義疏注經), được xếp vào Đại Chánh tân tu Đại tạng kinh, tập 39, kinh số 1799, do ngài Tử Tuyền soạn vào đời Tống. Sách này có 20 quyển. Đoạn trích này thuộc quyển 7, bắt đầu từ dòng thứ 21, trang 877, tờ b.

[2] Tức cư sĩ Chu An Sĩ (周安士), sinh năm 1656, mất năm 1739, là bậc danh sĩ vào đầu triều Thanh Trung Hoa, tên thật là Chu Mộng Nhan (周梦顏), tên khác là Tư Nhân (思仁). Ông tin sâu pháp môn Tịnh độ cầu sinh Tây phương nên tự lấy biệt hiệu là Hoài Tây Cư sĩ (怀西居士).

Dục hải hồi cuồng (欲海回狂) để khuyên ngăn sự tham dâm, sách *Vạn thiện tiên tư* (萬善先資) để khuyên ngăn việc giết hại. Trong đó dẫn chứng những sự việc có thật, chỉ rõ lẽ nhân quả, mong sao cho hết thảy người đời đều đối đãi với nhau như anh em một nhà cùng do trời đất sinh ra; người với muôn loài cũng một chân tâm, mãi mãi dứt trừ tâm xấu ác gây ra những chuyện tổn hại đạo lý, trái nghịch luân thường, ỷ mạnh hiếp yếu. Lại cũng muốn cùng với tất cả mọi người đều không phạm điều ác, siêng làm việc lành, nên lấy bài văn *Âm chất* (陰騭文) của Văn Xương Đế Quân mà thêm vào chú thích tường tận, gọi là *Âm chất văn quảng nghĩa* (陰騭文廣義), khiến người đời có thể noi theo đây mà trong hết thảy mọi việc làm hằng ngày đều giữ lòng lành khi ứng xử, ví như ở tầm vóc lớn lao thì có thể trị nước an dân, mà trong phạm vi nhỏ nhặt thì mỗi một lời nói, mỗi một ý nghĩ cũng đều có sự thận trọng suy xét, tương hợp với đạo lý.

Đối với những lời dạy của các bậc hiền thánh xưa như thế, phải hết sức cung kính thận trọng, đọc qua và suy ngẫm với tâm chân chánh, với ý chí thành, chẳng phải những kẻ chỉ bàn luận suông mà có thể hiểu được.

Cả ba tập sách nói trên, văn chương ý thú đều thông suốt việc xưa nay, ích đời lợi người, đó là nhờ tiên sinh đã vận dụng tài năng trác tuyệt, kết hợp với sự thấu triệt sâu mầu, nắm hiểu được tâm pháp của chư Phật Tổ, Thánh hiền rồi dùng bút mực mà truyền đạt chân thật đến người đời, phát huy được những điều đã hiểu.

Tuy nhiên, cho dù có thể tiết chế sự dâm dục, từ bỏ nghiệp giết hại, điều ác không phạm, lại siêng làm việc thiện, nhưng nếu chưa đạt đến sự giải thoát rốt ráo khỏi vòng sinh tử thì làm sao tránh khỏi phải tái sinh đời đời kiếp kiếp? Chỉ có thể cố gắng giữ gìn không buông thả, ắt sẽ thường được sinh vào những cảnh giới tốt lành, rộng tu trí huệ, không rơi vào những cảnh giới xấu ác. Được như thế cũng đã chẳng mấy người, nói gì đến chuyện thấu triệt lẽ tử sinh, vượt thoát luân hồi, phải đâu là chuyện dễ nói được sao? Nhất thiết phải nhờ vào sức tu định tuệ, dứt trừ lậu hoặc, chứng đắc chân tánh mới có thể đạt đến sự tự do, giải thoát rốt ráo. Hết thảy những ai chưa được như thế, chỉ nhờ phước báu mà có thể sinh làm vua các cõi trời, cao tột đến như cõi trời Phi phi tưởng, được hưởng phước báu và sống thọ đến 80.000 đại kiếp,[1] nhưng dù vậy cũng vẫn còn bị trói buộc trong vòng nghiệp lực, tùy theo các nghiệp thiện ác mà phải mãi mãi thọ sanh lưu chuyển trong luân hồi.

Do vậy, y theo pháp môn mà đức Như Lai đã dạy, rằng nương sức từ bi của Phật thì dẫu nghiệp lực chưa dứt vẫn có thể được vãng sanh, tiên sinh An Sĩ liền rút lấy những ý nghĩa cốt yếu trong các kinh, luận về Tịnh độ mà kết hợp soạn thành một bộ sách, lấy tên là

---

[1] Đại kiếp: khoảng thời gian lâu xa không thể hình dung tính đếm. Trong kinh Phật có năm ví dụ về quãng thời gian của đại kiếp, gọi là đại kiếp ngũ dụ (大劫五喻), bao gồm *thảo mộc dụ* (ví như số lượng cây cỏ), *sa tế dụ* (ví như số lượng hạt cát mịn), *giới tử dụ* (ví như số lượng hạt cải), *toái trần dụ* (ví như số lượng hạt bụi) và *phất thạch dụ* (ví như thời gian lau mòn tảng đá lớn). Cả năm ví dụ này đều nhằm cho thấy thời gian của một đại kiếp là rất dài, vượt ngoài khả năng hình dung tính đếm của chúng ta.

Tây quy trực chỉ (西歸直指). Như ai có thể một lần đọc qua sách ấy ắt khởi lòng tin sâu vững, dứt sạch nghi ngờ. Nếu khởi tâm tin tưởng, phát nguyện cầu sinh về cõi Tây phương, cho dù căn cơ lanh lợi hay chậm lụt, tội nghiệp đã tạo nặng hay nhẹ, công phu tu tập sâu hay cạn, chỉ cần có đủ lòng tin, phát nguyện thật chân thành chí thiết, trì niệm danh hiệu Phật, thì chắc chắn đến lúc lâm chung sẽ nương sức từ bi tiếp dẫn của đức Phật mà được vãng sanh.

Khi được vãng sanh rồi, tất nhiên đã bỏ phàm lên thánh, thấu triệt lẽ tử sinh, giải thoát luân hồi, ngay trong một niệm tỏ ngộ tự tâm, việc chứng quả Chánh giác ắt là sắp đến. Những ý nghĩa lợi ích như thế, chỉ ai đã thực sự chứng đắc rồi mới biết, không thể miêu tả hình dung bằng văn chương ngôn ngữ.

Yếu chỉ của pháp môn này dùng sự tin sâu phát nguyện của tự thân hành giả cảm ứng giao hòa với tâm từ bi của đức Phật, nhờ đó mà được sự lợi ích lớn lao vô cùng như thế. Nếu so với việc tự dùng sức mình để dứt trừ lậu hoặc, chứng đắc chân tánh, thấu triệt lẽ sinh tử, vượt thoát luân hồi, thì mức độ khó dễ quả thật chênh nhau như trời với đất!

Hiện nay[1] trên thế giới có những quốc gia chiến tranh kéo dài liên miên, người trong nước [Trung Hoa] thì khởi sinh từ sự bất đồng ý kiến mà phân chia thành nam bắc, công kích lẫn nhau. Lại thêm trong nhiều năm gần đây thường xảy ra thiên tai bão lụt, hạn hán, động đất, giặc cướp, dịch bệnh... Thường nghe những tin tức thống kê số thương vong trong ngoài không

---

[1] Tức năm 1918, khi viết bài tựa này.

dưới vạn vạn người, khiến trong lòng đau đớn khôn cùng chẳng biết làm sao, hận mình bất tài kém trí, lạm đứng vào hàng tăng chúng mà chưa chứng đắc đạo quả, chỉ có tấm lòng thương đời thương người, thật không chút sức lực để ra tay cứu vớt.

Có người đồng hương ở Cần Phố là tiên sinh Lưu Tại Tiêu, vốn là kẻ sĩ trong hàng thanh bạch, gia thế nhiều đời nối truyền đạo đức, lại tin sâu Phật pháp. Mùa hè năm nay, tiên sinh tìm lên núi xin gặp mặt hỏi đạo. Khi cùng nhau bàn luận đến tình cảnh hiện nay ở trong nước cũng như ngoài nước, tiên sinh bỗng lo lắng hỏi: *"Bạch thầy, liệu có phương pháp nhiệm mầu nào có thể cứu giúp được chăng?"*

Tôi đáp: *"Đó là nghiệp quả khổ đau, mà quả khổ đau ấy ắt phải có nguyên nhân. Nếu muốn cứu khổ thì phải dứt trừ nhân của khổ. Nhân đã dứt trừ thì quả sẽ không do đâu mà sinh ra. Cho nên kinh Phật dạy rằng: 'Bồ Tát sợ nhân, chúng sinh sợ quả.'"*

Nhân đó liền đưa sách *An Sĩ toàn thư* cho tiên sinh xem, mong được khắc bản lưu truyền rộng rãi, khiến cho người người xem qua đều được vượt thoát luân hồi, thẳng đến bến bờ giác ngộ. Tiên sinh không kiềm được nỗi vui mừng, lập tức gọi người cháu là Triệu Bộ Vân lấy ra 700 đồng tiền, mong tôi lo giúp việc khắc in. Tôi nhớ lại hồi năm Mậu Thân (1908) đã từng khuyên Lý Thiên Quế khắc in sách này ở đất Thục,[1] ông ấy liền nhờ tôi viết cho lời tựa, nhưng rồi sau không đủ nhân duyên nên cuối cùng việc lại không thành.

---

[1] Tức là vùng Tứ Xuyên (四川).

Nay nhờ có Lưu tiên sinh quyết lòng giúp vào, thật là thuận duyên lớn lao, tôi liền thêm vào các bản văn sau để cùng khắc in:

- Sách *Liễu Phàm tứ huấn* (了凡四訓) của Viên Liễu Phàm, là những lời hay ý đẹp khuyên việc bỏ ác làm lành.

- Một quyển thuật ký của Du Tịnh Ý,[1] lời lẽ hết sức chí thành, thấu suốt chỗ sâu xa tốt đẹp trong trời đất, phát huy nghĩa lý mọi việc, khuyên người kiên trì nỗ lực công phu, chính là chỗ trang nghiêm đẹp đẽ thuần khiết bậc nhất, tỏ rõ tường tận.

Hai quyển này được thêm vào sau quyển hạ của phần *Âm chất văn quảng nghĩa*.

- Bài văn *Giới sát phóng sinh* (戒殺放生文) của Đại sư Liên Trì, có thể xem là bậc chủ sư từ bi diệt trừ ma quân tàn độc, nay thêm vào sau sách *Vạn thiện tiên tư*.

- Các bài tụng trong tập *Bất tịnh quán* (不淨觀) của Pháp sư Tỉnh Am, có thể xem là vị dũng tướng tịnh hạnh diệt trừ ma quân tham dục, nay thêm vào sau sách *Dục hải hồi cuồng*.

- Bài văn *Khuyên phát tâm Bồ-đề* (勸發菩提心文) cũng của ngài Tỉnh Am, có thể xem là con thuyền từ cứu vớt chúng sinh trong biển khổ luân hồi, nay thêm vào sau sách *Tây quy trực chỉ*.

Ba tập sách của tiên sinh An Sĩ lại được thêm vào các phần như thế, thật chẳng khác nào như trên gấm

---

[1] Tức quyển *Du Tịnh Ý công ngộ táo thần ký* (俞净意公遇灶神記).

đẹp lại thêu hoa, như đèn sáng đặt cạnh gương soi, ánh sáng màu hoa càng thêm rực rỡ xán lạn, khiến lòng người thảy đều hoan hỷ. Quả thật, với người khéo đọc sách này ắt những tâm niệm gian dối tàn độc sẽ tức thời tan biến, mà những tâm nguyện tự lợi lợi tha sẽ tự nhiên mạnh mẽ sinh khởi, từ chỗ suy ngẫm mà từng bước dần dần hướng thiện, ngày càng tiến bộ sâu xa hơn, dẫu không lưu tâm đến mà tự nhiên tâm trần tục cũng chuyển dần thành trí tuệ thánh nhân, gần như có thể đạt đến chỗ thấu triệt lẽ sinh tử, vĩnh viễn thoát khỏi luân hồi, được đối diện kính lễ đức Phật A-di-đà, tự mình được Phật ban lời thọ ký.

Kính cẩn đọc qua sách này rồi, hân hoan có lời tụng rằng:

Từ lâu chìm trong biển nghiệp,
Bỗng nhiên gặp chiếc thuyền từ.
Xin vâng theo đạo từ bi,
Quay về nương Đấng Giác ngộ.
Lòng tin sâu, nguyện chí thiết,
Tham chấp, luyến ái đều buông,
Giao hòa cảm ứng đạo mầu,
Phật A-di-đà kề cận.

Ngoài ra xin đọc thêm ở bài tựa viết năm Mậu Thân (1908), nay không chép lại rườm rà.

Năm Dân quốc thứ 7 (1918),
Mậu Ngọ, ngày 19 tháng 6.

Cổ Tân Thích Ấn Quang kính cẩn ghi.[1]

---

[1] Đại sư Ấn Quang sinh ngày 11 tháng 1 năm 1862, mất ngày 2 tháng

LỜI TỰA VIẾT NĂM MẬU THÂN (1908)

(Viết theo lời thỉnh cầu
của vị cư sĩ đất Thục là Lý Thiên Quế)

Lớn lao thay! Bản tâm ta vốn đầy đủ chánh đạo! Mầu nhiệm thay! Bản tâm ta vốn sẵn có diệu pháp!

Xưa nay lặng lẽ chiếu soi không phân biệt; đường chân nẻo tục thảy viên dung. Lìa tất cả niệm, dứt hết thảy tình; không sinh cũng không diệt. Nói là *có* đó mà không phải *có*; nhưng *không có* mà lại *có*. Nói là *không* đó mà *chẳng phải không*; tuy *chẳng phải không* mà lại *không*. Các vị Phật sống đều từ đó xuất sanh, bậc thánh kẻ phàm đều không thể gọi tên. Như gương sáng xưa nay không một vật, nhưng hiện ra muôn cảnh Hán, Hồ. Như hư không mênh mông xa lìa mọi hình tướng, ngại gì lúc mặt trời chiếu sáng hoặc mây che. Đó chính là thực tại rốt ráo, không vương một mảy bụi trần; ngay trong tâm chưa giác ngộ này đã trọn gồm đủ các pháp như chỗ chứng đắc giác ngộ vô

---

12 năm 1940, được tôn xưng là Tổ thứ 13 của Tịnh độ tông Trung Hoa, có nhiều cống hiến quan trọng trong việc chấn hưng Phật giáo tại Trung Hoa nói chung và pháp môn Tịnh độ nói riêng. Đại sư ở nhiều tác phẩm khác cũng thường ký tên là Cổ Tân Thường Tàm Quý Tăng Thích Ấn Quang (古莘常慚愧僧釋印光). Ngài biết trước ngày viên tịch, cho mời bốn chúng đệ tử cùng tụ tập và hết lời khuyên dạy phải tin sâu pháp môn niệm Phật. Sau đó ngài ngồi xuống trong tư thế kiết già, cùng đại chúng niệm Phật trong chốc lát rồi an nhiên viên tịch. Người đương thời tin rằng ngài là hóa thân của Bồ Tát Đại Thế Chí.

thượng của chư Phật, cũng như chỗ mê muội không nhận biết chân tâm thường trụ của chúng sinh.

Các bậc thánh nhân trong Tam giáo đều y theo một tâm tánh này mà rủ lòng thương xót dạy dỗ, dẫn dắt bao chúng sinh mê muội. Do ý nghĩa này mà Khổng Phu tử[1] đề xướng thuyết "thành minh", chọn lấy sự chí thành sáng suốt làm chỗ uyên áo, từ đó đưa ra những giềng mối tu sửa trị an;[2] Lão tử[3] nói ra sách Đạo đức kinh, giảng dạy phép sống lâu an ổn. Đấng Đại giác Thế Tôn nêu rõ tánh pháp giới, chỉ bày tâm chân như, dạy đạo chân thật buông bỏ phàm trần quay về Chánh giác, lập nên tông chỉ *bất sanh bất diệt*. Tuy chỗ cạn sâu lớn nhỏ không đồng, giữa thế gian với xuất thế gian có điều khác biệt, nhưng thảy đều không ra ngoài lẽ chung là *ngay trong tâm này của chúng ta đã đủ đầy muôn pháp*. Phát huy giảng rộng pháp này đến hết thảy chúng sinh hữu tình, từ nơi tự tánh mà khởi tu, chính là nhằm hiển lộ tự tánh, dứt sạch vọng niệm huyễn ảo, quay về tự tánh chân thật vốn có, vĩnh viễn ra khỏi đường mê, thẳng một đường lên bến giác.

Đức Văn Xương Đế Quân là người trong nhiều đời thường giữ theo năm mối luân thường,[4] cung kính

---

[1] Nguyên tác dùng địa danh Ni Sơn (尼山) để chỉ đức Khổng tử, vì đây là nơi ngài sinh ra.

[2] Tức là thuyết "tu thân, tề gia, trị quốc, bình thiên hạ", là căn bản trong học thuyết trị an của đức Khổng tử.

[3] Nguyên tác dùng chữ Trụ Sử (柱史) để chỉ Lão tử, vì theo Cao sĩ truyện (高士傳), quyển thượng, phần Lão tử Lý Nhĩ, thì ngài từng giữ chức quan ngự sử trong triều đình nhà Chu.

[4] Tức ngũ thường của Nho giáo, bao gồm: nhân, nghĩa, lễ, trí và tín.

vâng lời dạy trong Tam giáo, lấy công hạnh của chính mình để giáo hóa người khác, chỉ một lòng muốn vươn lên chí thiện; công cao đức sáng, chấp chưởng quyền hành, thường lo cho những kẻ ít học vô trí, mê muội không biết đến bản tánh xưa nay thường trụ, nên nhân đó viết ra bài văn *Âm chất* (陰騭文), trong đó nói rõ ngài đã *"trải qua mười bảy đời sinh làm kẻ sĩ có quyền thế"*. Bài văn ấy nghĩa lý nhiệm mầu không cùng tận, liệu ai có thể đo lường được chỗ cội nguồn uyên áo? Tuy qua nhiều năm đã có rất nhiều người chú giải, nhưng vẫn chưa có ai thấu rõ được hết chỗ sâu xa thâm áo, khiến cho từ trước đến nay, kẻ dạy người học văn này đều còn có chỗ vướng mắc phân vân, không thể nào hài lòng thấu triệt.

Tiên sinh An Sĩ là bậc nhiều đời trồng sâu cội phúc, theo nguyện lành tái sinh cõi này, thông hiểu đến chỗ tột cùng của sách vở thế gian, thâm nhập sâu xa vào Kinh tạng Phật giáo, đem chỗ sở học ấy mà dạy dỗ dắt dẫn người đời, khiến cho ai nấy đều tin nhận. Tiên sinh dấn thân vào chốn thế tục để làm khuôn mẫu tốt đẹp cho người đời, dùng chỗ học hiểu am tường, chứng đắc mầu nhiệm để nắm lấy tinh yếu trong Phật pháp cũng như trong Lão học,[1] thuận theo bài văn giảng pháp tùy căn cơ của Đế Quân, đưa vào những chú giải so sánh tường tận dễ hiểu cho tất cả mọi người, đạo lý căn bản chẳng lìa bản tâm mà văn từ đạt được chỗ tinh yếu, trưng dẫn những chuyện có thật, xua tan mây đen ngờ vực phủ

---

[1] Trong nguyên tác dùng các địa danh Linh Sơn (靈山) và Tứ Thủy (泗水) để chỉ nơi phát tích của thiền tông Phật giáo và Lão giáo.

che tâm ý, nêu rõ được tôn chỉ nghĩa lý, giương cao mặt trời trí tuệ chiếu soi giữa bầu trời chân tánh, khiến người đọc qua rồi thì mỗi mỗi sự việc đều có chỗ học theo, mỗi mỗi tâm niệm đều có chỗ tự răn ngừa, cải hối; ấy là trực tiếp tương giao với tấm lòng từ bi thương người của Đế Quân, giảng giải thấu triệt, bày rõ ngọn nguồn, khiến cho hết thảy trong thiên hạ, kẻ dạy người học văn này ngày nay đều có thể hiểu rõ mọi điều, không còn một chút gì phân vân vướng mắc.

Nhưng tâm bi mẫn như thế dường chưa đủ, đại nguyện từ ái vẫn khôn cùng, tiên sinh còn muốn cho người người đều phát triển lòng chân thật khoan thứ, đối với nhau như anh em một nhà, dứt binh đao cùng an ổn hưởng trọn tuổi trời, dùng lễ nghĩa làm giềng mối luật tắc, yêu đức tốt mà xa lìa sắc dục, nên liền viết ra một quyển sách để ngăn việc sát sinh hại vật, lấy tên là *"Vạn thiện tiên tư"* (萬善先資), và một quyển khác để ngăn việc đam mê dâm dục, lấy tên là *"Dục hải hồi cuồng"* (欲海回狂). Chỉ do người đời vốn tạo nghiệp giết hại quá nhiều, lại gặp chuyện dâm dục thì rất dễ phạm vào, nên tiên sinh mới thương xót chẳng ngại nhọc nhằn lao khổ, không ngớt lời răn dạy.

Thế nhưng, việc làm thiện của thế gian dẫu sao cũng chỉ được phước báo trong hai cõi trời, người. Hưởng tận phước rồi ắt phải đọa lạc vào những cõi thấp kém, khổ não độc hại biết làm sao dứt được? Vì thế nên tiên sinh đã tìm đọc qua các Kinh luận của tông Tịnh độ, chọn lấy những lời thích hợp mà soạn thành một tập sách lấy tên là *"Tây quy trực chỉ"* (西歸直指), truyền rộng để giúp cho muôn người, dù hàng phú quý cũng như hạ tiện, dù già trẻ nam nữ, dù kẻ trí người ngu, xuất gia cũng như tại gia, hết thảy đều có thể cùng niệm Phật A-di-đà, cầu sinh về thế giới Cực Lạc, vượt thoát luân hồi, thẳng lên địa vị không còn thối chuyển; dứt nỗi khổ vọng nghiệp hư huyễn, hưởng niềm vui bản tâm thường tại.

Ba pho sách được kể trước,[1] tuy là giảng rõ pháp tu hành thiện nghiệp thế gian, nhưng đồng thời cũng có đủ pháp thấu triệt sinh tử. Một quyển sau cùng[2] tuy giảng rõ pháp thấu triệt sinh tử, nhưng đồng thời cũng dạy phải tu tập thiện nghiệp thế gian. Cho đến những việc như *"thuận đạo lý ắt hưởng quả lành, nghịch đạo lý ắt gặp tai ương"*, mỗi mỗi đều phân tích chi ly, biện giải rành mạch, dứt điều nghi hoặc, làm rõ chỗ vướng mắc, lý lẽ thật trọn vẹn thuyết phục, ngôn từ lại hay lạ tuyệt diệu, có thể khai mở tâm tư người ngu độn hôn muội, lại đủ sức mạnh mẽ như vớt người chết đuối, cứu kẻ bị lửa thiêu. Chỗ chí thành có thể thấu suốt, hợp với lý lẽ trong trời đất; phân biện việc quỷ thần, có thể dứt sạch sự hoài nghi, càng thêm thanh thế Lục kinh,[3] giúp định rõ kỷ cương trên dưới, quả thật là một quyển kỳ thư khuyến thiện bậc nhất trong thiên hạ, nếu so với những quyển sách khuyến thiện tầm thường khác, há có thể sánh cùng được sao? Lòng tôi vẫn tin chắc rằng tiên sinh hẳn là bậc Bồ Tát

---

[1] Tức là ba quyển Âm chất văn quảng nghĩa, Vạn thiện tiên tư và Dục hải hồi cuồng.

[2] Tức là sách Tây quy trực chỉ.

[3] Lục kinh: 6 pho sách tinh yếu thời cổ của Nho gia, bao gồm kinh Thi, kinh Thư, kinh Dịch, kinh Lễ, kinh Nhạc và kinh Xuân Thu. Khi nói Ngũ kinh thì không đề cập đến kinh Nhạc.

theo bản nguyện mà hiện thân cư sĩ để thuyết pháp độ sinh.

Tôi vốn người kém trí, thuở thiếu thời tuy có đọc sách Nho nhưng không rõ được chỗ tinh yếu truyền lại của Khổng Mạnh. Lại theo học Phật pháp đã lâu nhưng vẫn chưa chứng ngộ được thể tánh Như Lai. Thời gian thấm thoát, nay sắp bước vào tuổi *"tri thiên mệnh"*[1] nhưng kiến thức nông cạn, chỉ có mỗi tấm lòng ưa thích việc lành, thật không chút sức lực làm lợi lạc người khác. Muốn đem quyển sách quý này khắc bản rộng truyền nhưng chẳng biết làm sao, phận nghèo không đất cắm dùi, lại thêm lười nhác trong việc hô hào quyên góp, nên trải qua nhiều năm vẫn chưa thành tựu tâm nguyện.

Có vị cư sĩ người đất Tây Thục là Lý Thiên Quế, vốn sẵn căn lành, siêng tu thiện hạnh, mong đạt được pháp Phật cao trổi, nhân tìm đến lễ bái nơi chùa Pháp Vũ trên núi Phổ Đà nên tình cờ gặp gỡ. Quả thật là:

Nếu không tiền định nhân duyên,
Cớ sao không hẹn, cửa thiền gặp nhau?

Vị ấy liền cung kính thưa hỏi, mong được chỉ bày chỗ tinh yếu của pháp môn vượt thoát luân hồi. Tôi nhân đó khuyên ông trước hết phải nỗ lực giữ theo giềng mối luân thường, chuyên cần tu tập tịnh nghiệp, thường làm những việc lợi mình lợi người, noi theo đó là chỗ thiết yếu nhất. Nếu có thể tự mình

---

[1] Tức gần 50 tuổi, do câu nói của Khổng tử "ngũ thập tri thiên mệnh" (50 tuổi biết được mệnh trời) nên người sau thường dùng thành ngữ này để chỉ độ tuổi ngũ tuần.

kiên trì thực hành như thế không gián đoạn, ắt rồi sẽ có thể cảm hóa mọi người chung quanh. Bằng như chỗ thực hành của tự thân không phù hợp với lời nói ra, thì việc truyền pháp sẽ ngược lại hóa thành hủy hoại giáo pháp. Công đức thế gian nếu chẳng tu tập bồi đắp, thì thiện tâm chẳng do đâu được chuyển biến. Công đức không tu, thiện tâm không chuyển, ấy đều là do không gặp được những bậc thầy hay bạn tốt để làm gương sáng cho mình noi theo.

Nhân đó tôi liền mang sách *An Sĩ toàn thư* này ra tặng cho một bản, khuyên vị ấy hãy đọc qua trọn vẹn, chú ý nơi nhất cử nhất động hằng ngày đều y theo những lời khuyên dạy trong sách, thảy thảy đều tương hợp, không chút sai lệch, hẳn có thể xem là thành tựu. Người ấy hân hoan như được báu vật, vui mừng không dứt, liền phát nguyện khắc bản in lại để rộng truyền khắp nơi, lại thỉnh cầu tôi viết cho lời tựa để công bố với mọi người.

Vì thế, tôi không ngại chỗ học kém cỏi, lược viết ra đây nguyên do sự việc, lòng muốn đem sự lợi lạc đến cho muôn người, khiến cho ai nấy đều có thể tu sửa tự thân, xây dựng gia đình, dạy dỗ cháu con theo gương các bậc thánh hiền, nhận biết chân tâm bản tánh, thấu triệt lẽ tử sinh. Nếu ai đọc kỹ rồi ra sức làm theo, ắt sẽ thấy đúng như lời tôi nói, không chút sai dối.

Thích Ấn Quang kính ghi

LỜI TỰA CỦA TRƯƠNG THỬ ÂN

Nhân dịp khắc bản in lại
vào năm Quang Tự thứ 7 (1881)

Tôi lúc trước chưa từng học Phật. Ngày ấy, nhân có người khách đến chơi mang bộ *Toàn thư* của tiên sinh Chu An Sĩ đưa cho xem. Tôi mở sách xem qua mấy phần, lập tức lộ vẻ bực dọc, không muốn xem nữa. Khách ngạc nhiên gặng hỏi: "Vì sao ông lại có thái độ như vậy?" Tôi đáp: "Những gì tiên sinh An Sĩ nói ở đây hoàn toàn trái ngược với lời một vị tiên sinh tôi đã biết. Ông cho rằng những lời của tiên sinh An Sĩ là đúng, hẳn những lời vị tiên sinh kia là sai chăng?"

Vị khách ấy cười nói: "Tính khí ông thật nóng nảy quá! Đây nào phải chuyện tranh đấu thắng thua? Chỗ lập luận của vị tiên sinh kia với tiên sinh An Sĩ, thật không phải chỗ mà những người như bọn tôi với ông đây có thể theo kịp. Tôi thật không dám lấy sức con phù du để cố làm lung lay đại thụ, còn như ông lại muốn lấy chút lửa đom đóm để thiêu rụi núi Tu-di được sao? Chuyện đúng sai thôi hãy khoan bàn đến, nay ví như có người không hề biết đến đời sau, không tin chuyện nhân quả nên hùng hổ làm nhiều việc ác. Lại có một người khác thực sự biết có đời sau, tin có nhân quả, nên năng nổ làm nhiều việc thiện. Vậy trong hai người ấy, theo ông thì ai hơn ai kém?"

Tôi cũng cười, đáp lại rằng: "Ông xem tôi kém cỏi đến thế sao? Nếu trong việc này mà không phân biệt được ai hơn ai kém, thì khác nào có mũi mà không nhận biết được mùi hương?"

Vị khách liền hỏi: "Nếu đã là như vậy, cớ sao ông lại hoài nghi sách Toàn thư của tiên sinh An Sĩ?"

Tôi đáp: "Ông tuy giỏi biện luận, nhưng những chuyện như thuận đạo lý thì được tốt lành, làm việc trái nghịch ắt gặp việc dữ, hoặc nhà làm việc thiện ắt có niềm vui, nhà làm nhiều việc ác ắt gặp tai ương... thì nhà Nho chúng tôi đã nói quá nhiều rồi, cần chi phải viện dẫn đến kinh Phật?"

Vị khách nói: "Ấy là ông vẫn còn chưa suy xét kỹ đó thôi. Nói về lý nhân quả báo ứng, nếu không xét đến cả ba đời quá khứ, hiện tại và vị lai, ắt không thể trọn vẹn thuyết phục. Nhưng có thể giảng giải rõ ràng tường tận về nhân quả trong ba đời như thế, duy nhất chỉ có Phật mà thôi. Vì thế, tiên sinh An Sĩ chẳng ngại có người hiềm khích ganh ghét, hết lời răn nhắc cảnh tỉnh, khiến cho người mê phải tỉnh. Như thế cũng là cùng một tấm lòng như vị tiên sinh kia khi viết sách truyền lại cho hậu thế đó thôi."

Khi ấy, trong lòng tôi đã dần bình tĩnh lại, liền cười đáp: "Ấy là ông chỉ tự mình suy đoán chủ quan nói ra, quả nhiên là giấu đầu mà lại lòi đuôi."

Khách liền nghiêm sắc mặt mà nói: "Những gì vị tiên sinh kia viết ra chính là pháp của thế gian, còn những điều tiên sinh An Sĩ viết ra lại là pháp thế gian suốt thông cùng pháp xuất thế gian, mỗi câu mỗi chữ đều là lời tâm huyết, ý thiết tha, như dùng kim vàng khơi mắt giúp người mù thấy được ánh sáng,[1] thật hết sức nhọc nhằn, quyết lòng răn nhắc, cho dẫu là những bậc cha anh yêu thương dạy dỗ con em mình cũng không dốc lòng hơn thế được. Nay sách Toàn thư đang sẵn có đây, nếu ông quay lại tìm đọc trong đó ắt gặp được thầy, đâu cần tôi phải lắm lời biện giải lôi thôi dài dòng như thế này."

Vị khách nói rồi để tập sách lại tặng cho tôi. Tôi kính cẩn nhận lấy, một lần nữa lại mở ra đọc. Ban đầu còn phải dò tìm manh mối theo văn chương câu cú, dần dần về sau mới thể hội được tông chỉ ý thú, hốt nhiên bừng tỉnh thấu triệt thông suốt. Khi ấy buồn vui lẫn lộn, như người lạc lối gặp kẻ dẫn đường, như khi bệnh nặng gặp phương thuốc hay, như giữa giao lộ tối tăm được bó đuốc sáng soi, như giữa biển khổ mênh mông được gặp con thuyền từ cứu vớt, bất chợt không kiềm được tiếng thở dài mà than rằng: "Than ôi! Nếu không may mắn được đọc sách này, ắt một đời ta đã phải luống trôi qua vô ích!"

Như vậy, nếu không gặp được bạn hiền như vị khách ngày xưa, ắt hẳn hết một đời này tôi cũng

---

[1] Y học Trung Hoa tin rằng các bậc đại danh y ngày xưa có khả năng trị được chứng mù mắt bằng cách dùng một loại kim vàng khơi vào võng mạc.

không biết được rằng còn có đời sau, cũng không tin được là có nhân có quả.

Hỡi ôi! Được làm người là khó, được nghe pháp Phật lại càng khó hơn. Chúng sinh chịu khổ trong ba đường dữ,[1] thử hỏi do ai là người gây ra như thế? Xưa có người nói rằng: *"Ai đã từng trôi giạt lang thang, hẳn mới biết cảm thông mà thương người lưu lạc!"*

Nhân viết ra đây nhân duyên được đọc sách, nhắn gửi với những ai về sau có duyên may gặp được sách này.

---

[1] Ba đường dữ: địa ngục, ngạ quỷ và súc sinh. Do tạo ác nghiệp mà phải sinh vào một trong 3 cảnh giới này.

LỜI TỰA ĐẦU TIÊN
CỦA SÁCH GIẢNG RỘNG BÀI VĂN
ÂM CHẤT

Kinh Dịch nói rằng: *"Nhà nào thường làm việc thiện, ắt sẽ được nhiều điều tốt đẹp."* Kinh Thư viết: *"Làm việc thiện được hưởng trăm điều tốt lành."* Sách *Tả thị xuân thu*[1] cũng có nói: *"Việc họa phúc vốn không ai định trước, chỉ là do con người tự chuốc lấy."* Thế nên biết rằng, những việc tốt lành hay tai họa vốn là lẽ tất nhiên trong trời đất. Tôn chỉ của Tam giáo[2] vốn không khác nhau, đều cùng một lý. Nhà Nho khi nghe đến thuyết nhân quả là do nhà Phật nói ra, liền quy cho những chuyện như thuận đạo tốt, nghịch đạo xấu, nhân quả theo nhau như bóng với hình, như tiếng vọng với âm thanh... hết thảy đều là của nhà Phật. Lại cho rằng người chết rồi không còn có đời sau, làm thiện làm ác đều không có báo ứng... Nhưng ví như người không tin nhân quả thì chẳng có gì phải sợ sệt, rốt cùng hẳn chỉ muốn làm kẻ tiểu nhân mà thôi.

---

[1] Cũng gọi là Tả truyện, hay Tả thị xuân thu truyện, do Tả Khâu Minh viết ra nên gọi là Tả thị.

[2] Tam giáo: chỉ Nho giáo, Phật giáo và Lão giáo (tức Đạo giáo).

Đức Văn Xương Đế Quân hiện thân hiền thánh trong đời để thuyết pháp, soạn ra bài văn Âm chất để răn dạy người đọc sách, ngay từ đầu đã viết rằng: *"Ta trải qua mười bảy đời sinh ra làm kẻ sĩ..."* Như vậy rõ ràng đời này quyết còn có đời sau, chưa từng dứt mất. Tiếp đó lại viết: *"Người giữ lòng lành được như ta, trời ắt ban phúc"*, cho thấy chuyện thiện ác rõ ràng là có báo ứng, không mảy may sai lệch. Đến cuối bài lại viết: *"Ngưỡng vọng thánh hiền xưa, thận trọng xét mình không lầm lỗi; hết thảy việc ác quyết không làm, hết thảy việc lành xin vâng theo."* Thật càng biểu hiện rõ, chưa từng thấy ai có tấm lòng thương đời cứu người hết sức khó nhọc, chân thành chí thiết đến như thế, quả không phải việc nhà Nho chúng ta có thể gánh vác chu toàn, chẳng sợ làm hỏng việc mất sao?

Tiên sinh Chu An Sĩ đọc qua hết các sách của Tam giáo, chọn lọc các luận điểm của trăm nhà, rồi mang bài văn *Âm chất* của Văn Xương Đế Quân ra phân tích từng câu từng chữ thật tường tận, đưa vào các chú giải, chú thích, hết sức rõ ràng minh bạch, lại giảng rộng thêm vào những chỗ ý thú chưa trọn vẹn, phát huy những nghĩa lý mầu nhiệm trước đây chưa từng được nghe, gạn lọc bỏ đi những chuyện tầm thường hủ bại, viển vông không đúng thật, dứt khoát phá trừ những kiến thức thiển cận, hạn hẹp, như thế suốt thông hơn mười vạn câu, lấy tên là *Giảng rộng bài văn Âm chất*. Tiên sinh Tiêu Tụng Hy đọc qua hết sức ngợi khen thích thú, chỉ lấy làm tiếc vì việc khắc bản in còn dở dang chưa được nửa phần, lập tức đứng ra khởi xướng quyên góp cho việc này. Tiếp theo lại được các ông Cố Thọ Kỳ, Kim Nghiêu Phong, La Doãn Mai hợp lực hỗ trợ, huynh đệ tiếp nối nhau cùng gắng sức nên việc được thành tựu.

Khi việc khắc bản hoàn tất, Chu Tiên sinh muốn tôi viết cho lời tựa. Tôi đọc qua sách này rồi cảm thán rằng: "Tiên sinh đã có thể thương xót dùng lời răn dạy để sửa lỗi cho những kẻ sai lầm, các vị huynh đệ lại có thể cùng nhau quyên góp giúp sức làm nên việc tốt đẹp cho người đời. Tâm lành hội tụ, càng thêm huy hoàng lợi lạc, chỉ mong sao những ai có duyên may được đọc sách này đều tự thân ra sức thực hành, tự mình hướng thiện rồi dẫn dắt người khác cùng nhau tiến lên."

Những lời vàng ngọc của Đế Quân[1] không thể để đi vào quên lãng, ắt phải được rộng truyền đến tất cả những kẻ có lòng, đâu chỉ giới hạn ở năm ba người quân tử. Tôi thật kỳ vọng ở việc này lắm thay!

Lâu Đông Đường Tốn Hoa[2] kính ghi

---

[1] Nguyên tác dùng chữ Nguyên Hoàng (元皇) là một danh xưng khác để chỉ Văn Xương Đế Quân.

[2] Đường Tốn Hoa (唐孫華) tên tự là Thật Quân (實君), biệt hiệu Đông Giang (東江), về già lấy hiệu là Tức Lư Lão nhân (息廬老人). Ông sinh năm 1634, mất năm 1723, từng đậu tiến sĩ vào năm Khang Hy thứ 27 (1688). Ông có để lại tập Đông Giang thi sao (東江詩鈔).

BÀI VĂN ÂM CHẤT CỦA VĂN XƯƠNG ĐẾ QUÂN

Đế Quân nói rằng: "Ta trải qua 17 đời sinh ra làm kẻ sĩ có quyền thế, chưa từng bạo ngược với dân, tàn khốc với thuộc cấp; thường cứu người khi nguy nan, giúp người khi khẩn thiết, thương xót người cô độc, khoan thứ kẻ lỗi lầm, rộng làm những việc phúc thiện, tích âm đức, thấu tận trời xanh. Nếu ai có thể giữ tâm hiền thiện như ta, ắt được trời ban phước lành.[1] Do đó mà ta có lời răn dạy mọi người rằng:

Xưa Vu Công giữ việc xử án, xây cổng lớn đợi xe bốn ngựa; họ Đậu giúp đỡ muôn người, một cội sinh năm cành quế; Tống Giao cứu đàn kiến, trúng tuyển trạng nguyên; Thúc Ngao chôn xác rắn, sau làm tể tướng.[2] Muốn tạo ruộng phước rộng sâu, ắt phải dựa

---

[1] Trời ban phước lành: là cách diễn đạt theo thuyết Thiên mệnh hay Thiên định, cho rằng mọi việc họa phúc của mỗi người đều do trời định, vốn là thuyết của Nho gia. Tuy nhiên, khi đạo Phật được truyền rộng khắp Trung Hoa thì những người học Phật đã nhận hiểu thuyết này theo cách hơi khác đi, rằng tuy mọi việc họa phúc là do trời định, nhưng không phải một sự quyết định tùy tiện mà là căn cứ vào những việc thiện ác mỗi người đã làm. Hiểu theo cách này thì "ông trời" chỉ còn là một đại diện của nguyên lý nhân quả, vốn theo Phật dạy là tự nó vận hành. Những người theo Lão giáo (hay Đạo giáo) thì cụ thể hóa việc này qua niềm tin về sự ghi chép những việc thiện ác của mỗi người trong sổ Nam tào, để Ngọc hoàng căn cứ theo đó mà ban phúc giáng họa. Chính sự trộn lẫn giữa Nho - Phật - Lão như thế đã giúp cho các thuyết thiên mệnh và nhân quả đều đồng thời tồn tại mà không mâu thuẫn với nhau.

[2] Các sự tích này đều được Đại sư Ấn Quang trích lại từ các thư tịch cổ đưa vào đầy đủ trong phần bổ khuyết.

vào một tấm lòng này; thường không ngừng việc giúp người, âm thầm làm đủ mọi công đức; lợi người lợi vật, làm thiện tích phước. Chính trực thay trời hành đạo dạy người, mở rộng lòng từ, vì nước cứu dân.

Đối xử với người phải giữ lòng trung, với cha mẹ ông bà phải hiếu thảo; với anh em phải giữ lòng kính trọng, thương yêu lẫn nhau, với bạn hữu phải giữ lòng tin cậy. Hoặc phụng chân triều đẩu,[1] hoặc thờ Phật học kinh, thường nhớ nghĩ làm theo lời Phật dạy. Báo đáp bốn ơn sâu,[2] thực hành rộng khắp theo Tam giáo.

Giúp người khẩn cấp như cá mắc cạn; cứu người nguy nan như chim bị lưới siết. Xót thương trẻ mồ côi, giúp đỡ người góa bụa; kính trọng người già, thương kẻ nghèo khó; chu cấp cơm ăn áo mặc cho người lỡ

---

[1] Phụng chân triều đẩu: niềm tin của Đạo giáo cho rằng phải thờ phụng các bậc chân nhân, lễ bái các vị tinh tú, cho rằng các vị ấy được Ngọc Đế giao cho việc cai quản, dạy dỗ hoặc thưởng phạt người đời.

[2] Bốn ơn sâu (Tứ trọng ân): Kinh Phật dạy rằng mỗi người đều có bốn ơn sâu phải báo đáp, bao gồm: 1. Ơn cha mẹ sinh thành dưỡng dục, cũng bao gồm ông bà tổ tiên đã nhiều đời truyền nối để có thân ta; 2. Ơn chúng sinh tương trợ tương tác, để ta có cuộc sống như hiện nay, vì mỗi người quanh ta đều có sự đóng góp nhất định cho sự sống của ta, cũng có thể hiểu đơn giản hơn là ơn cộng đồng xã hội đã cho ta môi trường sống tốt đẹp; 3. Ơn quốc vương, hiểu theo ngày nay tức là những người lo việc giữ gìn giềng mối, trật tự trong xã hội, giữ cho đất nước ta được thanh bình, ổn định và phát triển; 4. Ơn Tam bảo, đã chỉ ra cho chúng ta con đường chân chánh để noi theo, để có thể làm người hiền thiện, đạt được an vui trong cuộc sống và hướng đến sự giải thoát khỏi luân hồi. Theo sách Thích thị yếu lãm (釋氏要覽) thì bốn ơn nặng của người xuất gia được giải thích hơi khác biệt hơn, bao gồm: 1. Ơn cha mẹ; 2. Ơn thầy tổ, sư trưởng; 3. Ơn quốc vương, người trị nước; 4. Ơn thí chủ, những người chu cấp cho ta tu hành. Tuy nhiên, ở đây cũng có thể hiểu ơn thí chủ tức là ơn chúng sinh như đã giải thích trên, và ơn thầy tổ cũng chính là ơn Tam bảo. Như vậy thì hai cách giải thích này cũng có sự tương đồng chứ không mâu thuẫn.

đường đói rét; giúp quan quách cho nhà nghèo khó để thi hài người chết được ấm cúng. Nhà giàu sang phải nâng đỡ thân thích; mất mùa đói kém phải cứu giúp lối xóm. Cân đo phải công bằng, không được bán ra non, thu vào già. Với kẻ dưới phải khoan thứ, không nên khắc nghiệt, soi mói.

Nên góp phần in ấn rộng truyền kinh sách, xây dựng chùa chiền, tu viện. Giúp thuốc thang cứu người bệnh khổ, giúp nước uống giải cơn khát cho người. Hoặc bỏ tiền mua vật sống phóng sinh, hoặc ăn chay từ bỏ sự giết hại. Mỗi khi cất bước, phải chú ý quan sát để không giẫm đạp các loài côn trùng; không đốt lửa gây cháy rừng cháy núi. Đêm tối giúp người đi đường có đèn soi sáng; sông rộng giúp thuyền bè đưa người qua lại. Không dùng lưới bắt các loài chim thú trên cạn, không dùng thuốc độc bắt các loài cá tôm dưới nước.[1] Không giết thịt trâu cày; không vứt bỏ giấy có chữ viết. Không mưu mô lấy tài sản người khác; không ganh tỵ với người có tài năng kỹ xảo. Không tư tình tà niệm với vợ người. Không xúi giục người trong việc tranh tụng. Không hủy hoại đường danh lợi của người khác, không làm tan vỡ chuyện hôn nhân của người. Không vì chuyện thù oán riêng mà làm cho anh em nhà người sinh chuyện bất hòa; không vì chút lợi nhỏ mà khiến cha con người khác

---

[1] Tuy cũng là sát sinh hại vật, nhưng hai hình thức này tàn độc hơn hẳn các hình thức săn bắt khác, vì giăng lưới thì chim thú các loài đều bị bắt, đánh thuốc thì tôm cá lớn nhỏ đều bị sát hại. Đánh bắt như vậy thì muôn vật trên cạn dưới nước đều phải nhanh chóng cạn kiệt, môi trường cũng do đó bị tàn hại không dễ khôi phục.

trở thành xung khắc. Không dựa vào quyền thế làm nhục kẻ hiền lương; không ỷ mình giàu sang khinh rẻ người cùng khốn.

Gặp người hiền thiện phải thân cận, gần gũi, vì có thể giúp ta tăng thêm đức tốt của tâm, hạnh lành của thân. Gặp người xấu ác phải xa lánh ngay, vì chỉ trong chớp mắt có thể mang đến cho ta tai họa khôn lường. Thường phải tu tập dẹp trừ điều xấu ác, phát huy những việc tốt lành; miệng nói ra những lời đúng thật thì trong lòng không được nghĩ điều sai quấy. Phát dọn gai góc lùm bụi chướng ngại đường sá, dọn sạch đá gạch ngăn giữa lối đi. Đường sá gập ghềnh đã lâu năm thì góp sức tu sửa, san phẳng; sông rộng có ngàn vạn người thường qua lại thì ra công bắc cầu.

Lấy tình thương ngỏ lời dạy bảo, sửa lỗi cho người. Quyên góp tiền bạc giúp người thành tựu những điều tốt đẹp. Làm việc gì cũng noi theo đạo trời, nói ra lời nào cũng thuận với lòng người. Kính ngưỡng bậc thánh hiền tiên triết, dù đi đứng nằm ngồi vẫn thường nghĩ nhớ; cẩn thận giữ gìn phẩm hạnh để lúc một mình tĩnh tâm không thấy có gì phải hổ thẹn với lòng. Hết thảy việc ác quyết không làm, hết thảy việc lành xin vâng theo.

Vĩnh viễn không gặp điềm dữ, thường thường được thiện thần giúp đỡ. Phước báo gần thì tự thân được hưởng, xa thì ảnh hưởng đến cháu con. Trăm điều phúc lành đồng thời đến, ngàn việc tốt đẹp hội tụ về, chẳng phải nhờ việc tích tạo âm đức mà được như thế đó sao?

PHẦN BỔ KHUYẾT

Tiên sinh An Sĩ biên soạn sách này, từ những lý lẽ, sự kiện cho đến văn chương ý nghĩa đều trọn vẹn, chu đáo. Tuy nhiên, có 5 sự việc đáng lưu ý là:

1. *Hóa thân sau cùng của Đế Quân*
2. *Vu Công giữ việc xử án*
3. *Đậu thị giúp đỡ muôn người*
4. *Tống Giao cứu kiến*
5. *Thúc Ngao chôn xác rắn*

Tiên sinh khi khảo xét các chuyện này, hoặc vì có những chuyện chưa từng được chính thức ghi chép, hoặc vì có những chuyện thấy đã đăng tải đầy đủ nơi các sách khác, người đời sau đều rõ biết, nên lược bỏ đi.

Thế nhưng, như vậy thì người chưa từng đọc qua nhiều sách vở hẳn không thể biết được những chuyện này. Đây quả thật là một điều hết sức đáng tiếc cho đời sau. Vì vậy, nay căn cứ vào các bản chú thích, dẫn chứng của bài văn Âm chất để ghi chép thêm vào bản in lần này các chuyện nói trên, khiến cho sự thật được rõ ràng.

Nhưng cũng chỉ là y theo nguyên văn mà chép lại, không sửa đổi gì cả.

Thích Ấn Quang kính ghi

Hóa thân sau cùng của Đế Quân

Đế Quân sinh vào đời nhà Tấn,[1] họ Trương, tên Á, tổ tiên vốn người đất Việt, sau dời về đất Thục, sống ở Tử Đồng (Tứ Xuyên). Ngài lớn lên tuấn tú nho nhã, tánh tình phóng khoáng, độ lượng, văn chương diễm tuyệt, sáng rõ mà khoáng đãng, trở thành bậc thầy nơi đất Thục. Cảm khái trước thời cuộc bất ổn lúc bấy giờ, ngài lên đường chu du phương xa. Về sau, những môn nhân đã từng theo học liền cùng nhau lập đền thờ ngài, đề tên là Văn Xương Quân.

Vào đời nhà Đường, hai vị vua là Đường Huyền Tông[2] và Đường Hy Tông[3] nhân khi tránh giặc loạn chạy vào đất Thục, đều được ngài hiển linh bảo vệ, giúp đỡ. Giặc yên, vua xuống chiếu phong ngài là Tấn vương.[4] Người đời sau tôn xưng là Đế, đều là do nơi lòng tôn kính đối với ngài.

---

[1] Triều đại nhà Tấn kéo dài từ năm 266 đến năm 420, phân ra làm hai thời kỳ là Tây Tấn (266-316) và Đông Tấn (317-420). Phần sau nói rõ hơn rằng Đế Quân sinh vào năm 287, tức khoảng gần cuối thời kỳ Tây Tấn.

[2] Đường Huyền Tông trị vì từ năm 712 đến năm 756, gặp loạn An Lộc Sơn tạo phản vào năm 755.

[3] Đường Hy Tông trị vì từ năm 873 đến năm 888, gặp loạn Hoàng Sào vào khoảng năm 874. Khoảng cuối năm 880 phải bỏ kinh thành Trường An chạy đến Thành Đô, sang đến năm 885 mới về lại Trường An. Năm 886 ông lại gặp nội loạn giữa các tướng lãnh, phải bỏ Trường An chạy đến Hưng Nguyên, đến năm 888 mới trở về lại Trường An chỉ được một tháng thì mất.

[4] Hai vua sống cách nhau hàng thế kỷ, ở đây không thấy nói rõ vua nào xuống chiếu phong. Tuy nhiên, xét rằng nếu Huyền Tông đã có chiếu phong thì Hy Tông phải gia phong mới đúng, do đó chiếu phong Tấn vương có lẽ của Đường Hy Tông.

Vu Công xử án, xây cổng lớn đợi xe bốn ngựa

Vu Công sinh vào thời nhà Hán, người quận Đông Hải,[1] giữ chức quan coi việc xử án trong huyện. Quận Đông Hải có người thiếu phụ góa chồng hết sức hiếu thảo, quyết lòng ở vậy thủ tiết thờ chồng, nuôi dưỡng mẹ chồng vô cùng chu đáo. Mẹ chồng thương, sợ mình làm cản trở việc tái giá của con dâu, liền treo cổ tự vẫn. Đứa con gái bà lại vu cáo rằng cô con dâu đã bức tử mẹ chồng. Người góa phụ kia không sao tự mình biện bạch.

Vu Công biết là án oan, cố sức bảo vệ, nhưng quan thái thú khi ấy chẳng nghe lời. Người góa phụ bị xử tội chết. Liền sau đó quận Đông Hải bị hạn hán suốt 3 năm.

Nhân khi có quan thái thú mới đến thay, Vu Công mang vụ án oan trình lên. Quan thái thú nhờ ông đến trước mộ người góa phụ hiếu thảo bị oan mà cúng tế. Ngay sau đó trời đổ mưa lớn.

Vu Công làm việc, mỗi khi đưa ra nhận định, phán đoán quyết án đều được người dân kính phục nghe theo. Cổng lớn nhà ông bị đổ, các vị phụ lão hương thân cùng kéo đến bàn việc xây lại. Vu Công nói: "Nên làm cổng sao cho xe bốn ngựa sau này có

---

[1] Thuộc Đàm huyện, ngày nay là Đàm thành thuộc tỉnh Sơn Đông. Cách phân chia địa giới hành chánh của Trung Hoa thời ấy là mỗi tỉnh chia thành các huyện, mỗi huyện chia thành các quận.

thể đi qua được.[1] Ta giữ việc xử án, tích chứa nhiều âm đức, chưa từng quyết xử oan uổng, con cháu sau này ắt phải hưng thịnh."

Sau con trai ông có công lớn với nước nhà, quả nhiên làm đến chức Thừa tướng, được phong tước Bình Tây Hầu, con cháu đời đời được nối truyền giữ chức Ngự sử Đại phu.

Họ Đậu giúp đỡ muôn người, một cội sinh năm cành quế

Thời Ngũ đại,[2] Đậu Vũ Quân người Yên Sơn,[3] đã hơn 30 tuổi mà chưa có con. Một hôm nằm mộng thấy ông nội đã mất hiện về dạy rằng: "Con chẳng những là không có con, mà còn yểu mạng nữa. Nên sớm lo tu dưỡng phước đức, cầu chuyển mệnh trời."

Đậu Vũ Quân do chuyện ấy mà nỗ lực làm nhiều việc thiện. Có người giúp việc trong nhà lấy trộm của ông hai trăm ngàn đồng tiền, chuyện vỡ lở, liền tự viết giấy bán đứa con gái nhỏ để bồi hoàn. Giấy viết rằng: "Tôi bán đứa con gái này vĩnh viễn để bồi thường vào khoản tiền thiếu nợ." Về sau, người này

---

[1] Xe do bốn ngựa kéo là loại xe lớn, xưa chỉ các quan chức bậc cao, nhà quyền thế mới có được. Nhà Vu Công khi ấy không có xe bốn ngựa, nhưng ông tin rằng mình làm nhiều việc thiện, lợi lạc dân chúng, tích chứa âm đức, nên con cháu sau này chắc chắn sẽ được hưng thịnh như thế.

[2] Ở đây chỉ thời Hậu chu, Ngũ đại của Trung Hoa lúc bấy giờ bao gồm các triều Hậu Lương, Hậu Đường, Hậu Tấn, Hậu Hán và Hậu Chu.

[3] Nay thuộc huyện Mật Vân, tỉnh Hà Bắc.

lại trốn đi mất. Đậu Vũ Quân thương xót, liền đốt giấy nợ, nhận đứa con gái ấy làm con nuôi, lớn lên lại lo chu đáo việc chọn nơi gả chồng. Những người thân thích nội ngoại, nhà ai có tang mà nghèo túng không thể lo liệu, ông đều xuất tiền giúp việc mai táng; nhà ai có con gái không đủ tiền lo việc cưới gả, ông cũng xuất tiền giúp cho.

Ông tính toán thu nhập trong mỗi năm, giữ lại vừa đủ chi dùng, còn bao nhiêu đều mang ra giúp đỡ người khác. Sinh hoạt trong gia đình lại hết sức cần kiệm, không vàng ngọc trang sức, không thê thiếp nàng hầu. Ông lập một thư viện ở góc phía nam trong nhà, sưu tập được đến hơn ngàn quyển sách, rồi mời thầy đến mở lớp dạy học cho những học trò mồ côi hoặc nghèo khó ở khắp nơi, cung cấp đầy đủ mọi nhu cầu ăn học. Rất nhiều người nhờ ông giúp đỡ như thế mà về sau được hiển đạt.

Chẳng bao lâu sau, ông liên tiếp sinh được 5 người con trai, tất cả đều thông minh tuấn tú. Sau đó, ông lại nằm mộng thấy ông nội hiện về nói: "Từ nhiều năm nay, con làm được những việc công đức lớn lao lắm. Tên con nay đã được ghi trên sổ thiên tào, con sẽ sống thêm được 3 kỷ nữa.[1] Năm đứa con rồi đây đều sẽ được vinh hiển. Con nên cố gắng làm việc thiện nhiều hơn, không được lười nhác, thối thất tâm lành xưa nay."

Về sau, con trưởng của ông là Đậu Nghi làm đến

---

[1] Theo cách tính ngày xưa thì mỗi kỷ là 12 năm, do đó 3 kỷ là 36 năm.

chức Lễ Bộ Thượng Thư. Con thứ là Đậu Nghiễm làm đến Lễ Bộ Thị Lang. Con thứ ba là Đậu Khản làm quan Tả Bổ Quyết. Con thứ tư là Đậu Xưng làm Tả Gián Nghị Đại phu, được tham gia những việc chính sự quan trọng. Con thứ năm là Đậu Hy làm quan Khởi Cư Lang. Tám người cháu sau đó cũng đều được vinh hiển phú quý.

Ông thọ đến 82 tuổi, một hôm không bệnh, trong lúc đang cùng thân quyến trò chuyện cười nói, bỗng an nhiên mà đi.

Bậc danh sĩ thời ấy là Phùng Đạo có bài thơ tặng ông như sau:

燕山竇十郎，

敎子有義方。

靈椿一株老，

丹桂五枝芳。

Yên Sơn Đậu Thập lang,
Giáo tử hữu nghĩa phương.
Linh xuân nhất chu lão,
Đan quế ngũ chi phương.

Tạm dịch:

Yên Sơn có Đậu Vũ Quân,
Dạy con theo đạo nghĩa nhân chí tình,
Cha lành một cội uy linh,
Sinh con hiển hách năm cành quế thơm.[1]

---

[1] Do điển tích này mà người đời sau thường dùng "năm cành quế" để

Tống Giao cứu kiến, trúng tuyển trạng nguyên

Đời nhà Tống, có hai anh em là Tống Giao, Tống Kỳ. Một hôm đang cùng ngồi đọc sách, có vị tăng nhìn thấy, xem tướng mạo rồi nói: "Người em sẽ chiếm bảng khôi nguyên, người anh cũng sẽ đỗ cao."

Mùa xuân năm sau, vị tăng ấy gặp lại, vui mừng nói với người anh là Tống Giao rằng: "Con hẳn đã từng cứu sống được trăm vạn sinh mạng!" Tống Giao bật cười nói: "Con là học trò nghèo khổ, có sức đâu làm được việc như thế!"

Vị tăng nói: "Không nhất thiết phải là việc cứu người, dẫu muôn loài trùng bọ có sự sống đều kể là sinh mạng."

Tống Giao nói: "Có một tổ kiến bị mưa lớn tràn ngập, con lấy cành trúc làm cầu cứu sống đàn kiến. Có lẽ là việc ấy chăng?"

Vị tăng nói: "Quả đúng vậy rồi. Do chuyện này mà năm nay em con tuy vẫn chiếm khôi nguyên, nhưng cuối cùng rồi con không thể kém nó."

Đến kỳ công bố kết quả thi, quả nhiên Tống Kỳ đỗ trạng nguyên. Triều đình lập biểu chương trình lên Thái hậu. Thái hậu xem qua, cho rằng em không thể đặt trên anh, liền phóng bút sửa bài Tống Giao thành đệ nhất, còn Tống Kỳ thì từ đệ nhất (一) thêm vào một nét thành đệ thập (十).

---

chỉ việc tích âm đức sinh con cháu hiển vinh.

Khi ấy mới biết lời vị tăng đã nói quả nhiên không sai.

Thúc Ngao chôn rắn, sau làm Tể tướng

Tôn Thúc Ngao người nước Sở, thuở thiếu thời thường đi chơi đó đây. Một hôm nhìn thấy con rắn có hai đầu, liền giết đi rồi đem chôn. Về nhà lo buồn bỏ ăn. Người mẹ gạn hỏi sự việc, Thúc Ngao khóc mà nói rằng: "Con nghe người ta nói rằng ai nhìn thấy rắn hai đầu ắt phải chết. Hôm nay con đã nhìn thấy, sợ rằng phải chết mà bỏ mẹ."

Người mẹ hỏi: "Hiện giờ con rắn ấy ở đâu?"

Thúc Ngao đáp: "Con sợ có người khác nhìn thấy nó mang hại nên đã giết mang chôn đi rồi."

Người mẹ nói: "Đừng lo, mẹ nghe nói rằng người làm việc tích âm đức ắt được báo ứng tốt đẹp. Con ngày sau ắt sẽ được hưng vượng nơi đất Sở này."

Quả nhiên, về sau Tôn Thúc Ngao làm Lệnh Doãn,[1] giữ quyền chính nước Sở.

---

[1] Chức Lệnh Doãn của nước Sở tương đương với Tể tướng, là quan đứng đầu trong triều đình.

Thư mục kinh sách tham khảo trong Tam giáo

1. A-dục vương kinh
2. A-xà-thế vương thọ quyết kinh
3. Bắc ngụy sử
4. Bách duyên kinh
5. Bà-sa luận
6. Bộ hư kinh
7. Bút thừa
8. Cảm ứng thiên khuyến trừng lục
9. Cát an phủ cựu chí
10. Chánh pháp niệm xứ kinh
11. Chiết phục la-hán kinh
12. Chu lễ
13. Chu thư dị ký
14. Cổ sử đàm uyển
15. Côn sơn huyện chí
16. Công quá cách
17. Danh thần ngôn hành lục
18. Di-lặc hạ sanh kinh
19. Đại A-di-đà kinh
20. Đại Bảo Tích kinh
21. Đại Bát Niết-bàn kinh
22. Đại Bát-nhã kinh
23. Đại phương quảng tổng trì kinh
24. Đại quyền Bồ Tát kinh
25. Đại tạng nhứt lãm

26. Đại tập kinh
27. Đại Trí độ luận
28. Đạo tạng pháp luân kinh
29. Đạo tạng toàn tập chú
30. Đồng nhơn phủ chí
31. Đường thư
32. Giải thoát yếu môn
33. Hán pháp bổn nội truyện
34. Hán thư
35. Hiền ngu nhân duyên kinh
36. Hiện quả tùy lục
37. Hộ pháp luận
38. Hoa nghiêm kinh
39. Hoang chánh bị lãm
40. Hoằng minh tập
41. Hoàng minh thông kỷ
42. Học sĩ yếu châm
43. Khởi thế nhân bản kinh
44. Khổng tử tập ngữ
45. Kim cang kinh giải
46. Kim sử
47. Kim thang biên
48. Kinh luật dị tướng
49. Lăng nghiêm kinh
50. Lão tử thăng huyền kinh
51. Lập thế A-tỳ đàm luận
52. Lâu thán chánh pháp kinh
53. Lâu-chí trưởng giả kinh

54. Lễ ký
55. Liệt tử
56. Linh bảo kinh
57. Lương Cao tăng truyện
58. Lương hoàng bảo sám
59. Lương thư
60. Mặc tử truyện
61. Minh báo thập di
62. Minh tường ký
63. Mộng khê bút đàm
64. Nam xương phủ chí
65. Nghiệp báo sai biệt kinh
66. Ngũ mẫu tử kinh
67. Nhật minh Bồ tát kinh
68. Nhật tri lục
69. Phân biệt công đức kinh
70. Pháp cú dụ kinh
71. Pháp giới an lập đồ
72. Pháp hoa kinh
73. Pháp hỷ chí
74. Pháp uyển châu lâm
75. Phát giác tịnh tâm kinh
76. Phật tổ thông tải
77. Phó pháp tạng kinh
78. Phước báo kinh
79. Quần tiên châu ngọc
80. Quảng nhơn lục
81. Quảng từ biên

GIẢNG RỘNG
BÀI VĂN ÂM CHẤT

QUYỂN THƯỢNG

Côn Sơn Chu Mộng Nhan hiệu An Sĩ trước thuật

Nguyễn Minh Tiến Việt dịch và chú giải

TA TRẢI QUA MƯỜI BẢY ĐỜI SINH RA LÀM KẺ SĨ CÓ QUYỀN THẾ

Giảng rộng

- PHẢI TIN CÓ ĐỜI SAU[1]

Trong bài văn này, thảy đều là lời của đức Đế Quân hiện thân thuyết pháp, nên xưng là "ta" để mở đầu. Nói "trải qua mười bảy đời", là đặc biệt muốn đem phần bản lai diện mục tiềm ẩn trong cái gọi là "thân của tả" này, từ xưa đến nay, trải qua bao kiếp sinh tử vẫn chưa từng hư hoại, mà chỉ rõ cho người sau được biết.

---

[1] Một số đề mục nhỏ do chúng tôi thêm vào để người đọc tiện theo dõi.

Người đời chỉ vì sinh ra chẳng biết mình từ đâu đến, chết đi cũng chẳng biết về đâu, nên cho rằng chết đi thì thân tâm đều dứt mất, không có đời sau. Do đó mà buông thả mọi hành vi, không chút e dè sợ sệt. Đế Quân vì hết sức lo sợ cho hạng người mê lầm như thế, tự mình sai lầm rồi lại dẫn dắt người khác sai lầm theo, khiến cho sự si mê độc hại ấy không khi nào dứt được, nên đem chuyện của chính tự thân mình đã "trải qua mười bảy đời" mà chính thức nói rõ cho mọi người đều biết. Nếu Đế Quân đã trải qua mười bảy đời, hẳn nhiên tất cả chúng ta cũng từng trải qua mười bảy đời như thế. Do đó, nếu siêng làm việc thiện, nghĩ đến đời sau sẽ được phước báo, ấy là điều tất nhiên. Nếu không làm việc thiện mà nghĩ đến đời sau sẽ được phước báo, ắt là việc không thể có.

Quả thật là:

Người đời chỉ biết đến xuân sau,
Cỏ hoa sinh từ hạt giống cũ.
Nếu biết còn có đời sau nữa,
Nhân thiện tự nhiên gắng sức trồng.

Nếu hiểu đúng được câu mở đầu của bài văn này như trên, xem như đã hiểu được hơn phân nửa bài văn rồi.

- TA LÀ CHỦ, THÂN LÀ KHÁCH

Người đời đọc kinh sách, thường do tâm thô thiển, ý vọng động, nên không thể suy xét sâu xa mà tự nhiên lãnh hội. Đối với khái niệm về những danh xưng như "thân" và "ta", thường không khỏi rơi vào chỗ hoang mang lẫn lộn. Nếu có thể nhận rõ được rằng "thân" có thể chỉ cho "ta" nhưng "ta" không thể chỉ cho "thân", thì có thể hiểu được rằng "ta" mới chính là chủ, còn "thân" chỉ là khách tạm. Đã là "chủ" thì tất nhiên sẽ thường còn qua muôn kiếp, không hề có sinh có tử; còn đã là "khách tạm" thì hẳn phải có đến có đi, thay hình đổi dạng.

Ví như người đi xa, có lúc chèo thuyền, có lúc ngồi kiệu, lại có lúc cưỡi ngựa, có lúc lái xe... phương tiện thay đổi đủ loại, nhưng người không hề thay đổi. Thuyền, kiệu, ngựa, xe... ấy chính là thân, là khách, mà người chèo thuyền, ngồi kiệu, cưỡi ngựa, lái xe, ấy chính là ta, là chủ.

Lại ví như người được phân vai đóng kịch, có lúc giả làm vua chúa, có lúc giả làm quan lại, cũng có lúc giả làm người ăn mày... thường thay đổi đủ hình dạng, nhưng người thật không thay đổi. Vua chúa, quan lại, ăn mày... ấy chính là thân, là khách; mà người đóng vai vua chúa, quan lại, ăn mày... ấy chính là ta, là chủ.

Nếu chỉ lấy trong một thân hiện tại này mà nói, thì cái khả năng "thấy hình nghe tiếng" chính là thuộc về thân, là khách, mà người "thấy hình nghe tiếng" mới chính là ta, là chủ. Vì thân có sinh có tử, nên về già thì mắt dần mờ, tai dần điếc. Ta là chủ, thật không sinh không tử, nên mắt tuy có mờ mà người thấy không mờ, tai tuy có điếc nhưng người nghe không điếc. Cho nên quyết rằng:

Nếu nói thấy, nghe là ta,

Khác nào nhận giặc vào nhà làm con?

Vì thế, người có trí tuệ nương theo tánh thể lớn lao, có thể sử dụng thân giả tạm này làm phương tiện tu tập. Ngược lại, kẻ si mê tự che mờ tánh thể, trở thành nhỏ hẹp, đánh mất đi vị thế chủ nhân nên luôn bị thân giả tạm này sai sử.

- SỐNG CHẾT QUA NHIỀU ĐỜI

Nếu như đã có 17 đời qua, ắt có thể có 70 đời, 70 kiếp sống, thì cũng có thể có vô lượng vô số kiếp sống. Như vậy, cái "ta" của Đế Quân nói đến ở đây là vô cùng, mà cái "ta" của tất cả chúng ta cũng là vô cùng tận. Và nếu Đế Quân đã có thể sinh ra làm "kẻ sĩ", làm bậc "đại phu", thì cũng có thể sinh ra làm thân trời, thân rồng... trong tám bộ,[1] cũng có thể sinh làm thân trong các cõi địa ngục, ngạ quỷ... Thân của Đế Quân như thế là không nhất định, thì thân của tất cả chúng ta cũng là không nhất định.

Đế Quân đã thác sinh nhiều đời như thế, tất nhiên mỗi đời đều có cha mẹ, thân thích quyến thuộc, số ấy phải là rất nhiều. Đế Quân đã có thân thích quyến thuộc đời trước nhiều như thế, ắt tất cả chúng ta cũng đã có rất nhiều thân thích quyến thuộc trong đời trước, không khác.

---

[1] Tám bộ, hay tám bộ chúng, thường được đề cập trong Kinh điển bao gồm: chư thiên, hay chúng sinh cõi trời (deva), rồng (naga), a-tu-la (asura), dạ-xoa (yakwa), ca-lâu-la (garuda), càn-thát-bà (gandharva), khẩn-na-la (kimnara) và ma-hầu-la-già (mahoraga). Trong tám loài chúng sinh này thì trời và rồng được xem là hơn hết, nên thường gọi chung là thiên long bát bộ.

Cho nên, nói "ta" đó chính thật là *chủ nhân ông*; nói "mười bảy đời qua" đó chính là vô thường sớm tối; nói "làm" thân này thân khác, đó chính là nhân duyên tan hợp; nói "kẻ sĩ có quyền thế" đó chỉ là khái niệm tốt xấu do người dựng lên, khác nào pho tượng gỗ; nói "thân" đó chỉ là cái túi da đựng xương thịt, quả thật rất khó chỉ rõ cho người đời biết được.

- VÌ SAO NÊN CÓ THUYẾT VỀ ĐỜI SAU

Chuyện đời trước đời sau khác nào như ngày lại ngày qua, mặt trời mọc lặn; chúng sinh lặn ngụp trong luân hồi vốn là sự thật như thế, hoàn toàn không phải do nhà Phật mà có. Ví như các cơ quan lục phủ ngũ tạng đều là sẵn có trong người bệnh nhân, lẽ đâu chỉ vì nghe những tên gọi ấy được nói ra từ miệng thầy thuốc rồi lại cho rằng những thứ ấy hẳn nằm trong giỏ thuốc?

Nếu người ta thật không có đời sau, không lưu chuyển luân hồi, ắt là trong thế gian phải thấy có lắm sự bất bình, mà bao nhiêu luận thuyết của các bậc thánh hiền thảy đều không đủ bằng chứng để tin nhận. Chẳng hạn như đức Khổng tử nói rằng: "Người có lòng nhân được sống lâu", rồi ngài cũng hết lời ngợi khen Nhan Hồi là người có lòng nhân, thế nhưng Nhan Hồi lại yểu mạng![1] Kẻ trộm cướp tàn độc như Đạo Chích thật hết sức bất nhân, nhưng

---

[1] Nhan Hồi, tức Nhan Uyên, là một học trò giỏi và đức hạnh vượt trội của đức Khổng tử, thường được ngài ngợi khen. Tuy nhiên, Nhan Hồi chết khi còn rất trẻ, chỉ mới 31 tuổi.

lại được sống lâu! Thế thì bậc hiền nhân độ lượng dù nỗ lực làm người hiền thiện cũng chỉ luống công vô ích, mà những kẻ xấu xa nhỏ mọn lại vui mừng hể hả làm người xấu ác. Như vậy có còn gì là nề nếp, trật tự trong đời?

Chỉ nêu lên thuyết về đời sau mới giải tỏa được tất cả những điều đó, vì như vậy thì kẻ làm thiện mới được khuyến khích, kẻ làm ác mới bị trừng trị; trời xanh cũng không mang tiếng là bất công hồ đồ, mà Khổng tử cũng không bị chê bai là người vô trí. Lớn lao thay, chỉ một câu "trải qua mười bảy đời" do Đế Quân nói ra đã nêu rõ thuyết ấy!

- NHỮNG CÁCH HIỂU SAI LẦM VỀ ĐẠO PHẬT

Giáo thuyết *"hư vô tịch diệt"*, rỗng không vắng lặng của nhà Phật, chẳng phải là chỗ đau đớn căm hận của nhà Nho đó sao? Vì đã căm hận, nên không thể tự mình học hỏi noi theo. Ngày nay, những người mang giáo lý nhà Phật ra giảng giải để khuyên dạy người đời ắt thường nói rằng: "Làm việc thiện được hưởng phước báo, làm việc ác phải gặp tai họa, rõ ràng có nhân có quả, trong chỗ vô hình thật có quỷ thần. Những gì đã qua, ấy là kiếp trước; tương lai chưa đến, ấy là đời sau." Từng bước từng bước trình bày như thế, đều là có căn cứ đúng thật. Nhưng thử hỏi, đối với hai chữ "hư vô" làm sao có thể thêm gì vào đó?

Những người bài bác đạo Phật thường cho rằng

thiên đường địa ngục chỉ là hoang đường bịa đặt, kiếp trước kiếp sau thật mơ hồ mù mịt không thể biết, rằng thân này khi sinh ra chẳng quan hệ gì đến trước đó, chết đi cũng chẳng để lại dấu vết gì. Bình tâm suy xét kỹ, cách nghĩ như thế thật trùng khớp với căn bệnh đã nằm ngay trong hai chữ "hư vô".

Người học Phật thực sự nói rằng: "Thân tứ đại này tuy có hư hoại, nhưng chân tánh không hề có sinh tử." Những người bài bác đạo Phật lại nói khác đi rằng: "Không có kiếp trước, chẳng có đời sau." Phàm khi nói rằng bỏ thân này ắt thọ thân khác, ấy là tuy có "tịch" nhưng không phải dứt mất, tuy có "diệt" nhưng chẳng phải hoại diệt hoàn toàn. Nếu như bỏ một thân này mà sau không thọ thân khác, thì đó là một lần "tịch" sẽ mãi mãi dứt mất, một lần "diệt" sẽ vĩnh viễn không còn. Bình tâm tự xét lại, thử hỏi hai chữ "tịch diệt" đó, rốt cuộc thì ai là người thọ nhận? Than ôi! Tự mình đã lùn xấu thô kệch lại dám cười chê Phòng Phong Thị[1] là thân hình thấp bé, thật sai lầm thái quá!

- TÁC HẠI CỦA VIỆC KHÔNG TIN CÓ ĐỜI SAU

Cầm dao giết người, bất quá cũng chỉ chém được vào da thịt người. Nếu nói rằng không có đời sau, đó chính là chặt đứt mạng căn trí tuệ của người khác. Chém vào da thịt thì chỉ làm hại một kiếp sống này thôi, nhưng chặt đứt mạng căn trí tuệ là giết người trong nhiều đời nhiều kiếp. Cho nên phải biết rằng,

---

[1] Phòng Phong Thị: nhân vật trong truyền thuyết Trung Hoa cổ đại, được cho là có thân hình cực kỳ cao lớn.

khuyên người bỏ ác làm lành là chuyện thứ yếu, mà trước tiên cần phải biện minh làm rõ rằng có đời nay ắt phải có đời sau, đó mới là căn bản thiết yếu nhất.

Nếu kẻ xấu ác tiểu nhân nói ra lời phản bác rằng không có đời sau, ắt người nghe thảy đều khinh thường bỏ qua. Cũng giống như kẻ muốn hại người nhưng đem thuốc độc bỏ vào thức ăn đã bốc mùi ôi thiu, ắt chẳng mấy ai chịu ăn, nên tai hại cũng không đáng kể.

Nhưng nếu những lời phản bác không có đời sau lại do người có uy tín học thức nói ra, ắt sẽ có nhiều người tôn trọng mà tin theo. Cũng ví như đem chất kịch độc mà bỏ vào các món cao lương mỹ vị, ắt phải có nhiều người ăn, nên tác hại thật là ghê gớm. Như người có khả năng biện bác cứng cỏi rành mạch, một bề giữ tâm cứu người giúp đời, quyết không hùa theo những lời như thế, ắt sẽ được công đức hết sức lớn lao.

- LỢI ÍCH CỦA VIỆC TIN CÓ ĐỜI SAU

Những người từng học sách Nho, không khỏi vẫn còn ảnh hưởng trong tâm tính. Vì thế, khi nghe nói đến thuyết luân hồi, bất luận có tin theo hay không cũng chẳng tự mình nói ra. Nay được nghe thuyết "trải qua mười bảy đời" được ghi trong chính những lời giáo huấn của Đế Quân, quả thật như trải cả gan ruột mà nói với người đời.

Vì sao vậy? Chỉ nói đối với những người không biết có đời sau, bấm đốt tay tính đếm tương lai, ắt thấy chẳng còn sống được bao lâu. Nay nghe biết rằng thân xác thịt này tuy có chết nhưng chân tánh không diệt mất, có thể ngay đó hiểu rằng tuổi thọ của ta từ xưa đến nay thật dài lâu như trời đất. Cho nên, có thể thay đổi từ thọ mạng ngắn ngủi trở thành trường thọ, chính là thuyết "trải qua mười bảy đời" này.

Lại nói đối với những người không biết có kiếp trước, ắt khi nhìn qua các bậc thiên đế, thiên tiên, đế vương, khanh tướng... trong đời, tự nhiên quay lại thấy mình thật quá nhỏ nhoi hèn kém. Nay được nghe biết có sáu đường[1] luân hồi, cao thấp qua lại lẫn nhau, thì biết rằng những cảnh hào quý cao sang hẳn mình cũng đã từng trải qua trong bao kiếp trước. Cho nên, có thể làm cho phú quý với bần tiện được bình đẳng như nhau, chính là thuyết "trải qua mười bảy đời" này.

Lại nói đối với những người không hiểu được là mọi việc đều có nhân từ trước, hẳn mỗi khi gặp điều trái ý đều không khỏi sinh tâm oán hận. Nay hiểu ra được rằng mọi điều vinh nhục, được mất... trong đời đều do nghiệp đã tạo từ trước mà có, thì cho dù có gặp phải những điều trái nghịch nhiều hơn nữa, cũng có thể an nhiên nhẫn chịu. Cho nên, có thể làm tiêu tan sự tức tối oán hận mà khiến tâm được an hòa bình ổn, chính là thuyết "trải qua mười bảy đời" này.

Lại nói đối với những người không hiểu chuyện họa phước nên không từ bất cứ việc xấu ác nào, nay biết được rằng làm việc thiện thì tự thân được an

---

[1] Sáu đường, tức lục đạo, bao gồm các cảnh giới chư thiên, loài người, a-tu-la, địa ngục, ngạ quỷ và súc sinh.

vui, gây hại cho người khác chính là tự hại mình, ắt là trong chỗ tối tăm mù mịt tự nhiên khởi tâm run sợ trước việc ác, mà ưa thích làm điều lành. Cho nên, có thể biến kẻ tham ác hung tàn thành người lương thiện, chính là thuyết "trải qua mười bảy đời" này.

Lại nói đối với những người không tin nhân quả, nên khi thấy người hiền gặp tai họa, kẻ ác được phước lành, liền cho rằng đạo trời chẳng công bằng. Nay nếu suy xét kỹ chuyện kiếp trước đời sau, ắt sẽ thấy rằng mọi việc thiện ác, phúc họa, căn bản đều không một mảy may sai lệch. Cho nên, có thể chuyển hóa ngu si thành trí huệ, chính là thuyết "trải qua mười bảy đời" này.

Quả thật là:

Một lời, hiểu thấu ý chân thật,
Đâu cần nhọc sức học muôn câu?

Trưng dẫn sự tích[1]

TRỜI GIÚP ĐẠO NHO HƯNG KHỞI

Đế Quân kể rằng: Ta dạo chơi trong chốn nhân gian, đến vùng Hội Kê, Sơn Âm,[2] nhìn thấy một người ở ẩn,[3] khoảng ngoài năm mươi tuổi, đang thắp

---

[1] Các bài sau đây đều được trích từ sách Văn Xương Hóa Thư. (Chú giải của soạn giả) *Phần lớn các chú giải trong bản Việt dịch này đều do người dịch biên soạn, những chú giải nào do soạn giả (tiên sinh An Sĩ) đặt trong nguyên bản sẽ được chúng tôi ghi rõ để người đọc tiện phân biệt.*

[2] Nay là vùng Chiết Giang, Thiệu Hưng.

[3] Tức sau là thân phụ Đế Quân. (Chú giải của soạn giả)

hương khấn trời cầu sinh con nối dõi. Khi ấy là giữa mùa xuân, nhằm lúc giữa đêm, tinh tú sáng rực, sao Trương Túc chiếu sáng trên cao, mà người ở ẩn này tình cờ lại mang họ Trương, nên ta hạ sinh vào nhà ấy.

Nơi thôn xóm ta hạ sinh, dân chúng thường cắt tóc xăm mình, vốn theo tập tục thời chưa khai hóa. Ta đến tuổi mười lăm, trong lòng hết sức không vui, liền tìm mũ đội, dép mang, tự mình học làm theo lễ nghĩa văn minh.[1] Người trong làng thấy ta như vậy đều cho là khác lạ, nhưng lâu dần rồi thì số người học làm theo giống như ta ngày càng nhiều hơn, mười phần có đến bảy, tám.

Ngày kia, có một cụ già đến xin gặp cha ta, miệng tụng đọc nhiều lời giáo huấn của Đường Ngu,[2] lại nói rằng: "Trong nước hiện nay có vị sứ giả truyền bá những văn chương này." Ta thích lắm, theo cụ ấy mà học, chỉ nghe đọc qua liền ghi nhớ không hề bỏ sót. Từ đó, lại có nhiều người nguyện theo cầu học, nên ta trở thành bậc thầy.

Lời bàn

Đức Khổng tử ra đời, ấy là mẹ ngài từng cầu đảo tại Ni Sơn; Đế Quân ra đời, ấy là cha ngài đã khấn nguyện với trời cao. Bậc thánh nhân ra đời, thảy đều khác hẳn kẻ tầm thường. Đức Khổng tử khua vang mõ gỗ[3] vào thời triều Chu suy yếu, nhưng hiển bày

---

[1] Mũ áo của nhà Nho bắt đầu do đây mà có. (Chú giải của soạn giả)

[2] Tức thiên Cố mệnh do Chu Thành Vương trước tác, nằm trong phần Chu thư của Kinh Thư.

[3] Chỉ việc đức Khổng tử tích cực truyền dạy đạo lý nhân nghĩa, lại đi

những lời sâu xa vi diệu đến tận muôn đời; Đế Quân phô bày văn chương đạo lý lễ nghĩa lúc triều Chu đang hưng thịnh, mà ngấm ngầm ảnh hưởng đến chuyện thiện ác tốt xấu của ngàn năm sau. Đó chẳng phải là sự khác biệt trong phương tiện giáo hóa nhưng cuối cùng vẫn đưa đến một mục đích chung là làm cho thiên hạ được tốt đẹp hơn đó sao?

CAN VUA GIỮ TRÒN ĐẠO NGHĨA

Đế Quân kể rằng: Vào đời Chu Thành Vương, ta mang tên họ là Trương Thiện Huân. Thành Vương dùng ta làm quan can gián. Bấy giờ tuy đang thời hưng thịnh, nhưng vì lo nghĩ cho dân cho nước nên ta chưa từng biếng trễ. Lúc Thành Vương còn nhỏ tuổi, Chu Công thay quyền xử lý việc nước, về sau Thành Vương thường lộ ý bất mãn. Ta sợ những kẻ thân cận Thành Vương thừa cơ gièm pha Chu Công, nên thường đem những lẽ tinh tế trong đạo quân thần, họa phúc trước sau mà răn nhắc, nhưng các biểu thư can gián ấy phần nhiều đều đốt cả, nên không ai nhìn thấy. Vì thế, lúc Chu Công đi chinh phạt phương đông, tuy các nước chư hầu có lắm điều tiếng thị phi khiến ông không vui, nhưng cuối cùng rồi tình nghĩa vua tôi vẫn được gìn giữ vẹn toàn. Ta cũng có chút công lao trong việc ấy.

---

khắp thiên hạ cảnh tỉnh thiên hạ lúc ấy đang loạn lạc. Ngày xưa dùng tiếng mõ gỗ đánh lên như một cách để gợi sự chú ý của nhiều người.

Lời bàn

Họ Trương vốn là hậu duệ của Hoàng Đế. Đế Quân giáng sinh đời Chu Thành Vương vào năm Ất Tỵ, từ đó về sau nhiều lần chuyển thế vẫn thường giữ họ Trương. Người đời truyền rằng ngày 3 tháng 2 là ngày đản sinh của ngài, đó là căn cứ chỉ một lần tái sinh của ngài vào đời Tấn Vũ Đế, niên hiệu Thái Khang năm thứ 8.[1] Nếu xét rằng từ xưa đến nay Đế Quân đã nhiều lần tái sinh, hẳn từ đầu năm cho đến cuối năm, liệu có ngày nào không phải ngày sinh của ngài?

THƯƠNG YÊU GIÚP ĐỠ THÂN TỘC

Đế Quân kể rằng: Ta ở Kinh đô nhà Chu[2] mười năm, xa quê hương đã lâu. Một hôm, đọc bài thơ "Chim cú"[3] của Chu Công, trong lòng xúc động, liền nhân đó xin cáo lão về quê. Về đến quê hương rồi, thấy người trong gia tộc hương thôn đa số nghèo khó, liền xây dựng điền trang lấy thu nhập để giúp đỡ, gọi là *nghĩa điền*. Từ đó thường cứu giúp những người khốn khó, trị liệu cho người tật bệnh, trai gái đến tuổi trưởng thành thì giúp việc dựng vợ gả chồng, trẻ em thông minh có năng khiếu thì nuôi dưỡng cho học hành.

---

[1] Tức năm 287 theo Tây lịch.

[2] Tức Cảo Kinh (鎬京) thời Chu Vũ Vương, nay là vùng Tây An thuộc tỉnh Thiểm Tây.

[3] Tức bài Si hiêu (鴟鴞) được chép lại trong Kinh Thi, mượn lời một con chim muốn bảo vệ tổ chim mà gọi nói với chim cú, bảo đừng phá tổ của nó, để ví với tấm lòng tác giả yêu mến quê hương mình.

Nhiều người nghe biết việc làm tốt đẹp như vậy, rủ nhau làm theo. Từ đó việc xây dựng các *nghĩa điền* ngày càng phát triển khắp nơi.

Lời bàn

Thuở ấy, Đế Quân dùng y thuật trị bệnh cứu người, còn việc xây dựng quản lý các điền trang để lấy thu nhập giúp người, thảy đều do con ngài đảm trách.

BUỔI ĐẦU HỌC PHẬT

Đế Quân kể rằng: Khi ta còn làm quan ở triều đình, từng nghe có người từ phương xa đến nói rằng: "Ở một nước về phía tây,[1] có bậc đại thánh nhân[2] không giới hạn ở lời nói mà người khác tự được giáo hóa, không trói buộc trong việc làm mà tự nhiên thấu triệt chân lý; lấy từ bi làm chủ trương, lấy phương tiện làm cửa vào, lấy việc giữ gìn giới luật làm đạo thường, lấy tịch diệt làm niềm vui, xem chuyện sống chết chỉ như sáng tối thay đổi, ngày qua đêm lại, xem ân oán thân thù đều bình đẳng như nhau, chỉ như sự nhận biết trong giấc mộng, dứt sạch không còn những tình cảm thế tục như buồn, lo, mừng, giận, luyến ái... Thấu biết cõi đời là giả tạm nên chỉ cầu chứng quả vô sanh."

Ta được nghe rồi, lòng rất ngưỡng mộ bậc thánh nhân ấy. Đến khi ta từ quan về quê, giữa đường bỗng

---

[1] Chỉ nước Ấn Độ, xưa cũng thường gọi là Tây Thiên Trúc.

[2] Chỉ đức Phật Thích-ca Mâu-ni. (Chú giải của soạn giả)

gặp một vị ẩn sĩ, vừa đi vừa hát nơi chốn đông người qua lại. Trong lời ca, ta nghe có nhiều điều sâu xa uyên áo thầm khế hợp, liền lập tức dừng xe, đến bái lễ người ấy xin được chỉ dạy. Vị ẩn sĩ ngước mặt nhìn trời rồi truyền tâm ấn, dạy nghĩa lý chân chánh cho ta, lại nói rằng: "Đây là giáo pháp của bậc thánh nhân phương tây, dạy người đạt đến cảnh giới vắng lặng tịch diệt. Nếu ông luôn nhớ nghĩ mà tu tập theo thì có thể vượt thoát sinh tử, đạt đến cảnh giới của Phật Vô Lượng Thọ. Như đã đạt đến bến bờ giải thoát, ắt có thể trọn thành Chánh giác. Bằng như nửa đường thối thất, cũng có thể vào được cảnh giới của thần tiên."

Ta thọ nhận giáo pháp ấy rồi, từ đó về sau duyên trần dứt sạch, trăm mối lo phiền đều nguội lạnh. Một hôm, vừa đúng kỳ trung thu, ta cho mời thân quyến bằng hữu cùng đến, lưu lại một bài tụng rồi ra đi.[1]

Lời bàn

Có người ngờ rằng đến thời Hán Minh Đế thì Phật giáo mới truyền vào Trung Hoa. Như vậy, vào thời của Đế Quân, làm sao có thể nghe được lời người phương xa như thế? Nhưng xem khắp các ghi chép trong sách sử thì biết rằng vào thời Tây Chu,[2] tại Trung Hoa vốn đã biết đến Phật pháp.

---

[1] Bài tụng này được ghi lại trong sách Hóa thư (化書). (Chú giải của soạn giả)

[2] Nhà Chu do Chu Vũ Vương sáng lập, lật đổ vua Trụ nhà Thương mà lên ngôi. Về sau nhà Chu suy vi, dời đô về phía đông, chư hầu loạn lạc, tức là thời Đông Chu liệt quốc. Vì thế, để phân biệt với Đông Chu nên gọi thời Chu sơ là Tây Chu.

Vào đời Chu Chiêu Vương, ngày mồng 8 tháng 4 năm thứ 26,[1] chính là ngày đức Phật Thích-ca Như Lai đản sinh. Khi ấy, nhìn lên mặt trời thấy có rất nhiều quầng sáng, hào quang ngũ sắc sáng soi, chiếu thẳng vào bên trong triều nội, tỏa rạng bốn phương, cung điện chấn động, nước trong sông hồ ao giếng đều tự nhiên dâng tràn. Chiêu Vương sai quan Thái sử bói quẻ, được quẻ Càn, cửu ngũ,[2] tâu lên rằng: "Đây là điềm hiện có bậc thánh nhân ở phương tây đản sinh. Sau ngàn năm nữa, giáo pháp của ngài sẽ truyền đến đây."

Vua sai khắc chuyện này lên đá, đặt phía trước điện thờ Nam Giao.[3]

Sang đời Chu Mục Vương,[4] có người truyền đạo từ Tây Vực đến, có khả năng đi vào lửa, nước, xuyên qua vật cứng như kim loại, vách đá, dời núi lấp biển,

---

[1] Ở đây y theo nguyên bản mà chuyển dịch, nhưng theo những kết quả khảo cổ gần đây nhất thì Chu Chiêu Vương trị vì trong giai đoạn từ năm 995 trước Công nguyên đến năm 977 trước Công nguyên. Như vậy, ông chỉ ở ngôi 18 năm, không có năm thứ 26. Ngoài ra, theo những hiểu biết được công nhận hiện nay thì đức Phật Thích-ca đản sinh vào khoảng năm 624 trước Công nguyên, tức vào khoảng thời gian trước niên đại của Khổng tử (551 - 479 trước Công nguyên) ít lâu, nhưng đã thuộc vào thời Đông Chu chứ không thể rơi vào thời của Chu Chiêu Vương, vốn trước đó quá xa. Căn cứ theo lịch sử Trung Hoa thì thời gian đức Phật đản sinh là vào đời Chu Tương Vương (651 đến 619 trước Công nguyên) thuộc nhà Đông Chu.

[2] Tức là quẻ tốt nhất, tượng trưng cho ngôi vua chí tôn.

[3] Trích từ các sách Chu thư dị ký - 周書異記 - và Kim thang biên - 金湯編 (Chú giải của soạn giả) Điện thờ Nam Giao tức điện thờ thiên địa, là nơi nhà vua thay mặt thiên hạ tế cáo trời đất.

[4] Theo những kết quả nghiên cứu mới đây nhất thì Chu Mục Vương trị vì trong khoảng từ năm 976 đến 922 trước Công nguyên.

chuyển dịch thành ấp. Mục Vương cho xây đài Trung Thiên mời vị ấy đến ở. (Trích từ sách *Liệt tử* - 列子)

Vì thế đến nay có rất nhiều chỗ như núi Ngũ Đài, núi Chung Nam thuộc Sơn Tây, Thương Hiệt Tạo Thư Đài (cách kinh đô Hàm Dương của nước Tần 20 dặm về phía nam), núi Đàn Đài (nằm về phía nam cung Ngọc Hoa đời Đường)... đều còn lưu lại dấu tích của việc Mục Vương xây chùa thờ Phật.

Trong thiên Trọng Ni (仲尼篇) của sách Liệt tử (列子) cũng thấy dẫn lời Khổng tử rằng: "Ta nghe phương tây có vị đại thánh nhân, không trị mà dân không loạn, không nói mà dân tự tin, không giáo hóa mà dân tự làm đúng. Thật lớn lao vĩ đại thay, dân không biết dùng tên gì mà gọi."[1]

Ngoài ra, khảo chứng lại vào đời Tần Mục Công,[2] có người ở Phù Phong (thuộc Thiểm Tây) tìm được một pho tượng đá. Mục Công không biết là tượng gì, sai người đem vứt trong chuồng ngựa. Ngay sau đó, Mục Công bỗng thình lình ngã bệnh, nằm mộng thấy bị thiên thần trách mắng. Mục Công đem việc ấy hỏi triều thần, Do Dư tâu rằng: "Tôi nghe nói vào thời Chu Mục Vương có người truyền đạo đến, nói là đệ tử Phật. Mục Vương tin tưởng vị ấy, cho xây đài

---

[1] Khổng tử cũng có viết một quyển sách tên là Tam bị bốc kinh - 三備卜經 - trong đó ở thiên thứ hai có nhiều chương đề cập đến những chuyện về vị thánh nhân phương tây, tức là đức Phật. Đời Đường Hiến Tông còn thấy có người trích dẫn, đề cập đến sách này. (Chú giải của soạn giả)

[2] Tần Mục Công là vua chư hầu của nhà Chu, ông trị vì nước Tần trong khoảng thời gian 659 - 621 trước Công nguyên.

Trung Thiên cao hơn ngàn thước[1] mời đến ở, chỗ nền đài ấy hiện nay vẫn còn. Ngoài ra, ở gần Thương Hiệt Đài lại có xây chùa Tam Hợp. Nay bệnh của bệ hạ có liên quan đến việc ấy chăng?"

Mục Công nói: "Gần đây có tìm được một pho tượng đá, y phục không giống như người thời nay, hiện đang bỏ trong chuồng ngựa, chẳng biết có phải là tượng Phật chăng?" Liền cho người mang đến, Do Dư nhìn thấy kinh hãi nói: "Quả đúng rồi!"[2]

Mục Công lập tức thỉnh tượng Phật đặt lên chỗ sạch sẽ. Tượng đột nhiên phóng hào quang sáng rực. Mục Công cho là thần nhân nổi giận, liền giết đủ 3 loài vật là trâu, dê và lợn mang đến cúng tế. Khi ấy có thiện thần xuất hiện mang những vật cúng tế ấy vứt ra ngoài xa. Mục Công hết sức hoảng sợ, đem việc ấy hỏi Do Dư.

Dư nói: "Tôi nghe rằng đức Phật là bậc thanh tịnh, không được dâng cúng rượu thịt. Ngài thương xót bảo vệ sinh mạng tất cả chúng sinh như con đỏ. Bệ hạ muốn dâng cúng, xin dùng bánh trái là được."

Mục Công vui mừng khôn xiết, phát tâm muốn tạo tượng Phật, nhưng không biết tìm người tạc tượng ở đâu. Do Dư liền nói: "Xưa Mục Vương xây chùa tạc tượng, ắt những vùng chung quanh đó có thể tìm được thợ giỏi."

---

[1] Thước cổ của Trung Hoa, bằng khoảng 0,3 mét.

[2] Tại Triều Tiên, Nhật Bản, những năm đạo Phật chưa truyền đến, từ trong lòng đất bỗng hiện mây lành mạnh mẽ bay lên, những chỗ ấy đều khai quật được tháp của vua A-dục tạo xưa kia. (Chú giải của soạn giả)

Quả nhiên, sau đó tại Nam thôn gần Thương Hiệt Đài tìm được một cụ già tên Vương An, đã thọ đến 180 tuổi, kể lại rằng đã từng chính mắt được thấy việc tạc tượng ở chùa Tam Hợp, nhưng nay già quá không thể làm được nữa. Liền tìm kiếm trong cùng thôn ấy, thuê được 4 người thợ, tạo thành một tượng Phật bằng đồng.

Mục Công vui mừng, liền cho xây dựng một tòa lầu gác trên nền đài, cao đến 300 thước để cúng dường tượng Phật, thuở ấy gọi là Cao Tứ Đài. (Trích từ các sách *Thiên nhân cảm thông ký* -天人感通記 - và *Pháp uyển châu lâm* - 法苑珠林)

Thật ra, vào thời Tây Hán,[1] Dương Hùng, Lưu Hướng trong khi sưu tầm các tàng thư cũng rất thường gặp kinh Phật được cất giữ trong đó. Có thể thấy rằng những lời của Khổng tử cùng với những gì Đế Quân đã được nghe đều không phải là vô căn cứ. Chỉ tiếc là thời ấy kinh điển Phật giáo chưa được chính thức truyền đến, nên những sự việc ghi chép lại đều quá sơ lược.

ĐỘNG LÒNG NHẬP THAI

Đế Quân kể rằng: Ta rời bỏ nhân gian rồi, liền hướng về phương Tây. Vừa đi đến Quân sơn ở hồ Động Đình,[2] nhìn thấy phong cảnh xinh đẹp khởi tâm ưa thích, liền lưu lại đó một lúc. Trong lòng ta lúc

---

[1] Nhà Tây Hán do Lưu Bang khởi nghiệp, bắt đầu vào năm 202 trước Công nguyên, kéo dài đến khoảng năm 25 (đầu Công nguyên).

[2] Địa danh này nay nằm về phía đông bắc tỉnh Hồ Nam. Quân sơn thật ra là một hòn đảo lớn nằm giữa lòng hồ, phong cảnh rất xinh đẹp.

bấy giờ, trên không bị uy thế của thiên tử, triều quy khống chế, dưới cũng không thân quyến cốt nhục buộc ràng, hốt nhiên vượt thoát ra ngoài vòng trần thế, thật là một niềm an lạc không cùng tận. Được một lúc lâu, bỗng có hai tiên đồng từ trời cao giáng hạ, bảo ta từ nay làm chủ Quân sơn, kiêm luôn việc cai quản hồ Động Đình.

Ngày nọ, có một thiếu phụ khoảng hơn ba mươi tuổi, khóc lóc tìm đến núi cúng tế rồi khấn rằng: "Chồng tôi bất hạnh đắc tội với vua, bị đày ra phương nam xa xôi đến chết, đường xa vạn dặm khó lòng đưa quan quách về. Đau đớn trong lòng, thương cho cha mẹ chồng già yếu, hiện tôi lại đang mang thai. Nguyện sơn thần linh thiêng xét rõ, chồng tôi vốn chỉ vì lòng trung mà bị kết tội, thương cho cha mẹ chồng tôi nay tuổi đã xế chiều, không người nương tựa, xin cho tôi sinh hạ một đứa con trai để nối dòng họ Trương, dẫu tôi có chết cũng không phải hối tiếc."

Ta đang ở trên mây cao, nghe lời khấn ấy bỗng khởi tâm thương cảm, xúc động không kiềm lại được, nước mắt chảy ròng.[1] Ngay khi đó bỗng nhiên cảm thấy thân thể nặng nề, lập tức rơi xuống, nhập vào bào thai của người thiếu phụ, tối tăm không còn biết gì nữa cả. Một thời gian lâu sau, bỗng nghe có tiếng người kêu lên: "Là con trai, con trai!" Ta mở mắt nhìn,

---

[1] Kính cẩn cứu xét việc này, thấy rằng thân của chư thiên vốn không có nước mắt, nước mũi. . . chỉ khi sắp mạng chung mới có năm tướng suy hiện ra, lúc ấy phía dưới nách bắt đầu có mồ hôi chảy ra rất ít. Đế Quân lúc này có nước mắt chảy ra, có thể biết là ngài đang ở trong cảnh giới của chư thần. (Chú giải của soạn giả)

thấy thân thể đang nằm trong chậu tắm, vậy là đã tái sinh nơi trần thế.

Lời bàn

Biển sinh tử mênh mông, một lần qua không khỏi khởi tâm đam mê, ái nhiễm, do đó mà thành đọa lạc. Nếu không phải bậc tu hành chân chánh vĩ đại, ắt không thể riêng mình tự đến tự đi giữa vòng sinh tử mà không bị mê lấp chân tánh.

Đế Quân trước đó được nghe đạo pháp, trong lòng vốn dĩ muốn về Tây phương, chỉ vì một niệm khởi sinh, lưu luyến cảnh trời mây non nước mà bị trói giữ nơi Quân sơn, hồ Động Đình. Tuy trong tâm tuyệt nhiên không có ý tưởng muốn được làm sơn thần thủy bá, mà bỗng dưng do niệm khởi đã rơi vào cảnh giới của thần minh, hưởng đồ cúng tế.

Cho đến khởi tâm thương xót thiếu phụ nhà họ Trương, vốn dĩ cũng là một niệm lành, nhưng hẳn không hề dự tính đến việc sinh làm con bà ấy. Nhưng một khi tình khởi đã hướng đến, lập tức đọa lạc nhập vào bào thai. Rồi khi biết thân mình đã ở trong chậu tắm, thì dù có quyết lòng muốn thoát ra cũng chẳng còn được nữa.

Đến như Đế Quân mà còn không tự chủ được như thế, huống chi những kẻ còn chìm sâu trong biển nghiệp mông lung!

HIẾU THẢO KHÔNG THẸN VỚI LÒNG

Đế Quân kể rằng: Thân phụ ta họ Trương, tên húy là Vô Kỵ, làm quan Bảo Thị[1] dưới triều Chu Lệ Vương.[2] Khi ấy, vua đàn áp những người chỉ ra lỗi lầm của mình, thậm chí giam cầm. Vua giận cha ta thẳng thắn can gián, đày đi Phiên Dung[3] cho đến chết. Khi ấy ta còn nhỏ, theo mẹ đến Phiên Dung đưa di thể cha ta về an táng ở Hà Sóc.[4]

Năm ta được mười tuổi đến trường học, lấy tên tự Trung Tự, là có ý muốn nối theo chí hướng cha ta. Đến tuổi trưởng thành, khi ông nội ta qua đời, tên tự của ta là Trọng.[5] Mẹ ta hiền thục sáng suốt, hết lòng dạy dỗ cho ta.[6]

Đến khi Chu Tuyên Vương[7] lên nối ngôi, ban chiếu xem xét lại đối với hậu duệ của những người trước đây bị chết vì sai lầm của vua trước. Ta vâng lời

---

[1] Là chức quan giữ việc giúp vua giữ đúng theo lẽ nghĩa, chính đạo, kiêm việc dạy dỗ con em trong hoàng tộc.

[2] Chu Lệ Vương (周厲王), niên đại chưa thể xác định chắc chắn, nhưng thời gian trị vì rơi vào khoảng sớm nhất là năm 878 trước Công nguyên, và chấm dứt muộn nhất cũng vào khoảng năm 842 trước Công nguyên. Ông tên thật là Cơ Hồ (姬胡), là vua thứ 10 của nhà Tây Chu.

[3] Nay thuộc tỉnh Giang Tây.

[4] Nằm về phía bắc sông Hoàng hà.

[5] Chữ Trọng (仲) thường được dùng cho người con thứ. Vì Đế Quân có người anh đã chết sớm.

[6] Theo lời Đế Quân kể lại thì mẹ ngài mỗi ngày đều tụng Quán kinh (觀經), tức kinh Quán Vô Lượng Thọ, về già không bệnh, an nhiên ngồi mà thị tịch. Như thế có thể tin được rằng vào thời ấy đã có Phật pháp truyền đến. (Chú giải của soạn giả)

[7] Chu Tuyên Vương cai trị trong khoảng từ năm 827 đến năm 782 trước Công nguyên.

dạy của mẫu thân, đến kinh thành dâng biểu minh oan cho cha. Tuyên Vương ban chiếu khôi phục quan chức cho cha ta, ban tên thụy là Hiến,[1] lại phong ta làm quan Bảo Thị, nối chức cha ta.

Ta có người anh trai tên Trương Doãn Tư, không may mất sớm, mẹ ta đau buồn khôn nguôi. Ta thường lấy việc con thứ có thể kham nhận nối dõi thay cho huynh trưởng để an ủi mẫu thân.

Khi bà nội ta là Triệu thị qua đời, không lâu sau ông nội cũng tạ thế, ta lấy danh phận là cháu nội, thay cha chịu tang ông bà trong 3 năm. Do bi thương quá độ nên thân thể suy kiệt, trong triều ngoài nội đều nghe biết, ngợi khen ta là hiếu thảo. Do đó mà người đời hết lòng kính trọng, mỗi khi gặp ta chỉ gọi bằng tên tự, không dùng tục danh.

Lời bàn

Đây chính là Trương Trọng hết lòng hiếu thảo được đề cập trong kinh Thi.[2] Người mẹ của Đế Quân chính là thiếu phụ ngày trước đến cầu đảo ở Quân sơn. Ngày ấy bà chưa làm mẹ, nên Đế Quân là người được bà lễ bái; đến khi đã là mẹ con rồi, bà ấy lại nhận sự lễ bái của Đế Quân. Nhưng rốt lại thì ai là người nên lễ bái, ai không nên lễ bái? Cho nên, xét kỹ theo

---

[1] Hiến (獻) có nghĩa là người hiền.

[2] Kinh Thi có bài thơ ca ngợi Đại tướng Cát Phủ, trong đó có 2 câu cuối là: "Hầu thùy tại hĩ? Trương Trọng hiếu hữu." - 侯誰在矣？張仲孝友。 (Khách đến dự có những ai? Có Trương Trọng là người hết lòng hiếu thảo, tốt với anh em.)

đạo Nho thì thấy năm mối luân thường là vuông vức, chính trực, mà xét thông suốt cả đạo Phật rồi thì mới thấy năm mối luân thường là tròn trịa, viên thông.

TRỊ TỘI DÂM THẦN

Đế Quân kể rằng: "Khi ta đã là vua cai quản các núi,[1] phàm hết thảy những việc thuộc về núi sông khe lạch phát sinh như lũ lụt, hạn hán, mùa màng được thất, những điềm báo lành dữ cát hung, cho đến xét công luận tội các thuộc cấp, đều do ta cai trị điều hành.

Thần núi Thanh Lê là Cao Ngư Sanh, có lòng ưa thích một cô thôn nữ trong vùng, liền bắt hồn về làm việc cưỡng bức dâm loạn.[2] Sự việc bị long thần ở hồ Bạch Trì gần đó xét rõ cáo giác. Ta tra soát, gọi cả hồn dân nữ đến đối chất, Cao Ngư Sanh nhận tội. Sau đó trả hồn dân nữ, cô ấy liền sống lại. Ta phạt Cao Ngư Sanh 300 roi đánh vào sống lưng, cách chức.

Khi ấy dưới chân núi có người con hiếu thảo là Ngô Nghi Kiên đã qua đời, trước đây từng vì cha mà trích huyết chép kinh Lăng-già, bốn quyển.[3] Người

---

[1] Vào những năm cuối triều Chu. (Chú giải của soạn giả)

[2] Nếu có thể bắt hồn về để cưỡng bức làm việc dâm loạn, thì cũng có thể bắt hồn về để trừng trị tội lỗi. Như vậy, nếu cho rằng những hình phạt ở cõi âm như vạc nấu, lửa thiêu, cối giã, xay nghiền. . . đều là không thể thực hiện, chẳng phải là luận cứ của trẻ con đó sao? (Chú giải của soạn giả)

[3] Theo đây mà xét thì thấy việc Dương Hùng, Lưu Hướng nói là thường tìm được kinh Phật trong các tàng thư lại càng đáng tin cậy hơn. (Chú giải của soạn giả)

này chết đã ba năm, chưa nhận trách nhiệm gì. Ta liền tấu trình lên Ngọc Đế xin cho thay vào chỗ Cao Ngư Sanh, được chấp thuận. Từ đó, chư thần lớn nhỏ đều biết danh ta, hết lòng kính sợ.

Lời bàn

Trong Dục giới, chư thiên ở sáu cảnh trời[1] đều vẫn còn dục niệm, chỉ là vì phước đức sâu dày nên giữ phần nặng, mà chuyện ưa thích nhục dục trở thành nhẹ hơn. Thần núi phạm tội, đại để hẳn là do phần tham dục vượt trội hơn, ưa thích nữ sắc mà làm việc bắt hồn, về lý mà xét cũng là điều có thể xảy ra.

NỐI DÒNG XÍCH ĐẾ

Đế Quân kể rằng: Ta thấy nhà Tần[2] trị dân theo lối tàn khốc, xem dân như cỏ rác, liền tấu trình lên Ngọc Đế, xin được hóa thân xuống trần thế để dẫn dắt thiên hạ trong chốn lầm than, đưa người người đến chỗ an cư lạc nghiệp.

Ý trời khó biết, lại khiến ta làm người nối dõi của Xích Đế Tử.[3] Uy trời đáng sợ, ta không dám cưỡng mệnh. Chợt có vị Đại thần Cửu Thiên Giám Sanh đến

---

[1] Sáu cảnh trời trong Dục giới bao gồm Tứ thiên vương thiên, Đao-lợi thiên, Dạ-ma thiên, Đâu-suất thiên, Hóa lạc thiên và Tha hóa tự tại thiên.

[2] Tức vào lúc Tần Thủy Hoàng vừa thống nhất thiên hạ.

[3] Chỉ Hán Cao Tổ Lưu Bang, người dựng nghiệp nhà Hán. Sau khi cùng Hạng Vũ diệt nhà Tần, Lưu Bang và Hạng Vũ quay sang đối địch với nhau, tạo thành cuộc chiến tranh Hán Sở tranh hùng. Cuối cùng, Lưu Bang chiến thắng và lập nên nhà Hán, khởi đầu vào khoảng năm 202 trước Công nguyên.

buộc ta phải thác sanh xuống trần thế ngay. Giữa điện Vân Tiêu, ta nhìn xuống thấy lửa cháy thiêu cung A Phòng của nhà Tần đã tàn rụi, trong cung điện mới lại thấy Hán Đế vừa cùng Thích Cơ gặp gỡ thân mật. Đại thần Giám Sanh bảo ta: "Đó chính là Xích Đế tử." Ta vừa đưa mắt nhìn cho rõ, liền bị Đại thần Giám Sanh đẩy xuống.[1] Ta ngã nhào, rơi xuống bên cạnh Hán Đế, nhằm bụng Thích Cơ.[2] Hốt nhiên đến lúc nhận biết thì đã thành người.

Hán Đế từ lúc sinh ta, được cùng ta thần cốt tương tợ nên hành vi cử chỉ đều lộ vẻ phi phàm, về sau hết sức thương yêu ta. Đến khi tuổi già, có ý muốn lập ta làm thái tử, nhưng việc ấy cuối cùng không thành tựu.[3] Hán Đế mất rồi, ta bị Lã Hậu sát hại. Mẹ ta cũng

---

[1] Lúc ấy chính là giai đoạn thân trung ấm, riêng Đế Quân lúc đó chưa được biết. (Chú giải của soạn giả)

[2] Người phàm khi thác sanh ắt nhìn thấy cha mẹ giao hợp. Nếu là con trai, tự nhiên khởi tâm sân hận với cha, ái luyến với mẹ; nếu là con gái thì ngược lại. Cho đến từ Nam Thiệm Bộ châu thác sinh đến ba châu khác, hoặc từ ba châu khác thác sinh đến Nam Thiệm Bộ châu, hoặc từ nhân gian sinh lên các cõi trời, từ các cõi trời sinh hạ nhân gian, từ các thiện đạo sinh vào ác đạo hay ngược lại, hết thảy đều có hình tướng. Trong Đại tạng kinh có ghi chép tường tận, ở đây không thể nói rõ hết được. (Chú giải của soạn giả)

[3] Hán Đế sủng ái Thích Cơ, sinh con trai là Lưu Như Ý, thông minh phi phàm, nên có ý bỏ thái tử Lưu Doanh mà lập Như Ý làm thái tử. Lã Hậu là mẹ thái tử Lưu Doanh, nhờ em là Lã Trạch đến cầu Trương Lương giúp. Trương Lương nhận lời, mời được bốn vị hiền nhân danh tiếng thời bấy giờ là Đông Viên Công, Giác Lý Tiên sinh, Ỷ Lý Quý và Hạ Hoàng Công (thời bấy giờ xưng là Thương Sơn Tứ Hạo - 商山四皓) cùng về giúp khuông phò thái tử Lưu Doanh. Hán Đế Lưu Bang trước đã từng nhiều lần mời bốn vị này về giúp, nhưng họ đều từ chối, trốn tránh. Nay thấy bốn người cùng đồng ý theo phò thái tử, Hán Đế liền đổi ý không thay đổi ngôi vị thái tử nữa. Vì vậy, sự trợ giúp của Trương Lương và bốn người này cũng có thể xem là nguyên nhân dẫn đến quyền lực rơi vào tay Lã

bị Lã Hậu giết chết một cách tàn độc đáng sợ.[1] Ta vì quá mức oán hận nên mỗi khi nghĩ đến việc này chỉ muốn hóa làm loài đại mãng xà suất nhiên[2] để nuốt sống hết toàn gia tộc họ Lã vào bụng mới thỏa lòng.[3]

Lời bàn

Tôi ngày trước mới bắt đầu đọc kinh sách đạo Phật, nghe đến thuyết "oán thân bình đẳng" cũng như "oán từ thân khởi" thì hết sức lạ lùng hoài nghi. Đến khi có thể tĩnh tâm quán xét lẽ xoay chuyển tuần hoàn của mọi sự việc, mới biết rằng những lập luận như thế nếu không phải bậc thánh nhân xuất thế ắt không thể đủ sức nói ra.

Lấy như việc Thích Cơ mà nói, theo lẽ thông thường thì phải xem Lã Hậu là kẻ oán, mà Hán Cao Tổ là người ân. Thế nhưng, Lã Hậu oán hận Thích Cơ hoàn toàn là do Cao Tổ trước đã sủng ái bà. Sự sủng ái ngày càng nhiều hơn, cho đến đã có ý muốn thay đổi thái tử, thì sự oán hận ngấm ngầm của Lã Hậu khi ấy cuối cùng không thể nào hóa giải được nữa. Giả sử

Hậu, và sau đó là những thủ đoạn tàn độc mà bà thực hiện sau khi Hán Đế mất để báo thù sự sủng ái trước đây của Hán Đế với Thích Cơ. Bà cho chặt hết tay chân Thích Cơ, khoét mắt cho mù, đốt tai cho điếc, đổ thuốc độc cho câm, rồi bỏ vào nhà xí và gọi đó là "người lợn". Thích Cơ bị hành hạ như thế cho đến chết.

[1] Theo đây có thể biết rằng Trương Lương và bốn vị Đông Viên Công, Giác Lý tiên sinh, Ỷ Lý Quý, Hạ Hoàng Công cùng với mẹ con Đế Quân hẳn có oán cừu từ nhiều đời trước. (Chú giải của soạn giả)

[2] Suất nhiên (率然): tên một loài rắn cực kỳ to lớn. (Chú giải của soạn giả)

[3] Về sau quả nhiên hóa làm rắn. Cho nên có thể thấy rằng tất cả các pháp đều do tâm tạo thành. (Chú giải của soạn giả)

như lúc Cao Tổ còn sống mà lấy tâm bình đẳng đối với cả hai người, không sủng ái Thích Cơ đến mức ấy, thì Thích Cơ đâu phải chịu tai họa tàn khốc như vậy? Do đó mà xét thì tuy Lã Hậu cố nhiên là kẻ oán cừu của Thích Cơ, nhưng Hán Cao Tổ há có thể xem là người ân hay sao? Than ôi! Đó chính là cái nguyên lý "oán tùng thân khởi".[1] Phàm sự oán cừu đều từ chỗ thân ái mà sinh khởi, hiểu như vậy rồi thì dù không muốn thực hành sự quán chiếu lẽ bình đẳng oán thân cũng không thể được.

HÓA RỒNG TẠI CUNG TRÌ

Đế Quân kể rằng: Ta từ sau khi gặp cái họa Lã Hậu, trong lòng luôn nghĩ đến chuyện trả thù báo hận, không nhớ gì đến quá khứ đã từng tu tập chánh đạo. Tuy nhà họ Lã sau khi chết đã phải chịu sự trừng phạt khổ sở nơi âm ti, nhưng mối oan nghiệt với ta vẫn chưa dứt hết, nên lại thác sinh gặp nhau ở một bến sông vùng Đông Hải, thuộc huyện Cung Trì.

Con ngựa của quan huyện lệnh chính là Lã Hậu tái sinh. Mẹ ta là Thích Cơ ngày trước, cũng sinh ra tại huyện này, vẫn mang họ Thích, nhưng do đời trước thụ hưởng phước báo quá đáng nên đời này phải chịu cảnh nghèo cùng, tiều tụy. Bà lấy chồng họ Trương, lớn tuổi rồi vẫn chưa có con, vợ chồng nương nhau làm nghề cắt cỏ mà sống.

Một hôm, bà ra cắt cỏ ngoài đồng trống, chợt nghĩ

---

[1] Hiểu được nguyên lý này, cũng chính là cái học "cách vật" của nhà Nho. (Chú giải của soạn giả)

đến việc mình tuổi tác đã cao mà vẫn chưa có con, trong lòng hết sức bi thương, rơi lệ khóc than, cầu nguyện với trời cao, lại cắt tay lấy máu nhỏ lên một hòn đá trong ao nơi đó rồi khấn rằng: "Nếu như dưới hòn đá này có con vật nào đang sinh sống, xin hãy về làm con ta." Ta lúc ấy xúc động vì tấm lòng thành, bất giác thần thức lập tức chuyển nhập vào chỗ máu tươi. Hôm sau bà trở lại nhìn nơi hòn đá thì thấy vết máu đã hóa thành một con rắn thân dài một tấc, màu vàng lấp lánh, chính là ta đã thác sinh.

Mẹ ta mang ta về nuôi dưỡng, qua một năm thì trên đầu rắn bỗng mọc ra sừng, dưới bụng mọc chân, lại có khả năng biến hóa. Mỗi khi trời muốn mưa, ta lại dùng sức biến hóa cùng hỗ trợ. Thân ta ngày càng dài to, bụng càng lớn, mỗi khi gặp các loài dê, ngựa, chó, lợn... liền ăn nuốt cả.

Quan huyện có một con ngựa hay, chính là Lã Hậu tái sinh, ta bắt được cắn chết. Quan huyện liền bắt cha mẹ ta giam vào ngục, kỳ hạn trong 3 ngày nếu chưa bắt được ta sẽ xử 2 người tội chết. Hôm sau, ta liền hóa thành một nho sinh tìm đến xin gặp quan huyện, khuyên ông ta thả người. Quan huyện nói: "Vợ chồng lão họ Trương nuôi dưỡng con yêu xà, ăn nuốt gia súc dân làng đã lâu, nay lại ăn cả ngựa của ta. Ta muốn vì dân trừ hại, nhưng họ không chịu giao nó ra. Đó là họ tự làm yêu nghiệt, phải xử tội chết." Ta nói với quan huyện: "Vật mạng bồi thường cho nhau, đều do nghiệp đời trước mà thành. Nay ông muốn vì

súc vật mà giết mạng người, như vậy được chăng?"
Quan huyện quát đuổi ta ra. Ta nói: "Trên mặt ông đã
hiện tử khí, hãy khéo tự lo cho mình đi." Nói rồi biến
mất. Quân hầu đứng quanh đó đều cho là yêu ma.

Ta liền trình lên Ngọc Đế kêu oan, kể lại việc đời
trước mẹ con ta vô tội mà bị người nhà họ Lã hại chết,
nay muốn báo thù rửa hận. Sự việc trình lên chưa
được Ngọc Đế trả lời, nhưng ta khí hận ngút ngàn
không kiềm chế được, liền biến hóa làm mưa gió, kéo
mây đen vần vũ mù mịt, lại mượn nước biển lớn đổ
vào thành ấp, trong vòng bốn mươi dặm đều ngập
chìm mênh mông. Trước đó ta đã hóa hiện vào trong
ngục thất, đưa cha mẹ ta thoát ra. Việc này xảy ra vào
thời Hiếu Tuyên Đế[1] của triều Tây Hán, trong sử sách
có ghi lại trận lụt Hãm Hà (陷河) chính là việc này.

Lời bàn

Đế Quân tuy nhiều đời làm người hiếu thuận với
cha mẹ, thương yêu anh em, chuyên cần làm thiện,
nhưng rốt lại cũng chỉ là những phước báu nhỏ nhoi
trong cõi trời người, chưa tu tập được Chánh pháp
xuất thế. Chính vì vậy mà tuy thác sinh vào hoàng
tộc cũng không được an ổn vững vàng. May mắn về
sau được gặp Phật pháp, hướng về giải thoát. Nếu
không thì việc oán cừu vay trả qua lại sẽ nối nhau còn
mãi, chẳng bao giờ dứt! Cho nên, Bồ Tát muốn cứu
độ chúng sinh thì trước hết phải tự mình ngồi trên

---

[1] Hán Tuyên Đế trị vì từ năm 74 đến năm 49 trước Công nguyên.

thuyền Bát-nhã, tu tập trí tuệ giải thoát, sau đó mới có thể vào biển sinh tử.

GẶP PHẬT ĐƯỢC CỨU ĐỘ

Đế Quân kể rằng: Ta mang việc oán cừu với Lã Hậu trình lên Ngọc Đế, chưa nhận được ý trời mà đã tự hành động, tuy nhất thời rất thích ý, nhưng ngay sau đó bình tâm nghĩ lại liền hối hận. Hôm sau, Ngọc Đế hạ thánh chỉ, nhân vì hải thần là Triều Hoành tâu lên việc ta tự ý sử dụng nước biển, hại chết hơn 500 hộ dân thường, tính ra đến hơn hai ngàn mạng người, trừ ra trong đó 80 người là có thù oán với ta, còn lại bao nhiêu đều là chết oan uổng cả.

Ngọc Đế trách phạt, bắt ta làm con rồng ở Cung Trì, giam hãm trong một vùng nước đọng. Do hạn hán nhiều năm, sông ngòi cạn kiệt, nước hóa thành bùn. Thân ta khi ấy to lớn, không hang lỗ nào chui lọt. Mặt trời từ trên không ngày ngày chiếu xuống thiêu đốt thân ta, nóng bức khổ não; trên thân thì tám mươi bốn ngàn cái vảy đều có loài trùng nhỏ sinh ra trong đó, cắn rứt không thôi. Ta khốn khổ cùng cực như vậy, không còn biết đến ngày qua tháng lại.[1]

Một buổi sáng sớm kia, ta nghe khí trời chuyển sang mát dịu, như có gió lành thổi đến, rồi bỗng nhiên ánh trời tỏ rạng, mây lành năm sắc hiện ra trôi qua bầu trời, trong mây hiện các điềm lành, tỏa chiếu

---

[1] Có câu rằng: Địa ngục nhất trú dạ, nhân gian ngũ bách niên (Một ngày đêm trong địa ngục bằng năm trăm năm cõi nhân gian), chính là chỉ những trường hợp như thế này. (Chú giải của soạn giả)

những quầng sáng màu tía, màu vàng, lại hiện nhiều tướng trạng vi diệu, hào quang rực rỡ xưa nay chưa từng thấy. Lại thấy các vị sơn thần, thủy thần, cho đến tất cả thần thánh đều tề tựu đến khấu đầu lễ bái, hoan hỷ tán thán. Lại có hương thơm cõi trời lan tỏa, hoa trời rơi xuống khắp nơi, những chỗ hoa rơi chạm đất đều hóa thành cảnh sắc tươi tốt như mùa xuân.

Khi ấy ta bỗng nghe thân hình thay đổi, mắt sáng tai thính, các giác quan đều trở nên tinh tường, tâm được thanh thản, miệng lưỡi tươi nhuận, có thể phát được thanh âm. Ta lập tức ngẩng đầu kêu khóc, cầu xin được cứu độ. Các vị thần thánh đều bảo ta rằng: "Đó là bậc Đại Giác Thế Tôn ở Tây Thiên Trúc, đức Phật Thích-ca Mâu-ni.[1] Nay mang giáo pháp lưu hành về phương đông này. Ông đã được gặp Phật, nghiệp xấu trước đây có thể được hóa giải."

Ta liền tung người nhảy vọt lên, bay vào giữa ánh hào quang, mang hết những sự việc nhân quả báo ứng đã qua bạch rõ lên đức Phật. Thế Tôn liền dạy: "Lành thay! Ông xưa nay thường là con hiếu tôi trung, làm lợi lạc cho rất nhiều người, chỉ vì chấp tướng nhân ngã mà buông thả tự thân làm việc tàn hại. Nay có còn ôm giữ sự phân biệt kẻ oán người thân, khởi sinh tâm niệm ngu si sân hận nữa chăng?"

Ta nghe lời Phật dạy chí lý, tâm địa tức thời khai thông sáng suốt, không còn phân biệt nhân ngã, hết thảy vọng niệm nhất thời dứt sạch. Tự nhìn lại thân

---

[1] Đấng Điều ngự Trượng phu tất nhiên phải hiện thân như thế.

mình, hốt nhiên đã theo các vọng niệm mà cùng lúc mất đi,[1] trở lại thân nam nhi ngày trước, đạt được trí quán đảnh, liền quy y Phật.

Lời bàn

Rồng có đủ bốn loài: sinh ra từ thai bào (thai sinh), sinh ra từ chỗ ẩm ướt (thấp sinh), sinh ra từ trứng (noãn sinh) và sinh ra do biến hóa (hóa sinh); trong các loài đó, chỗ khổ vui sâu cạn đều khác biệt. Vì thế, Sa-kiệt-la Long vương có nói: "Cùng trong loài rồng, có khi được hưởng phước báo như các vị thiên thần, có khi chịu khổ não như ở địa ngục, cũng có khi đồng như loài người hoặc súc sinh, ngạ quỷ, mỗi mỗi đều tùy theo nghiệp đời trước mà thọ báo ứng."

Xưa kia, đức Thế Tôn có lần đang thuyết pháp với vô số vị Bồ Tát, bỗng có một con rồng mù sống trong vùng nước nóng bức, khắp trên thân các vảy rồng đều có loài trùng nhỏ sống trong đó cắn rứt thân rồng mà ăn, rồng đau đớn kêu khóc cầu xin cứu độ. Lại có vô số những con rồng đói, nước mắt như mưa, đều thưa hỏi về nghiệp duyên của mình đời trước. Đức Phật vì tất cả mà khai mở tâm đạo, khiến cho đều nhận thọ Tam quy, Ngũ giới. Sau đó, những con rồng ấy thảy đều được thoát khổ.[2]

---

[1] Đây quả thật là: Tội tùng tâm khởi tương tâm sám, tâm nhược diệt thời tội diệc vong. Tội vong tâm diệt lưỡng câu không, thị tắc danh vi chân sám hối - 罪從心起將心懺, 心若滅時罪亦亡。罪亡心滅兩俱空, 是則名為真懺悔. (Tội từ tâm khởi, đem tâm sám; tâm đã diệt rồi tội cũng tiêu. Tội tiêu tâm diệt không không cả, đó mới thật là chân sám hối.)

[2] Xin xem chi tiết chuyện này trong Đại Chánh tân tu Đại tạng kinh, tập 13, kinh số 397, Đại phương đẳng Đại tập kinh, quyển 44 (大方等大

Chẳng phải đúng thật vậy sao? Đức Phật là bậc đạo sư trong ba cõi,[1] là đấng cha lành của bốn loài,[2] là bó đuốc sáng soi thấu vô minh, có thể khiến cho kẻ mù được thấy, kẻ điếc được nghe, người què được đi, người câm được nói. Đế Quân trước đây từng nghe lời ca hàm chứa Phật pháp mà xúc cảm, phải dừng xe xuống lễ bái cầu đạo, đủ biết đã sẵn có trí tuệ căn lành trồng sâu từ đời trước. Do đó mà vừa được gặp Phật đã nhất thời dứt sạch ác nghiệp đời trước.

HAI CÕI ÂM DƯƠNG GIAO NHAU

Đế Quân kể rằng: Ta nhiều đời trước thường làm lành lánh dữ, nên trải qua ngàn năm lại tái sinh vào đời Thuận Đế, niên hiệu Vĩnh Hòa.[3] Trong sách Hậu Hán thư có đề cập đến tên Trương Hiếu Trọng, chính là ta. Ấy cũng vì ta không quên hẳn danh xưng trong đời trước.

Trong đời ấy, ta tuy không ra làm quan, nhưng thừa mệnh Ngọc Đế nên ngày lo việc dương gian, đêm đêm lại phụ trách công việc nơi âm ti địa phủ. Người đời có những việc ẩn khuất tinh tế, khéo che

---

集經 - 卷第四十四), phẩm thứ 12 - Nhật tạng phân trung tam quy tế long phẩm - 日藏分中三歸濟龍品第十二. (Chú thích của soạn giả, có bổ sung)

[1] Ba cõi (tam giới), tức Dục giới, Sắc giới và Vô sắc giới. Tất cả chúng sinh trong luân hồi, tùy nghiệp lực lưu chuyển đều tái sinh lên xuống qua lại trong 3 cõi này.

[2] Bốn loài, tức các loài thai sinh, thấp sinh, noãn sinh và hóa sinh. Tất cả chúng sinh tùy theo nghiệp lực đều sinh ra bởi một trong bốn cách này.

[3] Niên hiệu Vĩnh Hòa rơi vào các năm từ 136 - 141 theo Tây lịch.

giấu không ai biết, ta cũng đều biết rõ và ghi chép tường tận, cho đến những việc của bọn yêu ma tà đạo cũng không ngoài vòng soát xét của ta.

Lời bàn

Huyện Thái Thương ở Giang Tô có một người, từng bị bắt làm sai dịch nơi địa phủ. Cứ vào lúc giữa đêm thì thân thể cứng đờ, lạnh ngắt, liền tự thấy mình được âm ti giao cho một tấm thẻ bài và một cây gậy. Trên thẻ bài ghi tên những người bị âm ti tróc nã. Người ấy một khi vừa cầm gậy vào tay, chớp mắt đã thấy mình có khả năng xuyên núi vượt biển, đến ngay nơi có người bị tróc nã, bắt lấy người đó treo lên đầu gậy. Mỗi lần như vậy thường bắt đến mười người, nhưng quảy lên đầu gậy chỉ thấy nhẹ như lông hồng. Đến khi trời sáng liền trở lại như người thường không khác.

Người ấy sợ lắm, tìm đủ mọi cách nhưng vẫn không sao trốn tránh được việc ấy. Có vị tăng khuyên ông xuất gia. Ông nghe lời, từ đó về sau không còn bị âm ti sai khiến như trước nữa.

MƯA TÊN XUYÊN THÂN

Đế Quân kể rằng: Ta nhờ tu thiện tích đức trong nhiều đời, dần dần được phục hồi thần chức, nhưng những mối oan trái xưa kia vẫn chưa trả dứt nên chưa được yên. Vì lẽ đó mà lại tái sinh tại vùng Hà Sóc ở phía bắc sông Hoàng Hà.[1]

---

[1] Trong kinh có dạy rằng: "Bao nhiêu kiếp đã qua của mỗi người chúng ta, nếu gom xương cốt lại thành đống ắt lớn hơn núi Tu-di, sữa mẹ đã

Vào lúc tướng Đặng Ngãi mang quân đánh Thục, ta ở trong quân đội giữ chức Hành quân Tư mã. Ta khuyên Đặng Ngãi theo đường nhỏ trong núi mà đi để tránh gặp địch. Khi vào sâu đất Thục rồi, gặp tướng Thục là Gia Cát Chiêm. Đặng Ngãi dụ hàng Gia Cát Chiêm, hứa sẽ phong cho tước vương ở đất Lang Gia. Chiêm không nghe theo, quân hai bên giao chiến. Gia Cát Chiêm hết sức trung kiên, chống cự cùng quân ta, bắn tên như mưa khiến ta trúng tên toàn thân. Gia Cát Chiêm cuối cùng cũng bị bắt giam lại. Ta có ý tìm cách cứu Chiêm, nhưng thân thể bị thương quá nặng [nên không làm gì được]. Ấy chính là món nợ trước kia ở Cung Trì, nay phải chịu báo ứng vậy.

Lời bàn

Kinh Lăng nghiêm dạy rằng: *"Báo ứng của nghiệp giết hại, ví như trải qua số kiếp nhiều như số hạt bụi nhỏ, vẫn cứ qua lại ăn giết lẫn nhau, như bánh xe xoay tròn không lúc nào ngừng."*[1] Xét theo đó mà nói thì báo ứng của sự việc ở Cung Trì quả là nhanh như chớp mắt mà thôi. Nếu như nhận hiểu được điều này, có thể từ nay về sau biết sợ báo ứng mà không còn dám phạm vào nghiệp giết hại nữa.

---

uống hẳn nhiều như nước trong đại dương." (Chú giải của soạn giả)

[1] Đoạn này trích từ kinh Đại Phật Đảnh Như Lai Mật Nhân Tu Chứng Liễu Nghĩa Chư Bồ Tát Vạn Hạnh Thủ Lăng Nghiêm (大佛頂如來密因修證了義諸菩薩萬行首楞嚴經), được xếp vào Đại Chánh tân tu Đại tạng kinh, tập 19, kinh số 945, do ngài Bát-thích-mật-đế dịch vào đời Đường. Kinh gồm 10 quyển, xem ở quyển thứ 8, từ dòng thứ 14, trang 145, tờ b.

CHẤP CHƯỞNG VIỆC KHOA BẢNG

Đế Quân kể rằng: Ngọc Đế thấy ta nhiều đời học đạo Nho, chuyên tâm tận ý nghiên cứu *tam phần ngũ điển*,[1] liền giao phó cho ta chấp chưởng quản lý sổ bộ của thiên đình ghi chép việc khoa bảng ở nhân gian.

Hết thảy mọi việc liên quan đến sĩ tử, từ các khoa thi nơi quận huyện, cho đến những việc lớn lao như quy chế thi cử, quan phục, bổng lộc, ngạch trật, phong thưởng... đều phải trình lên ta, cho đến việc bổ nhiệm hay bãi chức các vị thừa tướng, ngự sử cũng đều do ta chưởng quản.

Lời bàn

Người thế gian nghe biết ai đó được làm quan khảo thí, liền tìm đủ mọi cách để mua chuộc, cầu cạnh, mong được chiếu cố. Nhưng vị quan ấy cũng chỉ nắm được một phần quyền hạn, không có quyền quyết định tất cả, cũng chỉ giữ quyền trong một lần bổ nhiệm, không thể kéo dài quá 3 năm. Lại như quan chủ khảo cấp dưới cũng không có quyền can dự vào các kỳ thi cấp trên; quan coi về quy chế khoa cử cũng không thể can dự vào phần việc của quan khảo tuyển. Như vậy, việc thành tựu hay thất bại trong khoa cử vẫn là do chính mình quyết định trước nhất, tuy rằng cũng có lúc không được như mong muốn. Do có nhiều quan hệ phụ thuộc lẫn nhau, nên việc mua chuộc đút lót quả thật là rất khó.

---

[1] Tam phần ngũ điển: các thư tịch cổ phổ biến và được xem là mẫu mực để trau dồi kiến thức. *Tam phần* là các sách của 3 vua cổ đại: Phục Hy, Thần Nông và Hoàng Đế. *Ngũ điển* là các sách của 5 vị: Thiếu Hạo, Chuyên Húc, Cao Tân, Nghiêu và Thuấn. Vào thời cổ, người thông thạo cả *tam phần ngũ điển* có thể xem là uyên bác.

Giả sử như có một vị quan khảo thí hết sức sáng suốt, chí công vô tư, không bệnh không già, không có những việc tang chế trong nhà khiến phải tạm nghỉ việc, không thiên lệch cất nhắc học trò của riêng mình, không tham muốn tiêu pha tiền bạc, không phải theo ý muốn người khác mà hành xử, lại đảm trách từ việc thi cử nơi quận huyện cho đến tại kinh đô, từ quan viên lớn nhỏ cho đến tể tướng, đại thần, hết thảy đều giao cho vị ấy quyết định việc bổ nhiệm hoặc bãi chức. Nếu có người muốn mua chuộc cầu cạnh, vị ấy cũng không nghe theo. Ví như kẻ noi gương người như vậy, có thể gọi là sáng suốt chăng? Bằng cách nào có thể noi gương người như vậy? Xin thưa, chỉ cần cung kính học làm theo như đức hạnh của Đế Quân, góp sức lưu hành những lời răn dạy quý báu của Đế Quân là được.

NGÀY SAU CHỨNG QUẢ

Đế Quân kể rằng: Ta học theo lời Phật dạy, tức thời chứng đắc pháp vô phân biệt, sống trên núi cao an ổn thanh tịnh, nghĩ thương nhân dân tật bệnh khổ não. Bấy giờ, đất Thục gặp nạn lụt lớn, dân chúng nhiều người phải trôi giạt ly tán, lại khổ vì dịch bệnh truyền nhiễm, cho đến ung nhọt, lao sái đủ các loại bệnh. Ta biến hóa thành thường dân, làm một người lái thuyền, cứu thoát cả ngàn người bị đuối nước; lại hóa làm thầy thuốc, đích thân chẩn bệnh cứu sống rất nhiều người. Tại pháp hội trên đỉnh Linh Thứu, đức Phật Thích-ca thọ ký cho ta rằng: "Ông ngày sau sẽ thành Phật, hiệu là An Lạc Bất Động Địa, Du Hý Tam-muội Định Tuệ Vương Bồ Tát, Thích-ca Phạm Chứng Như Lai.[1]

Lời bàn

Trong bản văn dùng *"Thứu phong Cổ Phật"* (鷲峰 古佛), đó là chỉ đức Thích-ca Như Lai trên đỉnh Linh Thứu. Đức Thích-ca là vị Tôn Phật thứ 4 trong ngàn vị Phật của Hiền kiếp hiện tại, nhưng dùng chữ "Cổ Phật" là ý nói ngài đã nhập Niết-bàn. Thánh hiệu An Lạc Bất Động là hiệu của Đế Quân trong tương lai khi thành Phật, chỉ là không biết còn phải trải qua bao nhiêu hằng sa số kiếp, cúng dường phụng sự bao nhiêu đức Phật, rồi mới chứng đắc được quả vị Phật ấy. Đâu phải nói rằng hiện nay đã đủ 32 tướng tốt, 80 vẻ đẹp trang nghiêm, ngồi dưới cội bồ-đề mà thành tựu Chánh giác được ngay? Xét vị trí của Đế Quân trong hiện tại còn dưới Ngọc Đế, mà chính như Ngọc Đế muốn hướng đến quả vị Bồ Tát đã rất là xa xôi khó được, huống là Đế Quân hướng đến quả Phật? Nếu như nói rằng Đế Quân hiện nay đã thành Chánh giác, ấy là tưởng như muốn tôn trọng Đế Quân, hóa ra lại vu khống bịa đặt cho ngài.

---

[1] Như biết rằng Đế Quân trong tương lai chắc chắn thành Phật, thì cũng biết rằng tất cả chúng ta tương lai rồi sẽ thành Phật. (Chú giải của soạn giả)

PHỤ ĐÍNH 5 MỤC HỎI ĐÁP VỀ LUÂN HỒI

1. LÀM SAO TIN ĐƯỢC THUYẾT LUÂN HỒI?

Hỏi: Về thuyết luân hồi, hiện chỉ thấy nói trong kinh Phật, Khổng tử chưa bao giờ thấy nói rõ về việc này?

Đáp: Nếu là lý lẽ đúng đắn thì nên tin nhận, cần gì phải luận việc đó là trong kinh Phật hay trong sách Nho? Nếu chỉ những gì do Khổng tử nói ra mới tin theo, thử hỏi tất cả lời Khổng tử đã nói trong suốt một đời, nay còn truyền lại hậu thế được bao nhiêu?[1] Nếu chỉ vì không thấy ghi chép liền cho rằng đó không phải đạo của nhà Nho, thì cứ xét như trong *Lục kinh, Tứ thư*,[2] không thấy Khổng tử có một lời nào đề cập đến cha mẹ mình. Có lẽ nào một nhà Nho mà cả đời chẳng có một lời nào nói đến song thân phụ mẫu hay sao? Đó là chưa nói đến cái thuyết *"Tinh khí vi vật, di hồn vi biến - 精氣為物, 遊魂為變"* trong Kinh Dịch (Hệ từ thượng) cũng chính là lý luân hồi đó thôi. Sách Trung Dung luận về chữ "thành", không nói "vật có trước sau" (始終), mà nói "vật có sau trước" (終始); 64

---

[1] Một bộ Luận ngữ, không quá mười hai ngàn bảy trăm chữ, mà những lời do Khổng tử thực sự nói ra trong đó chỉ có tám ngàn năm trăm lẻ ba chữ mà thôi. (Chú giải của soạn giả)

[2] Lục kinh bao gồm: Kinh Thi, Kinh Thư, Kinh Lễ, Kinh Nhạc, Kinh Dịch và Kinh Xuân Thu. Tứ thư bao gồm các sách Đại học, Trung dung, Luận ngữ và Mạnh tử. Trong nguyên bản dùng chữ Tứ tử (四子) để chỉ Tứ thư (四書), đó là cách gọi có từ đời Hán trở về sau.

quẻ trong Chu Dịch,[1] quẻ cuối cùng không phải quẻ *ký tế* (既濟 - đã xong) mà lại là quẻ *vị tế* (未濟 - chưa xong), những điều đó đều hàm chứa lẽ xoay chuyển, tuần hoàn không có điểm kết thúc của muôn vật. Nếu không có khả năng thấu hiểu tường tận rõ ràng như trong kinh Phật, chỉ dựa vào các bậc thánh nhập thế, ắt không thể thấy hết được những việc quá khứ, vị lai, cùng những việc trong các cõi thiên thượng, nhân gian. Sách Trung Dung, chương 12 nói rất rõ rằng: "Đến chỗ cùng cực ấy, tuy thánh nhân cũng có chỗ còn chưa biết được", sao lại rơi vào bệnh hoài nghi như thế?

Cây đào cây mận, tuy gặp tiết xuân mới đơm hoa, nhưng vốn đã manh nha tiềm phục mầm hoa từ trước lúc thu sang lá rụng; khí trời ấm áp tuy xuân về mới nhận biết, nhưng dương khí vốn đã bắt đầu phát khởi từ sau tiết đại hàn, đông chí. Trong thế gian muôn vật đều tự nhiên như thế, sao chỉ riêng đối với con người lại nghi rằng không có luân hồi?[2]

2. THUYẾT LUÂN HỒI CÓ TỪ BAO GIỜ?

Hỏi: Phật giáo bắt đầu truyền đến Trung Hoa vào đời Đông Hán, nên thuyết luân hồi đa phần là từ đời Hậu Hán về sau, còn vào thời Đường Ngu, Tam đại[3] đều chưa nghe nói đến.

---

[1] Kinh Dịch được Chu Văn Vương chỉnh lý, bổ khuyết, gọi là Chu Dịch.

[2] Đây cũng lại là một ứng dụng từ cái học "cách vật" của nhà Nho. (Chú giải của soạn giả)

[3] Tam đại: chỉ 3 triều đại là Hạ, Thương và Chu trong lịch sử Trung Hoa.

Đáp: Ôi, nói như thế quả là uổng công đọc sách của người xưa! Há không nghe chuyện vua Nghiêu giết ông Cổn nơi Vũ sơn, thần thức hóa làm con gấu vàng, vào sống trong vực sâu đó sao?[1] Há không nghe chuyện Vệ Khang Thúc báo mộng cho người thiếp hầu của Vệ Tương Công đó sao?[2] Há không nghe chuyện Tề Tương Công nhìn thấy con lợn thật lớn, người hầu đều nói đó là công tử Bành Sinh đó sao?[3] Há không nghe chuyện Đỗ Bá hiện hình, dùng cung đỏ tên đồng mà bắn Chu Tuyên Vương đó sao?[4] Chẳng nghe chuyện Hồ Đột gặp thái tử Thân Sanh đã chết

---

[1] Trích từ sách Sử ký chính nghĩa, 30 quyển, của Trương Thủ Tiết, đời Đường, dựa theo sách Sử ký của Tư Mã Thiên mà bình giải, chú thích thêm. (Chú giải của soạn giả, có bổ sung) Sách Tả truyện, phần Chiêu Công - năm thứ 7, chép rằng: "Xưa vua Nghiêu giết ông Cổn (cha của vua Vũ nhà Hạ) nơi Vũ Sơn, thần thức ông hóa làm con gấu vàng, vào sống trong khe núi sâu."

[2] Trích từ sách Sử ký của Tư Mã Thiên. (Chú thích của soạn giả có bổ sung) Theo Sử ký, trong phần *Vệ Khang thúc thế gia*, Vệ Tương Công là con cháu của Vệ Khang Thúc, có một người thiếp yêu. Người thiếp một hôm nằm mộng thấy có đứa trẻ tự xưng là Vệ Khang Thúc nói mình sẽ đầu thai làm con bà và muốn được đặt tên là Nguyên. Sau đó bà mang thai. Người thiếp đem việc này nói với Vệ Tương Công. Vệ Tương Công cho là ý trời, bèn đặt tên cho đứa bé là Nguyên. Sau Vệ Tương Công mất, Cơ Nguyên lên nối ngôi, tức là Vệ Linh Công.

[3] Trích từ Tả truyện. (Chú giải của soạn giả) Công tử Bành Sinh là người trung nghĩa, bị gian thần hại chết. Tề Tương Công đi săn ở núi Cô Phần, bỗng gặp một con vật quái lạ, to lớn như con trâu mà hình dung nửa giống cọp, nửa giống lợn. Người hầu đi theo đều nói nhìn rất giống công tử Bành Sinh.

[4] Trích từ Mặc Tử truyện. (Chú giải của soạn giả) Chu Tuyên Vương có người thiếp rất đẹp là Khiêu nữ, muốn làm chuyện lẳng lơ với quan đại phu là Đỗ Bá. Đỗ Bá không thuận theo, cô này liền bịa chuyện giềm pha với Chu Tuyên Vương. Tuyên Vương nghe lời bắt tội Đỗ Bá, đày ra Vu Tiêu rồi sai người hại chết. Về sau Chu Tuyên Vương nhìn thấy Đỗ Bá hiện hình cầm cung tên bắn mình. Vua sợ quá ngã bệnh rồi chết.

nơi đất Khúc Ốc;[1] ông già đã chết báo ơn Ngụy Khỏa bằng cách kết cỏ đó sao?[2] Há chẳng nghe chuyện hai đứa bé hiện hình nấp hai bên sườn Tấn hầu, chính là hai người Triệu Đồng, Triệu Quát đã bị ông giết trước đó?[3] Há chẳng nghe chuyện Ngô Vương Phù Sai giết Công Tôn Thánh nơi Tư sơn, về sau Thái tể Phỉ tại núi này 3 lần hô tên ông đều nghe tiếng đáp đủ 3 lần đó sao?[4] Há chẳng nghe chuyện quân nước Việt cúng tế Ngũ Tử Tư, nhìn thấy chén rượu tự nhiên lay động rồi cạn dần như có người uống đó sao?[5]

Đối với những việc được ghi chép như trên, thử hỏi là việc trước thời Hán Minh Đế, hay là sau thời Hán Minh Đế? Quý Tử người nước Ngô có nói rằng: "Thân thể bằng xương thịt này rồi sẽ quay về với lòng đất, đó

---

[1] Thái tử Thân Sanh nước Tấn, đã bị cha là Tấn Hiến Công nghe lời người thiếp là Ly Cơ hại chết, nhưng vào đời vua Hi Công năm thứ 10, mùa thu, Hồ Đột lại gặp thái tử ở đất Khúc Ốc, là đất phong cho thái tử trước kia.

[2] Danh tướng Ngụy Thù có người thiếp yêu là Tố Cơ, chênh lệch tuổi tác rất lớn. Sợ mình chết đi rồi nàng không nơi nương tựa, nên dặn 2 con trai là Ngụy Khỏa và Ngụy Kỳ rằng, sau khi ông chết hãy tìm nhà tử tế mà giúp nàng tái giá. Ít lâu sau ông bệnh nặng, lúc hấp hối lại bảo 2 con hãy chôn sống Tố Cơ theo để bầu bạn cùng ông. Tuy vậy, sau khi ông mất, Ngụy Khỏa không làm như lời ông trăn trối, mà vẫn tìm nhà danh giá giúp nàng Tố Cơ tái giá, được sống an ổn giàu sang. Ngụy Kỳ thắc mắc hỏi anh sao không làm theo lời cha trăn trối, Ngụy Khỏa nói: "Cha nói lúc tỉnh táo mới là lời phải nghe theo, còn lúc bệnh nặng hấp hối, thần trí rối loạn, đó đâu phải thật là ý muốn của cha." Cha nàng Tố Cơ nhớ ơn Ngụy Khỏa đã không chôn sống con ông lại lo cho có cuộc sống tử tế, nên về sau khi Ngụy Khỏa đánh nhau với tướng Tần là Đỗ Hồi, ông lúc đó đã chết, liền hiển linh kết cỏ lại thành dây làm vướng chân ngựa Đỗ Hồi. Hồi ngã ngựa, bị Ngụy Khỏa bắt được.

[3] Các tích trên đều trích từ sách Tả truyện. (Chú giải của soạn giả)

[4] Trích từ sách Pháp uyển châu lâm. (Chú giải của soạn giả)

[5] Trích từ sách Ngô tục truyện. (Chú giải của soạn giả)

là mạng sống hết; nhưng hồn phách thì không thể như thế được." Trong một câu nói này có thể thấy ra được là có thuyết luân hồi hay không.

3. THÁNH NHÂN CÓ KHÁC VỚI NGƯỜI PHÀM?

Hỏi: Những bậc trung thần hiếu tử xưa nay, cố nhiên là ngàn năm chẳng mất, nên việc Đế Quân tái thế hơn mười bảy đời, không có gì phải nghi ngờ cả. Nhưng với những kẻ phàm phu tục tử, khí chất tầm thường, một khi đã chết thì hồn phách ất là tiêu tán, làm sao có thể muôn kiếp vẫn tồn tại?

Đáp: Hình hài có lớn nhỏ, lanh lợi hay ngu độn, nhưng chân tánh không có lớn nhỏ, lanh lợi hay ngu độn. Nếu cứ cho rằng những người tầm thường sau khi chết sẽ hoàn toàn diệt mất, thử hỏi vào lúc Đế Quân bỏ mạng ở Cung Trì, bất quá cũng chỉ là một con rắn mà thôi, nếu theo lý ấy hẳn đã diệt mất rồi, làm sao ngày sau còn có Đế Quân?

4. SAO CÓ NGƯỜI NÓI RẰNG SAU KHI CHẾT THẦN THỨC TIÊU TÁN MẤT?

Hỏi: Xem qua những chuyện ghi chép trong nhiều triều đại, đã có thể tin rằng thật có chuyện tái sinh qua nhiều kiếp, nhưng gần đây xem trong sách Tiểu Học của Chu Hy thấy có nói rằng: Con người ta sau khi chết, hình hài đã hư hoại thì thần hồn cũng theo đó mà tiêu tán mất. Vì thế nên có chút hoài nghi?

Đáp: Sách Tiểu Học ấy cũng có dẫn lời của Phạm

Văn Chánh,[1] nói rằng: Những ai chỉ biết riêng mình thụ hưởng giàu sang phú quý mà không biết chia sẻ giúp đỡ người trong tộc họ thì ngày sau làm sao nhìn mặt tổ tông nơi địa phủ. Đó có phải lời Chu Hy ghi chép lại chăng?

- Quả đúng là Chu Hy chép lại.

Thế nhưng nếu quả thật hình hài hư hoại, thần thức phiêu tán, vậy rốt lại còn ai là người nhìn mặt tổ tông? Lại như tổ tông cũng đã hình tiêu thần tán, thì còn ai là người thấy biết kẻ kia không giúp đỡ thân tộc? Lời nói của Chu Hy [ghi chép lại] trước sau bất nhất, tự mâu thuẫn với nhau rồi vậy.[2]

Phàm người muốn ăn trái cây, trước phải loại bỏ hạt, muốn ăn thịt, trước phải loại bỏ xương. Nay ông đọc sách Tiểu Học, cớ sao lại chỉ riêng chọn lấy phần *hạt*, phần *xương* mà *ăn*?

Đến như vua Nghiêu, vua Thuấn, Chu Công, Khổng tử đều là những đỉnh Thái sơn, những sao Bắc đẩu trong đạo Nho, mà trong Ngu thư, thiên Ích Tắc cũng có nói rằng: *"Tổ tiên về chứng giám."*

Lại như trong Chu thư có chép chuyện Chu Công nói với ba vị vua[3] rằng: *"Ta bắt chước theo điều nhân nghĩa của vua cha, nên có thể cúng kính quỷ thần."*

---

[1] Tức Phạm Trọng Yêm (范仲淹), sinh năm 989, mất năm 1052, tên tự là Hy Văn, tên thụy là Văn Chánh.

[2] Ý nghĩa của đoạn này vốn là ở trong sách Thượng trực biên (尚直編) của Đại sư Không Cốc. (Chú giải của soạn giả)

[3] Ba vị vua ở đây là Thái Vương, Vương Quý và Chu Văn Vương.

Khổng tử có nói chuyện tại Đạn Cầm gặp Chu Văn Vương, trong giấc mộng lại thân thiết với Chu Công Đán.

Những điều đó đều cho thấy rõ rằng thần thức của các bậc tiền nhân ngày trước không hề tiêu tán, diệt mất. Nếu cho rằng lời nói của các bậc hiền Nho ngày trước ắt đáng tin, thì những lời của các vị Nghiêu, Thuấn, Chu, Khổng lại càng đáng tin hơn rất nhiều. Còn nếu nói rằng những lời của Nghiêu, Thuấn, Chu, Khổng chẳng đủ để tin cậy, thì sao vẫn được các hiền Nho ngày trước lưu truyền?

Huống chi, nếu cho rằng người chết quả thật thần thức tiêu tán, diệt mất, ắt là các vị hiền Nho ngày trước tuy nhiều, nay cũng phải nằm trong số bị tiêu tán, diệt mất ấy, vậy cần gì phải có 2 kỳ tế lễ mùa xuân và mùa thu mỗi năm? Nếu như nay vẫn thực hiện việc tế lễ hằng năm vào hai mùa xuân thu, thì cái thuyết thần thức tiêu diệt đó, hậu thế ắt không thể tin được, vậy lấy gì để thuyết phục các thế hệ mai sau?

Mạnh tử khi đọc thiên Vũ Thành trong Kinh Thư còn chỉ chọn lọc tin theo trong đó vài ba phần, huống gì là sách Tiểu Học của Chu Hy!

5. NGƯỜI SAO CÓ THỂ TÁI SINH LÀM THÚ VẬT?

Hỏi: Thần thức như vậy là không diệt mất, sẽ trở lại tái sinh. Nay đã được nghe thuyết về sinh mạng như thế, nhưng nếu nói người chết lại hóa làm thú vật, thú vật lại có thể tái sinh làm người, điều ấy tôi không tin.

Đáp: Hình hài vốn tùy theo tâm thức mà biến hiện. Một niệm nhân từ, tức đồng trong cảnh giới trời, người. Một niệm hung ác, tức mầm mống ma quỷ, súc sinh đã bắt đầu manh nha. Việc lành việc dữ đã có sự tương tác qua lại với nhau mà không thuần nhất, tất nhiên hai cảnh giới người và thú vật cũng thay đổi biến hóa mà không cố định. Nếu như nói rằng hễ cứ là người thì nhất định làm người mãi, thú vật cũng nhất định làm thú vật mãi, thì ngay lúc bắt đầu phân chia người và thú, chẳng phải đã là quá bất công sao?

Có người đến hỏi một vị tăng rằng: "Vì sao thân thể con người thì đứng thẳng mà đi, còn thân hình loài thú lại phải nằm ngang mà đi?" Vị tăng đáp: "Sinh ra làm người, ấy là trong kiếp trước có tâm chính trực, ngay thẳng, nên kiếp này thân thể đứng thẳng mà đi. Sinh ra làm thú, ấy là trong kiếp trước tâm không chính trực, không ngay thẳng, nên kiếp này thân thể phải nằm ngang mà đi."

Tâm ngay thẳng hoặc không ngay thẳng, vốn biến đổi trong từng khoảnh khắc, nên hình thể cũng theo đó mà biến đổi, nay sinh làm người, mai sinh làm thú, chẳng phải chính là lẽ vô thường điên đảo đó sao?

Lại chỉ riêng con người mới có sự hổ thẹn, do đó mà biết sử dụng y phục. Loài thú không biết hổ thẹn, mắc cỡ, nên không dùng y phục. Con người lại nhờ có phước báo nên hai mùa nóng lạnh biết thay đổi dùng y phục thích hợp khác nhau, còn loài thú do thiếu phước báo nên chỉ biết chịu đựng nóng lạnh hai mùa với bộ lông sẵn có.

Lại nữa, sinh ra làm người là trong đời trước thường nói những lời từ hòa, những lời lợi ích, những lời thành thật, những lời tôn trọng, kính tin Tam bảo, nên trong đời này tùy tâm biến hiện mà miệng có thể nói ra đủ điều; còn sinh ra làm thú là trong đời trước thường nói ra những lời ác độc, những lời dối trá, những lời bới móc, soi mói việc riêng tư của người khác, những lời tranh chấp thị phi, những lời nhơ nhớp xấu xa, phỉ báng Phật, phỉ báng Chánh pháp, không tin nhân quả, vì thế nên đời này tuy có miệng mà không thể nói được thành lời, dù chịu cảnh đói khát cũng không thể mở miệng xin cứu giúp, dù bị hành hạ giết chóc, bị lóc da xẻ thịt cũng phải cam chịu chứ không thể nói lời biện bạch, kêu oan hay cầu xin tha mạng.[1]

CHƯA TỪNG BẠO NGƯỢC VỚI DÂN, TÀN KHỐC VỚI THUỘC CẤP

Giảng rộng

Từ câu này cho đến trước câu *"thấu tận lòng trời"*, đều là những lời do Đế Quân tự kể ra về công hạnh của ngài trong 17 đời qua, để làm căn cứ cho những lời răn dạy bên dưới.

Sáu câu tiếp theo có nghĩa là, đã tự mình làm

---

[1] Hiểu được như vậy cũng có thể xem là biết vận dụng cái học "cách vật" của nhà Nho. (Chú giải của soạn giả)

được rồi mới khuyên người khác nên làm theo như thế. Riêng một câu *"chưa từng bạo ngược với dân, tàn khốc với thuộc cấp"* có nghĩa là: Nếu mình chưa tự làm được, thì không do đâu mà người khác có thể bắt chước làm theo.

Kẻ làm quan được dân chúng xưng tụng là quan phụ mẫu, xem như cha mẹ của dân, nếu đối xử bạo ngược với dân, đó là *bất nhân*. Những quan viên thuộc cấp đều lo việc phụng sự, giúp việc cho ta, cũng không khác nào phụng sự nhà vua hay quan trên, nếu đối xử tàn khốc với họ, đó là *bất nghĩa*.

Nói về sự bạo ngược, không nhất thiết phải là hình luật khắt khe, chế định quá nghiêm ngặt, mà có thể là những việc như khi thu thuế tiền, thuế ruộng của dân lại thúc bách, ép buộc bất hợp lý; hoặc tùy ý tăng thêm danh mục để thu về dư thừa; hoặc gặp khi thiên tai hạn hán mất mùa không kịp thời báo lên để miễn giảm cho dân; hoặc dân có điều oan ức, thỉnh cầu lại che giấu, ém nhẹm không trình lên trên; hoặc phân xử án kiện, quyết đoán việc tù ngục mà không thận trọng lắng nghe dân trần tình đã vội vã kết án; hoặc xử sai lầm liên lụy đến quá nhiều người vô tội; hoặc sự việc nhỏ nhặt mà cường điệu, phóng đại lên thành sự việc lớn lao, quan trọng; hoặc thay vì kết thúc đúng kỳ hạn, lại kéo dài dây dưa nhiều ngày sau. Hết thảy những việc như thế, xét theo lời dạy của Đế Quân đều có thể xem là bạo ngược với dân.

Nói về sự tàn khốc, không nhất thiết phải là mặc sức dùng roi vọt hình trượng đánh đập, hành hạ, mà có thể là những việc như nhân lỗi nhỏ nhặt mà trách phạt; hoặc nhân sự sai lầm, nhầm lẫn không cố ý mà khiển trách; hoặc do tâm tình mừng giận chi phối mà đối xử khác biệt chẳng công bình; hoặc tin theo những lời sàm nịnh sai sự thật mà tùy ý thưởng đây phạt kia, bất công với thuộc cấp; hoặc khi đi xa dùng quá nhiều người theo hầu hạ, phục dịch; hoặc sai sử người khác mà không quan tâm đến chuyện đói rét thiếu thốn của họ. Hết thảy những việc như thế, xét theo lời dạy của Đế Quân đều có thể xem là tàn khốc với thuộc cấp.

Than ôi! Khi đang nắm quyền hành chức tước mà không biết sử dụng như phương tiện để làm lợi cho dân, thì có khác gì vào được kho báu mà lại quay về với hai tay trắng! Trong mười bảy đời đã qua, Đế Quân thật chưa từng bạo ngược với dân, khốc hại với thuộc cấp!

Trưng dẫn sự tích

KẺ BẠO NGƯỢC, NGƯỜI TÀN KHỐC ĐỀU CÓ THỂ ĐỔI TÍNH

Đế Quân kể rằng: Huyện Ngưu Tỳ ở quận Thục[1] có quan huyện lệnh Công Tôn Vũ Trọng, tuy là quan thanh liêm nhưng đối đãi với người không có sự khoan thứ. Những thuộc hạ giúp việc có chút lỗi nhỏ đều bị ông tùy ý dùng hình phạt roi vọt. Ông đến

---

[1] Đời nhà Tần thống nhất thiên hạ, bỏ nước Thục mà định lại là Thục quận, chia ra nhiều huyện.

100

nhậm chức ở huyện qua một năm thì thuộc hạ hết thảy đều bị đánh, không ai còn giữ được da thịt lành lặn, những thuộc cấp của ông đều hết sức oán hận.

Quan huyện lệnh của huyện Tư Thủy là Lại Ân, tánh tình tham lam keo kiệt, thường nhận của hối lộ, chuyện ăn uống hằng ngày đều bòn rút từ của dân, lại để mặc cho thuộc cấp tùy tiện đàn áp bức bách, dân chúng hết sức khổ sở.

Ta vì thương những thuộc hạ và dân chúng ở hai huyện này rơi vào cảnh khốn khổ, liền hóa làm quan Quận thừa Trương Tôn Nghĩa, giả cách đi kinh lý các huyện trong quận, xem xét dân tình, phong tục các nơi, nhân đó vạch tội quan huyện Vũ Trọng tàn khốc với thuộc hạ, quan huyện Lại Ân bạo ngược với dân chúng. Hai vị quan đều khấu đầu van lạy xin tha tội. Ta dùng lời răn nhắc cảnh tỉnh, khuyến khích hai người cải ác tùng thiện, xong thu hình biến mất.

Về sau hai vị quan huyện mới biết rằng Quận thừa không hề có việc đi kinh lý đến các huyện lần ấy, nên cả hai đều cho đó là thần minh hiện hình. Vì thế, Vũ Trọng sau đổi tính thành khoan dung tha thứ, còn Lại Ân trở thành vị quan thanh liêm.

Lời bàn

Đế Quân đã căm giận những kẻ bạo ngược, tàn khốc như thế, thì phẩm hạnh của ngài đối với dân chúng và thuộc cấp như thế nào có thể suy ra mà biết được. Đọc sách *Cư quan thận hình điều* (居官慎刑條) của tiên sinh Tưởng Tân Điền, có thể nói rằng mỗi chữ mỗi câu đều là lời khuyên răn thẳng thắn, như thuốc giải độc. Người làm quan nên cho khắc rõ bài ấy lên tường vách trong nha môn, sớm tối thường chú tâm đọc lại, từ đó có thể luôn biết tự nhắc nhở mình giữ theo đạo từ hòa trung chính, tạo công đức vô lượng.

CỨU NGƯỜI LÚC NGUY NAN

Giảng rộng

Sự nguy nan có rất nhiều hình thức, nhưng nói đại lược không ra ngoài bảy việc: một là nạn nước lụt, hai là nạn lửa cháy, ba là bị tù ngục oan uổng, bốn là nạn trộm cướp, năm là nạn chiến tranh binh lửa, sáu là nạn mất mùa đói thiếu, bảy là nạn dịch bệnh truyền nhiễm.

Gặp người bị nạn nước lụt, lửa cháy, có thể tìm cách bảo toàn tính mạng cho người, đó gọi là cứu. Gặp người bị tù ngục oan uổng, có thể tìm cách giúp người minh oan gọi là cứu. Gặp người bị nạn trộm cướp, binh lửa chiến sự, có thể tìm cách giúp người an ổn thoát ra gọi là cứu. Gặp người đói rét vì mùa màng thất bát, có thể giúp cho cơm ăn áo mặc gọi là cứu. Gặp người mắc phải dịch bệnh, có thể dùng thuốc men điều trị gọi là cứu.

Hết thảy những sự cứu giúp ấy đều phải phát xuất từ tấm lòng chân thành, thấy người bị nạn cũng tưởng như chính mình đang bị nạn, nên dốc hết tâm lực, trí tuệ để tìm đủ mọi phương cách mà cứu giúp, sao cho người ấy được hoàn toàn thoát nạn mới thôi.

Khi người gặp nạn rồi mới đến cứu, đó là sự cứu giúp có thể nhìn thấy được, như Khổng tử nói: *"Người có nạn, phải đặt mình vào trường hợp của người mà giúp."* Lại có một phương pháp khác, khiến cho người tự nhiên không gặp sự nguy nan. Cứu giúp theo cách này công đức lớn hơn bội phần, như Khổng tử nói: *"Khiến cho người không gặp phải nguy nan."*

Như vậy là thế nào? Đó là vì, người gặp phải hoạn nạn, thảy đều do nghiệp đời trước tạo ra. Đời này không gieo nhân xấu, đời sau tự nhiên không gặp quả xấu. Nếu có thể khuyên người không phạm vào các nghiệp giết hại, trộm cắp, tà dâm, gian dối, đó chính là cứu được rất nhiều sự nguy nan cho người. Vì thế, cứu người khi sự nguy nan đã xảy ra thì việc cứu giúp đó là có giới hạn, mà cứu người từ lúc sự nguy nan chưa xảy ra thì sự cứu giúp đó mới là vô cùng tận.

Cứu người khi đã gặp nạn, đó là việc thiện của người bình thường; cứu người bằng cách khuyên dạy khiến cho không bao giờ phải gặp nạn khổ, đó là phẩm hạnh của hàng Bồ Tát. Cả hai việc ấy đều có thể cùng lúc thực hiện, không hề trái nghịch nhau.

Trưng dẫn sự tích

LÀM RÕ ÁN OAN KỲ LẠ

Đế Quân kể rằng: Có người tên Hà Chí Thanh sống dưới chân núi Quy Sơn, sinh được hai con trai, đặt tên con trưởng là Hà Vô Phương, con thứ là Hà Lương Năng.

Con trưởng lớn lên lấy vợ là con gái Hầu Phủ. Qua một năm, Hầu Phủ có bệnh, người con gái ấy xin được về thăm, lúc về cùng đi với chồng. Trong lòng bối rối nên khi đi để quên cái vòng ngọc hồi môn. Lúc sực nhớ ra, còn đang phân vân chưa biết làm sao thì Hà Lương Năng đã mang vòng ngọc đuổi theo trao cho, lại nói: "Mẹ cũng đang có bệnh, mong anh sớm trở về." Hà Vô Phương nghe vậy thì dặn dò em mình hãy bảo vệ chị dâu trên đường về thăm nhà, còn tự mình gấp rút quay lại thăm bệnh mẹ.

Đi được một đoạn, chị dâu ái ngại nên bảo em chồng rằng: "Nhà chị cũng chẳng bao xa, không dám phiền chú nhọc sức đi theo." Vì thế, Lương Năng liền quay về nhà.

Đêm đó, nhà họ Hầu chờ mãi không thấy con gái về. Sáng ra theo đường mà tìm, thấy một thi thể con gái nằm chết, bị chặt mất đầu. Hầu Phủ đau lòng quá mà qua đời. Nhà họ Hầu nghi ngờ rằng Lương Năng giữa đường muốn cưỡng bức chị dâu, do nàng không thuận theo nên giết đi, liền đưa đơn kiện lên quan phủ. Lương Năng bị tra tấn bức cung không chịu đựng nổi, cuối cùng đành phải nhận tội oan, chịu xử tội chết.

Bấy giờ, thần núi Quy Sơn là Ngải Mẫn mang nỗi oan đó báo lên, ta liền xem xét sự việc. Hóa ra trong đêm ấy có tên cướp hung bạo là Ngưu Tư, cùng vợ là Mao thị có chuyện cãi vã, trong lúc nóng giận lỡ tay giết chết vợ. Khi ấy, tình cờ lại gặp con gái nhà họ Hầu đang đi một mình trên đường, liền bắt về cưỡng bức, lại lấy quần áo của nàng tráo đổi với xác chết của Mao thị. Mao thị với Hầu thị tuổi tác cũng suýt soát gần nhau nên thân hình giống nhau. Ngưu Tư liền chặt đầu Mao thị giấu đi, mang xác vứt ra bên đường, rồi bắt Hầu thị mang về nhà mình, chẳng ai nhận biết được chuyện ấy cả.

Ta liền truy tìm hồn phách của Mao thị, khiến cho tạm nhập vào thân xác của Ngưu Tư, lại mượn chính miệng của Ngưu Tư để nói ra những chuyện đã xảy đến cho nàng. Quan phủ nghe qua thấu rõ sự thật, truyền mang Ngưu Tư ra chém tại chợ. Con gái họ Hầu được trả về nhà, mối oan của Hà Lương Năng được sáng tỏ.

Lời bàn

Người phàm mắt thịt chỉ có thể nhìn thấy hình dạng bên ngoài của con người, nhưng quỷ thần có thể nhìn thấu cả tâm can. Vì thế nên pháp luật của dương gian có thể oan sai, còn sự khiển trách trong chỗ vô hình thì không thể nào chạy thoát.

TRỪ BẠO LOẠN, CỨU NGƯỜI HIỀN

Đế Quân kể rằng: Ở làng Bắc Quách có một phú ông tên Trí Toàn Lễ. Nhân tiết Trọng Xuân làm lễ tế tự, sau đó thì cả nhà lớn nhỏ đều uống đến say mềm. Có tên cướp hung bạo là Vương Tài dẫn theo đồng đảng đến cướp nhà họ Trí, trói chặt cả thảy nam nữ là 9 người, lại thêm tỳ thiếp 7 người nữa. Chỉ có người vợ Toàn Lễ với 2 cô con gái là Thuấn Anh, Thuấn Hoa còn chưa bị trói. Hai cô gái ôm mẹ mà khóc. Vương Tài muốn hãm hiếp, cô em liền lớn tiếng mắng rằng: "Bọn giặc đói chúng mày dám cướp nhà tao, thần minh họ Trương đã biết rõ tội bọn bay rồi."

Nói vừa dứt lời thì vị thần tư mệnh trong nhà cùng với tổ tiên dòng họ Trí đã cùng nhau đến cấp báo lên ta. Ta lập tức phái công tào dẫn trăm âm binh đi giải cứu. Ngay khi đó, Toàn Lễ với tất cả mọi người trong nhà đều bỗng dưng thấy dây trói tự mở, liền cùng nhau xông ra bắt hết bọn cướp trói lại. Quan phủ nghe chuyện mang quân đến, liền bắt toàn bộ bọn chúng về trị tội.

Lời bàn

Vương Tài sở dĩ dám đến cướp là vì nhân lúc tất cả người nhà đều say khướt, không sức chống cự. Mà cả nhà Toàn Lễ đều say khướt, là do trước đó ham vui uống quá chén. Ví như chủ nhà biết giữ sự tỉnh táo không rối loạn, ắt kẻ lớn người nhỏ trong nhà cũng đều duy trì được sự cảnh giác, đâu để phải chuốc lấy tai họa từ bên ngoài?

Đáng sợ lắm thay! Người làm chủ trong gia đình không thể không luôn giữ sự tỉnh giác! Nếu người không có trí tuệ chân chánh, hiểu biết đúng đắn, ắt sẽ bị sáu tên giặc chuyên cướp công đức là mắt, tai, mũi, lưỡi, thân và ý dẫn theo bọn đồng đảng là hình sắc, âm thanh, mùi hương, vị nếm, sự xúc chạm và các ý tưởng, tự cướp lấy hết những của báu trong nhà mình, nào phải chỉ riêng Toàn Lễ bị cướp mà thôi đâu!

GIÚP NGƯỜI KHI KHẨN THIẾT

Giảng rộng

Những trường hợp gọi là khẩn thiết không giống với những trường hợp gọi là nguy nan. Ta thường nói nguy nan để chỉ những chuyện không may bất ngờ gặp phải, nhưng sự khẩn thiết thông thường là chỉ chung cho những trường hợp thiếu thốn quá nhiều về vật chất.

Người đời thường xem tiền bạc như sinh mệnh, ấy là muốn giữ cho trong đời sống không bị thiếu ăn thiếu mặc, khi bệnh tật ốm đau không thiếu thuốc thang, đều là những chuyện khẩn thiết. Nhà có con trai, con gái đến tuổi trưởng thành, thì chuyện lo liệu hôn nhân cưới gả là khẩn thiết. Nhà có người chết thì chuyện tang ma quan quách là khẩn thiết. Tùy theo khả năng, sức lực của mình mà trong những trường hợp khẩn thiết đó có thể hỗ trợ, phụ lực cho người vượt qua, đó gọi là giúp người.

Khổng tử nói: "Thực hành theo đạo lớn thì là người của cả thiên hạ. Cho nên, không chỉ yêu lấy người thân của riêng mình, không chỉ hiếu kính riêng với cha mẹ mình."

Lại cũng nói rằng: "Đối với tài vật, ghét sự phung phí vứt bỏ, cũng không nhất thiết phải giữ làm của riêng. Có sức lực, ghét sự lười nhác không ra sức, cũng không nhất thiết chỉ làm việc cho riêng mình."[1]

Chân thành nhận hiểu thấu đáo những lời trên, thì chuyện thiếu thốn khẩn thiết tuy ở người khác nhưng cũng không nỡ xem đó là việc của người, mà sẽ nhận như là của chính mình. Nếu như có thể xem sự thiếu thốn khẩn thiết của người như của chính mình, ắt đời đời kiếp kiếp về sau, tự thân mình sẽ chẳng bao giờ rơi vào hoàn cảnh thiếu thốn nữa.

Tiên sinh Trần Kỷ Đằng có nói: "Người đời gọi kẻ giàu có là tài chủ, ý muốn nói rằng người ấy có thể làm chủ, biết sử dụng hợp đạo lý tài sản của mình." Sự nghiệp gia đình tuy vẫn phải phát triển, nhưng cũng nên biết tùy sức mình mà giúp đỡ, chu cấp cho người khác. Ngày nay, những người có nhiều tài sản thường trở thành nô dịch cho tài sản ấy. Có thể tích lũy tài sản, cũng có thể tùy ý sử dụng tài sản, như vậy mới đáng gọi là tài chủ. Nếu chỉ biết tích lũy cho nhiều tài sản mà không thể tùy ý sử dụng, thì bất quá chỉ nên gọi là tài nô, tức kẻ nô dịch của tài sản mà thôi.

---

[1] Những lời này của Khổng tử được trích từ thiên Lễ vận trong Kinh Lễ.

Kinh Ưu-bà-tắc giới dạy rằng: "Nếu bố thí y phục cho người, ngày sau sẽ được hình sắc đẹp đẽ diễm tuyệt; nếu bố thí thức ăn cho người, ngày sau sẽ được sức mạnh vô cùng; nếu giúp người phương tiện soi sáng, tự thân mình sẽ được mắt sáng trong sạch nhiệm mầu; nếu giúp người phương tiện đi lại, tự thân mình sẽ được an vui; nếu giúp người có chỗ ở an ổn, tự thân mình sẽ luôn được đầy đủ không đói thiếu."[1]

Lại cũng dạy rằng: "Nếu giúp đỡ người khác các nhu cầu như cơm ăn, áo mặc, nhà ở... với tấm lòng thương yêu, hoan hỷ, sẽ được phước đức nhiều không thể đo lường."[2]

Trưng dẫn sự tích

NGHÈO GIÀU CHỈ TRONG THOÁNG CHỐC

Đế Quân kể rằng: Khi Thục Đế vừa lên ngôi, năm ấy mùa màng mất sạch, đói kém nặng nề lan tràn khắp nơi, riêng ở quận Ba Tây lại càng hết sức nghiêm trọng. Có người phú nông là La Mật, tích chứa được hơn năm ngàn hộc thóc,[3] đóng cửa kho giữ chặt không chịu bán ra. Lại có người đầy lòng hiệp nghĩa là Hứa

---

[1] Đoạn trích này bắt đầu từ dòng thứ 5, trang 1059, tờ a, quyển 5 của kinh Ưu-bà-tắc giới (優婆塞戒經). Tổng cộng kinh này có 7 quyển, được xếp vào Đại Chánh tân tu Đại tạng kinh thuộc tập 24, kinh số 1488, do ngài Đàm Vô Sấm dịch vào đời Bắc Lương.

[2] Đoạn trích này bắt đầu từ dòng thứ 19, trang 1059, tờ a trong kinh vừa dẫn trên.

[3] Hộc: đơn vị đo lường thời cổ, bằng 10 đấu, mỗi đấu tương đương khoảng 5 lít.

Dung, dốc hết tài tản ra cứu giúp người nghèo. Đến lúc không còn khả năng tiếp tục giúp nữa, suốt đêm ông lại thắp hương khẩn cầu trời cao cứu giúp. Vị thần trong huyện là Lai Hòa Tôn mang việc ấy trình báo lên ta.

Ta tấu trình lên Ngọc Đế, có thánh chỉ ban xuống thu lấy số thóc trong nhà La Mật phân bổ ra để cứu dân nghèo. Ta liền ra lệnh cho thần gió thổi tung nhà La Mật, khiến cho tất cả những bao chứa thóc bên trong đều bị gió cuốn bay đi, rồi từ trên không trung mà rơi xuống khắp nơi, tự gom thành từng đống. Người trong huyện đều được một phen no đủ. Riêng nhà họ La, tài sản tích chứa chỉ trong một ngày bị mất sạch. Người trong huyện nhớ ơn Hứa Dung trước đây cứu giúp, nên có nhiều người mang thóc đến hoàn trả cho ông.

Đó cũng là do họ La thấy người gặp tai họa mà khoanh tay đứng nhìn hả hê, không ra sức giúp đỡ. Khi ấy, Thục Đế phong Hứa Dung làm Huyện tá.[1] La Mật nghe chuyện ấy, tự thấy hổ thẹn quá mức, liền tự treo cổ mà chết.

Lời bàn

Như thế gọi là thần thông du hí. Chuyện làm mưa thóc từ trời xuống, tuy là nhân sự tấu trình của Đế Quân, nhưng cái cách bỡn cợt đùa vui với người đời như thế, thật ra thì trời cao vẫn thường làm. Xin ghi lại đây chuyện ông trưởng giả Lô Chí ngày trước để người đọc tiện tham khảo.

---

[1] Huyện tá: chức quan phụ giúp, trợ lý cho huyện lệnh.

Ở Ấn Độ xưa có trưởng giả Lô Chí, hết sức giàu có nhưng lại vô cùng keo kiệt, bủn xỉn. Vợ con, tôi tớ trong nhà đều khổ sở vì sự keo kiệt của ông. Một hôm trời đẹp, Lô Chí liền lẻn mang bốn đồng tiền đi mua rượu thịt, mang ra chỗ một bãi tha ma hoang vu vắng vẻ, một mình ăn uống. Nhưng Lô Chí vốn không quen uống rượu, nên vừa uống đã say. Trong lúc say rượu cao hứng, liền cất lên một bài ca rằng:

Nay ta gặp đủ điều may mắn,
Nhấm rượu ngon khoái lạc cực kỳ.
Thật hơn xa vua Tỳ-sa-môn,[1]
Vượt trội cả vua trời Đế Thích.[2]

Khi ấy, Đế Thích nghe qua lời hát, bật cười nói rằng: "Thức ăn của người này bất quá chỉ đáng giá bốn đồng tiền, thế mà dám nói là khoái lạc hơn ta. Ta phải tìm cách quấy phá hắn mới được."

Nghĩ thế, liền hóa hình giống như Lô Chí, hiện đến nhà ông ta rồi gọi tất cả người trong nhà đến nói rằng: "Ta từ trước đến nay đối xử tệ bạc với các người, vốn là do bị một con quỷ keo kiệt bám theo trong người mà khiến ra như vậy. Hôm nay ta may mắn trong lúc đi chơi bên ngoài đã thoát được nó rồi. Nay tất cả các người nếu cần gì trong nhà này xin cứ tùy ý lấy sử dụng." Nói rồi liền mở cửa kho, phân phát tất cả cho mọi người, lại

---

[1] Tỳ-sa-môn Thiên vương, là vị Thiên vương ở cõi này, cung điện đặt tại khoảng lưng chừng núi Tu-di.

[2] Vua trời Đế Thích (Thiên Đế Thích), là vị Thiên vương ở cung trời Đạo-lợi.

nói rằng: "Con quỷ keo kiệt ấy hình dạng giống hệt như ta, trong chốc lát nữa thế nào nó cũng đến. Các người phải đánh đuổi nó đi, nếu để nó vào nhà, ắt sẽ nhập vào khiến ta trở lại keo kiệt, bủn xỉn như xưa."

Người trong nhà đều vâng dạ nghe theo. Bỗng nhiên thấy Lô Chí tỉnh rượu quay về, người giữ cửa liền đuổi đi, không cho vào. Lô Chí lớn tiếng gọi vợ con. Hóa ra cả vợ con ông cũng cầm gậy gộc xông ra đánh đuổi ông đi. Lô Chí hết sức kinh hoảng, liền đến chỗ mấy người bạn thân than khóc kể lại. Những người bạn ấy liền cùng nhau đưa ông về nhà. Vợ con Lô Chí nhìn thấy lại nói: "Không phải đâu, nó chính là con quỷ keo kiệt, sao các ông lại tin lời nó."

Mấy người bạn nhìn vào trong nhà thấy Đế Thích giả hình Lô Chí, cho rằng Lô Chí quả thật vẫn đang ở trong nhà, liền quay sang quát mắng Lô Chí: "Mày là con quỷ keo kiệt, sao dám gạt bọn ta."

Lô Chí khi ấy có miệng không nói thành lời, khó lòng biện bạch, liền xoay xở mượn của người quen được một khúc vải lụa, định dâng lên vua để kể lể oan tình.[1] Người giữ cửa không nhận, không cho vào, Lô Chí bèn la lớn: "Tôi muốn dâng tài sản, tôi muốn dâng tài sản." Vua nghe thấy, truyền cho ông vào.

Lô Chí vào trước điện, vừa muốn dâng khúc vải lụa lên để kêu oan, bỗng nhiên hai nách khép chặt giữ khúc vải lụa lại, dù gắng hết sức lực vẫn không dang tay ra

---

[1] Theo quy định trong thời ấy, người dân muốn khiếu kiện, kêu oan, trước tiên đều phải dâng lên một khúc vải lụa để sung vào công quỹ.

được. Khi ấy, Đế Thích lại biến hóa khúc vải lụa thành một bó cỏ. Lô Chí thấy vậy hết sức xấu hổ. Vua liền cười lớn mà nói: "Thôi thôi, ông không cần dâng vải lụa, có gì oan ức cứ nói nhanh ra đi."

Lô Chí rơi nước mắt, khóc lóc kể hết sự tình. Vua nghe qua rồi, truyền cho đòi cả hai ông Lô Chí cùng với vợ con đều đến trước điện. Vua nhìn thấy cả hai người, từ giọng nói cho đến hình dạng đều y hệt như nhau, liền ra lệnh cởi áo để trần cánh tay ra mà so sánh nốt ruồi để nhận dạng, nhưng vẫn thấy giống hệt nhau, không thể phân biệt được. Vua liền lệnh đưa hai người đến hai nơi riêng biệt, yêu cầu mỗi người tự tay viết ra những điều ẩn khuất, bí mật nhất trong đời mình. Kết quả chẳng những nội dung đều tương đồng như nhau, mà cả nét chữ cũng không khác biệt.

Khi ấy, đức vua than rằng: "Ta người phàm mắt thịt, trong chuyện này dễ bị mê hoặc, không phân biệt được. Nay ta nên đến thưa hỏi đức Thích-ca Như Lai."

Nói rồi lên xe cùng đi với hai ông Lô Chí đến tinh xá Kỳ Viên. Đức Phật nhìn thấy liền hướng đến chỗ Lô Chí giả mà gọi một tiếng, Đế Thích lập tức hiện nguyên hình vua trời. Vua nhìn thấy Đế Thích, lập tức quỳ xuống bái lạy, rồi quay sang bảo Lô Chí hãy quay về nhà. Lô Chí nói: "Nay tôi quay về nhà thì tài sản đã mất sạch hết rồi."

Đế Thích nói: "Ông làm việc bố thí, tài sản trong kho chẳng xê xích gì."

Lô Chí nổi giận, nói: "Tôi chỉ tin lời Phật, không tin lời Đế Thích."

Đức Phật bảo: "Ông hãy quay về nhà, lời Đế Thích nói đó không sai."

Lô Chí quay về nhà, quả nhiên thấy tài sản trong kho vẫn còn y nguyên không mất mát gì. Từ đó dần dần đổi tính, thường làm việc bố thí giúp người, không còn keo kiệt bủn xỉn như trước nữa.[1]

THƯƠNG XÓT NGƯỜI CÔ ĐỘC

Giảng rộng

Đáng thương thay! Thiên hạ có biết bao nhiêu người cô độc, những trẻ em mồ côi, yếu đuối không nơi nương tựa. Xưa cha mẹ còn sống, cũng từng được thương yêu chiều chuộng, chăm sóc đủ điều, thương quý như ngọc ngà; cũng từng được bồng ẵm nâng niu, ôm ấp bảo bọc, chỉ lo con nóng lạnh bất thường. Nào ngờ cha mẹ nửa đường vắn số, sớm nẻo quy tiên, khiến cho cốt nhục chia lìa, chắc hẳn nơi chín suối cha mẹ không khỏi phải ôm lòng đau đớn khôn nguôi.

Than ôi, làm người quan trọng nhất là phải có

---

[1] Sự trừng phạt của Ngọc Đế khiến cho La Mật mất sạch tài sản, bị dồn vào đường cùng đến phải xấu hổ mà tự vẫn. Sự đùa cợt của Đế Thích tuy có làm cho Lô Chí khổ sở vì tưởng rằng tài sản đã mất hết, nhưng kết cục lại hoàn trả như cũ cho ông ta, khiến La Mật phải tự tâm có sự cải hối, chuyển đổi thành người tốt. Thế mới biết pháp Phật nhiệm mầu thay!

tấm lòng suy mình thương người, mới đáng gọi là nhân từ khoan thứ. Thử tưởng tượng nếu như con cái mình phải lênh đênh phiêu dạt, cô độc khổ sở, bỗng có người nhân từ độ lượng giúp đỡ bảo bọc cho, mình sẽ cảm niệm ân đức ấy nói sao cho xiết! Cho nên nói rằng, người ta ai cũng sẵn có tấm lòng bất nhẫn, nhìn thấy kẻ khác khổ sở đớn đau thì không thể khoanh tay vô sự đứng nhìn. Thường nuôi dưỡng được tâm niệm như thế, đó gọi là người có lòng nhân.

Còn ít tuổi mà cha mẹ mất sớm, tất nhiên phải trở thành côi cút, cô độc. Nhưng theo đó mà suy rộng ra, thì những kẻ mà trong họ hàng không có chú bác, trong gia đình hiếm hoi anh chị em, cũng đều có thể gọi là cô độc. Những gia đình suy vi ít phước, tuổi già mà con cái còn nhỏ dại, cũng gọi là cô độc. Lại như những người vì việc quan trường bận rộn, hoặc bon chen chốn doanh thương, phải trôi dạt tha hương không người thân thích, đó cũng gọi là cô độc. Thậm chí như những người đạo hạnh cao khiết nhưng bị người khác vu khống làm nhục, người đức cao vọng trọng nhưng bị người khác báng bổ, khiến cho mọi người xa lánh, cũng gọi là cô độc.

Những trường hợp gọi là cô độc như thế rất nhiều, sự khởi tâm thương xót giúp đỡ cũng có nhiều phương thức đa dạng. Dưới đây đưa ra một bài của Đế Quân, có thể giúp nhận hiểu và phân biệt rõ hơn.

Trưng dẫn sự tích

AN ỦI LÒNG BẠN NƠI CHÍN SUỐI

Đế Quân kể rằng: Quan Sư Thị là Vi Trọng Tương, bạn đồng sự cùng ta trong triều, biết nhau đã lâu. Sau khi ông chết, không có con trai, chỉ để lại năm đứa con gái côi cút không nơi nương tựa. Ta lo lắng trọn vẹn việc hôn nhân cho ba đứa đã lớn, còn lại hai đứa nhỏ gửi gắm ở nhà quan Tư Gián là Cao Chi Lượng, sau đón về làm vợ hai con ta là Minh và Mậu Dung.

Lời bàn

Con trai mồ côi được người nuôi dưỡng cũng thường gặp, nhưng con gái côi cút được người lo lắng chu toàn là rất ít có. Nhà họ Vi thật may mắn có được người bạn tốt.

Về hai người con của Đế Quân là Minh và Mậu Dung, sau vào đời Tây Tấn lại tái sinh làm con Tạ Đông Sơn. Sang đời Đường có Thừa tướng Trương Cửu Linh, đời Tống có Thừa tướng Trương Tề Hiền, lại như Tư Mã Quang, đều là những hậu thân của hai người.

KHOAN THỨ KẺ LỖI LẦM

Giảng rộng

Khổng tử nói rằng: "Khắc phục chỗ xấu của chính mình, không công kích chỉ trích chỗ xấu của người khác." Lại nói rằng: "Nghiêm khắc với chính mình mà giảm bớt sự chê trách người khác."

Các bậc hiền thánh xưa nay có muôn câu ngàn lời răn nhắc, thảy đều khuyên ta phải tự xét lỗi mình. Biết tự xét lỗi, ắt lúc nào cũng luôn tự lo việc sửa mình, chẳng còn thời gian đâu mà chê trách lỗi người khác.

Lỗi lầm của người ta có khi là cố ý, cũng có lúc chỉ là vô tình. Những lỗi vô tình rất dễ tha thứ, những lỗi cố ý thật khó dung tha. Nhưng người học đạo quyết chí nuôi dưỡng lòng khoan thứ lại nên chú ý đến việc dung thứ cho những lỗi cố ý của người khác. Nếu người phạm lỗi cố ý còn có thể tha thứ được, huống chi là kẻ phạm lỗi vô tình?

Khi sự việc nghiêm trọng đến mức không thể dung thứ mà ta muốn dung thứ thì quả nhiên sẽ rất khó khăn, nhưng cũng không thể không cố gắng hết sức. Vậy có thể dùng cách nào để khởi tâm tha thứ trong những trường hợp này?

Một là hãy nghĩ đến việc người phạm lỗi kia chỉ vì không đủ trí tuệ. Thiên hạ đa phần đều là những người tầm thường dung tục, sao ta lại muốn đem những chuẩn mực của bậc hiền thánh mà trách cứ người khác? Nếu không tha thứ được cho người kém hiểu biết, thì hóa ra chính ta mới là người thiếu trí tuệ.

Hai là nghĩ đến việc mạng người ngắn ngủi. Người sống trong đời này, ngày qua tháng lại khác nào như bóng câu qua song cửa, một ngày trôi qua là tuổi thọ đã ít đi một ngày; khác nào tử tù đang trên đường ra pháp trường, mỗi bước đi là một bước đến gần cái chết. Đối với mạng người ngắn ngủi như thế, sao có thể không khởi lòng thương xót?

Ba là nghĩ đến sự sai lầm của người khác chính là phương thuốc giúp ta sửa lỗi của chính mình. Từ trước ta dù có lỗi cũng thường không tự biết được, nay nhìn thấy lỗi của người, nhờ đó có thể tự soi xét phản tỉnh trong lòng. Cho nên, người ấy có thể xem như thầy ta, sao dám đem lòng xét nét trách cứ?

Nếu khởi tâm suy xét như trên, ắt sẽ có thể tha thứ cho cả những điều rất khó tha thứ. Cho nên, khi chưa thể khởi tâm tha thứ thì tâm tánh thường nóng nảy, bực dọc; sau khi đã tha thứ được cho người thì tự nhiên trong lòng được an ổn, bình thản. Tâm tánh nóng nảy thì trước mắt tự thấy đầy dẫy chông gai, dù con sâu con kiến cũng đủ làm chướng ngại trên đường. Tâm an ổn thì rào chắn không tự dựng lên, tự nhiên rộng mở tâm hồn, dù kẻ xung khắc với ta cũng có thể cùng chung đường tiến tới.

Hơn nữa, nếu không thể dung thứ cho người có lỗi, ắt phải cùng người ấy tranh biện hơn thua, khiến cho động lòng tự ái, phải tìm mọi cách để biện bạch, vì thế nên muốn người ấy không mắc lỗi nữa nhưng thực tế họ càng phạm lỗi nhiều hơn. Ngược lại, nếu có thể tha thứ lỗi của người, ắt sẽ khiến người ấy tự thấy xấu hổ, dù ta không cầu cho người ấy không mắc lỗi, nhưng người ấy cũng tự nhiên ít phạm lỗi hơn.

Cho nên nói rằng, nhìn thấy lỗi của người khác là cửa ngõ của mọi điều xấu ác, mà nhìn thấy được lỗi của mình chính là cửa ngõ của mọi điều thiện.[1]

---

[1] Kinh Đại Bát Niết-bàn dạy rằng: "Thường tỉnh kỷ quá, bất tụng bỉ đoản." (Thường tự xét lỗi mình, không nói chỗ khiếm khuyết của người

Trưng dẫn sự tích

TIẾN CỬ KẺ THÙ

Đế Quân kể rằng: "Cha ta chết,[1] vốn là do lời gièm pha vu khống của Nam Phong Thành, trong triều đình ai ai cũng biết rõ việc ấy. Mối thù hận trọn kiếp đó ta vẫn còn chưa quên. Sau khi Nam Phong Thành chết, con trai ông là Nam Ôn Thúc lại là người tài năng đức độ. Quan Sư Thị họ Vi thường nói với ta: "Con trai của Nam Phong Thành ham học không chán, nói ra lời nào cũng đều hợp với đạo lý, phép tắc, thật hiếm có trong số con em quý tộc hiện nay."

Ý trời thật khó biết, ai ngờ Nam Phong Thành lại có được người con như thế. Lúc bấy giờ, tuy ta đang có mối thù không đội trời chung với nhà họ Nam, nhưng nghe đến sự đức độ hiền lương của Ôn Thúc thì vẫn thường mến mộ, yêu thích. Khi ta thăng chức làm quan Đại phu, chức quan Bảo thị còn chưa có người thay, ta liền tiến cử Ôn Thúc. Sau quả nhiên Ôn Thúc đảm nhận chức quan ấy vô cùng xuất sắc.

Lời bàn

Vua Nghiêu giết ông Cổn vì tội trị thủy không thành công, nhưng con trai ông là Vũ vẫn giúp vua Nghiêu kế tục công việc trị thủy và thực hiện thành công. Quản Thúc và Sái Thúc là anh em với Chu Công, đều bị lệnh

---

khác.) Xem ra ý nghĩa rất tương đồng.

[1] Đây nhắc lại việc Trương Võ Kỵ bị Chu Lệ Vương lưu đày chết tại đất Phiên Dung. (Chú giải của soạn giả)

vua giết,[1] nhưng Chu Công vẫn là người phụ chính giúp Chu Thành Vương. Đế Quân không vì thù cha mà khiến cho đất nước mất đi bậc hiền tài, khiến người đức hạnh phải bị che lấp không được dùng đến, có thể nói là đã rất khéo léo vận dụng đúng chữ hiếu.

Khi tôi đọc sách Lễ ký thấy có câu rằng: "Kẻ thù giết cha không thể đội trời chung." Sau lại đọc Kinh điển đạo Phật, thấy có câu rằng: "Hết thảy oán thù đều không thể báo hết." Hai thuyết như thế có vẻ như hoàn toàn trái ngược, nhưng mỗi thuyết đều có chỗ hợp lý.

Nhà Nho chỉ căn cứ vào đời sống hiện tại này, nên có thù cha mà không báo tức là đã quên ơn dưỡng dục. Vì thế cho rằng việc nuôi dưỡng cái tâm "không đội trời chung" ấy là hiếu thảo.

Đức Phật hiểu thấu nhân quả trong ba đời, quá khứ, hiện tại và vị lai, thấy được rằng những chúng sinh từng làm cha mẹ của ta trong quá khứ thật không thể tính đếm hết, lại những kẻ có thù với cha mẹ ta cũng là vô số. Như vậy, chính trong số những chúng sinh từng là cha mẹ của ta, lại cũng chính là những cừu địch của nhau, nhiều đến vô số. Số nhiều như vậy, nếu mỗi mỗi đều không đội trời chung, làm sao có thể báo thù rửa hận đối với tất cả?

---

[1] Trong nguyên bản chép là "管、蔡為戮" (Quản, Sái vi lục), nghĩa là cả Quản Thúc và Sái Thúc đều bị tội chết. Nhưng theo một số sử liệu khác thì khi Chu Công mang quân chinh đông, chỉ giết Quản Thúc Tiên, còn Sái Thúc Độ thì lưu đày. Sái Thúc Độ còn có người con là Cơ Hồ, là người hiền đức, sau được Chu Công cho nối nghiệp làm vua đất Sái.

Huống chi chỉ xét trong đời này, thêm một mối cừu thù là cha mẹ phải thêm một sự đối nghịch oán hận, cho nên vì muốn dứt nhân duyên đối nghịch oán hận cho cha mẹ mà nhẫn nhục không báo thù, xem đó mới là hiếu thảo.

Xét như khi Vũ Vương đánh vua Trụ, Thái Công[1] vác kích theo ra trận, Bá Di cản trước đầu ngựa quyết can ngăn,[2] như vậy chẳng phải hai người ấy trái nghịch nhau như nước với lửa đó sao? Nhưng Mạnh tử khi nhắc đến chuyện này lại nói: "Hai ông già ấy, đều là những ông già đáng tôn kính nhất trong thiên hạ." Lại cũng chưa từng dám phê phán hai người ấy ai tốt, ai xấu. Đối với hết thảy những chỗ khác biệt hay giống nhau giữa Nho gia với Phật giáo, đều nên quán xét theo lẽ ấy. Được như vậy thì càng đọc nhiều kinh Phật, lại càng tinh tường lý lẽ của nhà Nho. Đế Quân khuyên người thực hành rộng khắp theo Tam giáo chính là vì thế.

---

[1] Thái Công, hay Thái Công Vọng, hay Khương Thái Công, tức là Khương Tử Nha, người cầm quân giúp Vũ Vương đánh Trụ.

[2] Bá Di là hiền sĩ thời đó. Ông nguyên là con vua nước Cô Trúc, chư hầu của nhà Thương, tức là bề tôi vua Trụ. Ông được em là Thúc Tề nhường cho ngôi vua nhưng không nhận vì không muốn làm trái ý cha, liền bỏ nước Cô Trúc mà đi, sau đến với Văn Vương. Khi Văn Vương cất quân đánh Trụ, ông cản đầu ngựa, hết lời can ngăn vì cho như vậy là bất trung.

RỘNG LÀM NHỮNG VIỆC PHÚC THIỆN, TÍCH ÂM ĐỨC, THẤU TẬN LÒNG TRỜI

Giảng rộng

Trong văn trước, từ chỗ *"chưa từng bạo ngược với dân"* đến đây là 5 câu, đều nói những việc mà Đế Quân đã làm, tích tụ âm đức, nhưng thật ra không thể nào kể hết được, nên dùng hai chữ *"rộng làm"* là để nói khái quát hết thảy.

Nguyên bản dùng chữ *"âm chất"* (陰騭), nguyên có xuất xứ từ thiên Hồng Phạm (洪范) trong sách Thượng Thư (尚書). Căn cứ theo chú thích của Sái Trầm (蔡沈) đời Tống thì đó là những việc đã *"mặc định"* (默定), nghĩa là trong chỗ u mặc âm thầm, con người không thấy không biết, nhưng đã có sự âm thầm định đoạt quyết định sự việc phải như thế. Tuy nhiên, hiểu theo nghĩa ấy thì không thích hợp với câu văn ở đây, mà nên hiểu theo nghĩa là *"âm đức"* (阴德) mới đúng.[1]

Nguyên bản dùng chữ *"thương khung"* (蒼穹), nghĩa là *"cao xanh"*, để chỉ trời cao. Chữ *"thương"* (蒼) nói về màu sắc, chữ *"khung"* (穹) nói về sự cao rộng.

---

[1] Chính theo ý này của tiên sinh An Sĩ mà khi Việt dịch chúng tôi cũng thường dịch theo nghĩa "âm đức", rất hạn chế dùng lại chữ "âm chất" như nguyên bản.

Nếu nói theo màu sắc, như cung điện mà chư thiên ở, thì hợp với chữ *"thương"*, vì trong kinh nói là có màu lấp lánh như ngọc lưu ly xanh. Nếu nói theo hình thể đo lường cao rộng, thì hợp với chữ *"khung"*, vì như tầng trời Đao-lợi quả thật cách mặt đất chúng ta đến 84.000 do-tuần.

Trưng dẫn sự tích

LÀM VỊ QUAN TỐT Ở THANH HÀ

Đế Quân kể rằng: Ta từ sau khi lìa bỏ đường ác,[1] sinh ra tại nước Triệu làm con trai Trương Vũ, được đặt tên là Trương Huân, sau trưởng thành làm huyện lệnh Thanh Hà.

Ta từ lúc làm quan luôn giữ tâm sáng suốt, khoan hậu nhân từ, không nỡ xem thường kẻ dưới. Đối với thuộc cấp như bạn hữu, đối với dân chúng như người thân trong gia đình. Thuộc cấp có điều sai trái lầm lạc, ta giúp sửa đổi cho chính đáng; đối với người lười nhác giải đãi thì dùng lời khích lệ, khuyên bảo; đối với người thô lỗ cộc cằn thì nhẫn nại dạy dỗ, khiến cho cải hối; đối với kẻ quỷ quyệt xảo trá thì tra xét tường tận, làm rõ tất cả; đối với kẻ so đo hơn thiệt chuyện bổng lộc thì đem đạo nghĩa ra dạy dỗ; đối với kẻ tranh biện chê bai chuyện lễ nghĩa pháp chế thì đem lẽ tình cảm mà hiểu dụ; đối với kẻ giặc loạn trộm cướp, ta liền làm rõ mà bắt phải bồi hoàn tiền bạc

---

[1] Ý nói từ sau khi Đế Quân được gặp Phật, nghe Pháp.

đúng mực; đối với kẻ gây thương tổn cho người khác, ta bắt phải nhận lỗi và bồi thường thiệt hại; đối với kẻ lần đầu phạm lỗi có thể khoan dung, ta khuyên răn rồi tha thứ; đối với kẻ phạm tội không xuất phát từ bản tâm có thể dung thứ, ta cũng tha bổng; cạn hết lời lẽ, dốc hết sức lực mà dạy dỗ răn nhắc mọi người noi theo đạo lý, phép tắc. Nếu như xảy ra sơ xuất trong việc xử án kết tội, có người vì thế chê bai là dung túng kẻ xấu, ta đều chấp nhận lắng nghe.

Ta giữ chức huyện lệnh trong 5 năm, mưa thuận gió hòa, dịch bệnh không phát sinh, dân chúng mỗi khi cúng tế trời đất đều xưng tán ngợi khen ta.

Lời bàn

Đời nhà Hán có nhiều vị quan tốt, nhưng liệu có ai được từ hòa, thương yêu chia sẻ nỗi khổ của dân, đau xót với nỗi đau của dân như Đế Quân chăng? Khảo cứu trong thư tịch ghi chép về quan lại, chỉ thấy có Trương Vũ là ông quan tà vạy hư hỏng, không thấy nói đến người con là Trương Huân làm quan đức độ, vậy thư tịch ghi chép liệu có nên tin tưởng hoàn toàn được chăng?

ĐẠI TIÊN NÚI TUYẾT SƠN

Đế Quân kể rằng: Ta vào đời Chu U Vương,[1] do

---

[1] Chu U Vương là vị vua cuối cùng của nhà Tây Chu, trị vì từ năm 781 trước Công nguyên đến năm 771 trước Công nguyên. U Vương bạo ngược vô đạo, mê đắm Bao Tự, phế bỏ thái tử và hoàng hậu, bị cha của hoàng hậu là Thân hầu khởi binh hợp với nước Tằng và quân Khuyển, Nhung kéo về đánh, phải bỏ chạy rồi bị giết ở Ly Sơn. Sau lập

thẳng thắn can gián mà bị bắt tội chết,[1] hồn phách không có chỗ về, lẩn quất nơi cung điện than khóc trong 3 ngày. Vua nghe tiếng khóc cho là yêu quái, lệnh cho quan Đình thị cứ nghe theo tiếng kêu khóc mà bắn tên. Ta khi ấy mới bỏ nước của U Vương mà đi, một lòng hướng về phương tây.

Ta đi qua Mân sơn, Nga Mi sơn, rồi rời xa đất Thục, bay vượt qua nhiều ngọn núi cao vút, xa trông về hướng tây thấy có một đỉnh núi, vừa cao vừa rộng ước đến hơn trăm dặm, tuyết phủ giá lạnh, thật không phải cảnh nơi trần thế.[2] Sơn thần là Bạch Huy nói với ta: "Núi ấy tên là Tuyết Sơn. Xưa đức Đa Bảo Như Lai tu hành ở đó, qua 8 năm thì thành đạo,[3] sao ông không lưu lại nơi núi ấy?"

Ta nghe theo lời sơn thần, ở lại núi ấy. Không lâu sau Ngọc Đế có chỉ ban xuống phong ta làm Tuyết Sơn Đại tiên.

---

con trưởng của ông là thái tử Nghi Cửu lên kế vị, tức Chu Bình Vương, mở đầu nhà Đông Chu, vì thiên đô về phương đông.

[1] Khi ấy U Vương giận Đế Quân thẳng thắn can ngăn, bắt phải uống rượu độc mà chết. (Chú giải của soạn giả)

[2] Núi này nằm về biên giới với Thiên Trúc (Ấn Độ), gần nước tên là Phạm-diễn-na. Pháp sư Huyền Trang từng đến nơi này. (Chú giải của soạn giả)

[3] Đức Thích-ca Như Lai từng ở núi này tu hành khổ hạnh 6 năm. Nếu nói Đa Bảo Như Lai thì tức là vị Cổ Phật trước đây của Hiền kiếp này, sơn thần làm sao biết được? Hơn nữa, danh hiệu của chư Phật còn tùy theo mỗi nơi một khác, chẳng giống nhau. Trong kinh có nói rằng: "Một danh hiệu có vô số Phật, một vị Phật có vô số danh hiệu." Do đó, chắc hẳn ở đây sơn thần nói Đa Bảo Như Lai là chỉ đến đức Thích-ca Như Lai. (Chú giải của soạn giả)

Lời bàn

Đế Quân chấp chưởng việc khoa bảng của nhân gian, ngang hàng với chư tiên, đều nhờ những việc làm phúc thiện thật sự thấu tận lòng trời, chỉ riêng một việc này khác biệt.

Những người được Ngọc Đế ban phong, đều phải nghe theo mệnh trời. Trời đã có thể ban cho vinh hiển, thì cũng có thể bắt phải bần tiện. Chỉ riêng bậc tu hành xuất thế, hoặc được vãng sinh về Tây phương Tịnh độ, hoặc tạm tái sinh nơi các cõi trời Tứ thiền thuộc Sắc giới, mới có thể tự do tự tại, không phải nghe theo mệnh lệnh từ Ngọc Đế.

NẾU AI CÓ THỂ GIỮ TÂM HIỀN THIỆN NHƯ TA

Giảng rộng

Trước phải hiểu rõ ý nghĩa của hai chữ "giữ tâm", sau đó mới giảng đến ý nghĩa "có thể như ta". Hơn nữa, trước hết cần hiểu được "tâm" là gì, sau đó mới xét lại ý nghĩa của việc "giữ tâm" với "không giữ tâm". Cũng như dạy người giữ gìn vật báu thì trước hết phải chỉ rõ vật báu đó ở đâu.

Sự phân biệt giữa "lòng người" với "tâm đạo", từ xưa đến nay trong đạo Nho được các bậc hiền thánh truyền nối cho nhau, xem đó là mạng mạch chân chính. Nhà Nho nói rằng: "Đạo là cội nguồn lớn lao phát xuất từ trời",[1] nhưng bất quá đó cũng chỉ là một cách nói rất mơ hồ, trừu tượng, lại cũng không phải là tông chỉ của cái gọi là "đạo" theo như từ Khổng, Nhan[2] truyền lại. Thế mà các nhà Nho lại có ý báng bổ đạo Phật, hoàn toàn vô cớ tự đưa ra thuyết "Phật gốc ở tâm, Nho gốc ở trời", đâu biết rằng như vậy là đã tự hủy hoại đi chính cái "tâm học" rất uyên áo sâu sắc ban đầu của Nho giáo, tự nguyện mang bảo vật quý giá nhất của đạo Nho mà quy về cho đạo Phật, thật hết sức đáng tiếc. Lại có những kẻ hậu học mù mịt không hiểu biết, lại hùa theo thuyết ấy mà phụ họa. Biết bao giờ mới có được bậc đại thánh hiền đủ sức chấn chỉnh sự sai lầm như thế?

Học vấn thánh hiền truyền dạy, không ngoài việc giúp ta được tâm tự do tự tại, thoát khỏi mọi sự ràng buộc. Tâm đã thoát khỏi mọi ràng buộc, có ai còn trở lại cầu điều chi nữa? Một tâm cầu, một tâm thoát, dường như là có hai tâm riêng biệt. Nếu không có hai tâm riêng biệt, sao lại phân biệt gọi là *cầu* với *thoát*? Chính ở chỗ này phải tận lực nghiên cứu nghiền ngẫm, không thể chỉ xem xét qua loa mà được.

Nho giáo luận về tâm, đạt đến thuyết *"rỗng rang sáng suốt không mê mờ, trọn đủ lý lẽ, ứng hóa thành vạn sự"*, có thể xem là tinh vi thuần khiết đến mức cùng cực. Thế nhưng, ý tưởng đó vốn có xuất xứ từ những

---

[1] Khái niệm này được Đổng Trọng Thư, một nhà Nho danh tiếng vào thời Tây Hán đưa ra.

[2] Khổng, Nhan, tức Khổng tử và Nhan Hồi, được xem như những vị tiền thánh của đạo Nho.

giảng giải trong các kinh Hoa Nghiêm, Lăng Nghiêm của đạo Phật. Xét từ sau thời Khổng tử, Mạnh tử cho đến trước thời Chu Đôn Di, Trình Hạo, Trình Di[1] thì trong Nho giáo không hề có thuyết này. Chu Hy[2] phát khởi thuyết này,[3] có thể xem là có công đóng góp cho Nho gia.

Năm 18 tuổi, Chu Hy tìm đến theo học với Lưu Bình Sơn. Lưu Bình Sơn có ý cho rằng ông muốn theo đường khoa cử công danh, liền bảo mở rương sách của ông ra xem, chỉ thấy trong đó duy nhất một bộ Đại Huệ Thiền sư ngữ lục (大慧禪師語錄), không còn gì khác.[4] Chu Hy thường cùng Lữ Đông Lai và Trương Nam Hiên tìm đến tham bái nhiều vị thiền lão thạc đức khắp nơi, riêng đối với thiền sư Đạo Khiêm có quan hệ hết sức mật thiết. Ngài Đạo Khiêm nhiều lần khai thị, thường răn nhắc cảnh tỉnh ông trong sự tu tập.[5] Vì thế, trong những chú thích, giảng giải của Chu Hy về các sách Đại học, Trung dung,

---

[1] Chu Đôn Di, cũng thường được gọi là tiên sinh Liêm Khê (濂溪), là nhà Nho nổi tiếng vào đời Tống, sinh năm 1017 và mất năm 1073, là người khởi xướng một học thuyết sau đó được Trình Hạo (1032-1085) và Trình Di (1033-1107) tiếp tục phát triển. Cả ba người đã có những đóng góp đáng kể vào học thuyết cũng như tư tưởng của Nho giáo.

[2] Chu Hy tên tự là Nguyên Hối, tự Hối Am, sinh năm 1130, mất năm 1200, là người kế thừa lý thuyết của Chu Đôn Di nhưng đã phát huy đến mức hoàn chỉnh hơn nhiều.

[3] Ở đây muốn nói đến những ý tưởng mới của Chu Hy trong sách Đại học chương cú (大学章句).

[4] Việc này có thể xem ở Thượng trực biên (尚直編) và Kim thang biên (金湯編). (Chú giải của soạn giả)

[5] Khi thiền sư Đạo Khiêm viên tịch, Chu Hy có soạn một bài văn tế, được chép lại trong Hoành giáo tập (宏教集). (Chú giải của soạn giả)

khi luận về tâm tánh thì phần cốt yếu đều rất gần với tư tưởng của nhà thiền. Chu Hy về già sống ẩn dật trong nhà tranh vách đất, thường tụng kinh Phật, có sáng tác tập thơ "Trai cư tụng kinh" (齋居誦經詩). Nếu nói rằng Chu Hy hoàn toàn không biết đến kinh Phật thì quả là sai lầm.[1]

LUẬN GIẢI VỀ TÂM

TÂM KHÔNG Ở TRONG

Những người mê muội thường cho rằng tâm ở trong thân này, đó chỉ là do nhận lầm cái tâm thuộc về lục phủ ngũ tạng bên trong cơ thể là tâm, hay trái tim, lại cho đó chính là thể rỗng rang linh diệu, mà không biết rằng có một tâm hữu hình, hay trái tim, tùy thuộc thân xác này thường sinh thường tử, lại có một tâm vô hình, hay tâm thức, không tùy thuộc thân xác này nên không có sinh tử.[2]

Tâm hữu hình, hay trái tim, ở trong thân thể, còn

---

[1] Có lần Lỗ công đàm luận cùng Khổng tử, nói ra nhiều điều hay. Khổng tử khen ngợi, Lỗ công nói: "Đó không phải ý tôi nghĩ ra được, chỉ là tôi nghe được từ thầy." Khổng tử đáp rằng: "Đó là vua đang làm theo đúng đạo. Tâm ngay thẳng chính trực là đạo." Xét theo như việc này thì những người yêu kính Chu Hy cũng không cần phải che giấu sự thật là Chu Hy học hỏi theo kinh Phật. (Chú giải của soạn giả)

[2] Những biện luận như thế này dường như chỉ có giá trị nhiều trong nguyên tác, bởi chữ Hán dùng cùng một chữ tâm (心) cho trái tim và tâm thức. Trong tiếng Việt thì sự phân biệt giữa trái tim hữu hình với tâm thức vô hình là quá rõ ràng và không thể gây nhầm lẫn.

tâm vô hình, hay tâm thức, không ở trong thân thể. Nếu như nói hai tâm ấy chỉ là một, ắt là tâm nhân từ thương dân của Nghiêu, Thuấn với tâm bạo ngược ác độc của Kiệt, Trụ phải cách xa nhau như trời với đất. Lại vì sao cùng mắc phải tâm bệnh, mà có trường hợp phải chẩn đoán dùng thuốc men, có trường hợp lại phải dùng các phương pháp điều trị tâm lý? Do đó mà biết là cái tâm cần phải dùng thuốc men với cái tâm thiện ác vốn rõ ràng là hai tâm khác nhau.

TÂM KHÔNG Ở NGOÀI

Lại có người ngờ rằng, cái tâm hữu hình kia đã chẳng phải tâm thức, ắt hẳn cái khả năng thấy, khả năng biết của ta chính là tâm. Nhưng những đối tượng của sự thấy, biết đều là ở bên ngoài, như vậy cho thấy cái tâm có thể thấy, có thể biết đó cũng ở bên ngoài. Những người này thường ví như việc nhắm mắt quay nhìn bên trong không thấy, chỉ có khả năng nhìn thấy những vật đối diện mình, không thể từ những chỗ bên trong như chân mi, đáy mắt, da mặt mà tự thấy được hình thể. Lại ví như thân ở bên ngoài căn nhà, tất nhiên chỉ có thể nhìn thấy được tường vách, cửa sổ... từ bên ngoài, mà không thể từ ngoài nhìn vào thấy được những chỗ ẩn khuất bên trong. Xin thưa, không đúng như thế. Cái khả năng biết khổ, biết đau, chính là tâm ta. Như người khác uống vị thuốc hoàng liên, ta không thể cảm thấy đắng miệng; như muỗi chích trên da thịt, ta liền kêu đau, vậy có thể nói rằng tâm ở bên ngoài được chăng?

TÂM KHÔNG Ở KHOẢNG GIỮA

Lại có người ngờ rằng, tâm đã chẳng ở trong, cũng chẳng ở ngoài, vậy nhất định là nó có lúc vào trong, có lúc ra ngoài, nên phải ở nơi khoảng giữa. Xin thưa, không đúng như thế. Nếu có vào ra, tức chẳng phải ở khoảng giữa. Nếu xác định ở khoảng giữa, ắt không có vào ra. Hơn nữa, biết dựa vào đâu mà gọi là khoảng giữa? Nếu cho rằng khoảng giữa đó nằm bên trong da, thì vẫn giống như thuyết cũ là tâm ở bên trong. Nếu cho rằng khoảng giữa đó nằm bên ngoài da, thì vẫn giống như thuyết cũ là tâm ở bên ngoài. Lại tiến xa hơn để tìm khoảng giữa, thì bất quá trong các nếp nhăn của da cũng chỉ là những cáu ghét dơ bẩn, đó lại là tâm của ta được sao?

TÂM KHÔNG PHẢI VỪA CÓ HIỆN HỮU, VỪA KHÔNG HIỆN HỮU

Hoặc có người nói rằng: "Nếu tâm không hiện hữu, ắt là nhìn không thể thấy, nghe không thể nghe, ăn cũng chẳng biết mùi vị. Còn nếu như nhìn có thể thấy, nghe có thể nghe, ăn có thể biết được mùi vị, đó tức là tâm có hiện hữu. Như vậy, tất nhiên là tâm phải vừa có hiện hữu, vừa không hiện hữu?"

Đáp rằng: "Sáu thức đó[1] chẳng phải là tâm. Ví như khi nhìn thấy người con gái đẹp, tâm liền khởi sinh ái nhiễm, đó là do con mắt (nhãn căn) với hình sắc (sắc trần) tiếp xúc nhau mà thành nhận biết (nhãn thức). Nghe nói đến trái mơ chua thì tự nhiên sinh nước dãi

---

[1] Tức nhãn thức, nhĩ thức, tị thức, thiệt thức, thân thức và ý thức.

trong miệng, đó là do lưỡi và vị chua tương cảm với nhau mà thành thức. Từ nơi rất cao nhìn xuống thấp, hai chân tự nhiên run rẩy, đó là do thân với cảm xúc thúc bách nhau mà thành thức. Nếu nhận những thức ấy là thể tánh rỗng rang linh diệu không mê muội của tâm, đó là sai chỉ hào ly mà lệch đi ngàn dặm. Người xưa nói rằng:

Cội nguồn sinh tử trong muôn kiếp,
Người mê không biết nhận chân tâm.

Chính là nói đến ý nghĩa này.

TÂM BAO TRÙM HƯ KHÔNG

Trong kinh Lăng nghiêm, đức Phật bảo ngài A-nan rằng: "Cả mười phương hư không sinh khởi trong tâm ông, chẳng qua cũng chỉ như đám mây nhỏ điểm giữa bầu trời mênh mông."

Đức Phật bảo ngài A-nan bảy lần chỉ ra nơi chốn của tâm; bảy lần hỏi, bảy lần đáp, phá sạch tất cả những nhận thức sai lầm hư vọng, sau đó mới dần dần hiển lộ chân tâm nhiệm mầu sáng suốt, khiến cho ngài A-nan được nhất thời tỏ ngộ, có thể nói là một cuộc hiển bày hết sức tường tận sâu xa uyên áo.

Lời bàn

Chữ *"tâm"* vốn dĩ đã mang nghĩa mơ hồ không rõ rệt, chữ *"giữ"* lại càng không xác định. Nếu vẫn quyết lòng phải nói ra cho rõ cái ý nghĩa *"giữ tâm"*, hẳn chỉ càng thêm sai lệch, chỉ nên hướng đến những việc từ

132

"chưa từng bạo ngược với dân" cũng như *"cứu người lúc nguy nan"* v.v... mà hiểu rằng đó là chỗ *"giữ tâm hiền thiện"* của Đế Quân, liền cung kính nỗ lực làm theo như vậy là được.

ẮT ĐƯỢC TRỜI BAN PHƯỚC LÀNH

Giảng rộng

Câu trên nói *"giữ tâm hiền thiện như ta"*, đó là *nhân*; câu này nói *"trời ban phước lành"*, đó là *quả*. Chữ *"ắt được"* có nghĩa xác quyết, như người trồng dưa ắt được hái dưa, trồng đậu ắt được hái đậu, nhất định không thể có mảy may sai lệch. Hoàn toàn không phải như thuyết của những kẻ uổng đọc sách thánh hiền, rằng: "Ý trời tự muôn thuở có thể biết; ý trời trong đời suy mạt này không thể biết."

Chữ "trời" có thể chỉ hình sắc thể chất nhìn thấy, tức là bầu trời; cũng có thể chỉ vị chủ tể của vạn vật. Khi dùng chỉ vị chủ tể của vạn vật, thì "trời" có nghĩa là thượng đế chí tôn, hay Ngọc Đế. Các nhà Nho về sau tránh né không muốn dùng danh xưng "thượng đế", nên dùng chữ "lý" (理) để thay thế, nhưng chữ ấy thật chưa đủ nghĩa. Bởi vì người đời nói đến "thượng đế" đều có ý kính sợ, nếu chỉ dùng một chữ "lý" để thay, đâu có ai kính sợ?

Ví như có người con gái xinh đẹp trong căn phòng kín. Có người bước vào phòng ấy, tâm ham muốn nhục dục bỗng dưng bùng phát. Chợt nghe có người bảo rằng: "Trong phòng này có thánh tượng của Ngọc Hoàng Thượng Đế, cô gái ấy đến đây để dâng hương." Khi ấy, cho dù là kẻ cực kỳ xấu ác ắt cũng phải sinh lòng kính sợ, chưa hẳn ở ngay trước tượng Ngọc Đế mà dám buông thả làm càn. Nhưng nếu thay vì thế lại nghe có người bảo rằng: "Nếu ông làm việc càn rỡ như thế là hoàn toàn không theo đúng lý. Mà trái nghịch với lý, tức là đắc tội với chính danh thánh giáo, không thể gọi là người quân tử." Thử hỏi người ấy trong lúc lòng ham muốn nhục dục đang bùng phát mạnh mẽ, có thể nghe qua lời ấy mà đột nhiên dập tắt ngay chăng?

Cho nên biết rằng, việc dùng chữ "trời" để chỉ Ngọc Đế có thể khuyên răn giáo hóa người học, thật là có công với Nho giáo. Nếu chỉ dùng một chữ "lý" mà nói, ấy là mở tung cánh cửa buông thả không còn e dè sợ sệt cho người trong thiên hạ, nên không thể dùng đó mà dạy dỗ giáo huấn được. Nên người xưa có lời rằng: *"Người người đều biết kính sợ vâng theo đạo lý, đó là đầu mối để thiên hạ được an trị. Người người đều không biết e dè sợ sệt, đó là đầu mối khiến thiên hạ đại loạn."*

Huống gì trong thế gian này, muôn sự muôn vật đều không chỗ nào ra ngoài chữ lý. Nếu nói "trời" là lý,[1] thì "tính" cũng là lý; các nhà Nho gọi mệnh trời là

---

[1] Khái niệm về "lý" là một trong những phát triển về nội dung triết học trong Nho giáo qua nỗ lực tiếp thu và hoàn chỉnh của các nhà Nho từ Trình Hạo, Trình Di trở về sau. Trình Hạo chủ trương: "Thiên tức lý dã", qua đó xem lý là cội nguồn, bản thể của vũ trụ, nên đó tức là trời.

"tính", rốt lại thì "lý mệnh" cũng gọi là lý. Suy xét ra như vậy thật không thể không bật cười.

Đời Tống, tiên sinh Lục Tượng Sơn[1] năm lên 6 tuổi, một hôm bỗng khởi sinh thắc mắc không biết tận cùng của vũ trụ trời đất này là nơi đâu. Suy nghĩ mãi về điều này đến nỗi suốt đêm không ngủ được. Đến khi đã thành một ông già tóc bạc, mỗi ngày vẫn luôn suy nghĩ mà không biết "ông trời" mình vẫn đội trên đầu đó thật ra là gì, lại có thể an bày sắp xếp hết thảy các loại hữu tình có sinh mạng như thế.

Tiên sinh Y Xuyên[2] tham vấn Thiệu Khang Tiết,[3] chỉ cái bàn ăn trước mặt mà hỏi: "Như cái bàn này là nằm trên mặt đất; không biết cả vũ trụ trời đất này thật ra là nằm ở đâu?" Thiệu Khang Tiết hết lời luận giải lý lẽ về trời đất vạn vật cùng với lục hợp.[4] Y Xuyên kinh hãi thán phục rằng: "Trong đời ta xưa nay chỉ được biết duy nhất có Chu Mậu Thúc[5] biện luận đến mức như thế này."[6]

Trình Di lại nói: "Tính dã lý dã" và hiểu khái niệm tính ở đây tức là tính thiện của con người. Đoạn này tiên sinh An Sĩ đưa ra các lập luận đều để chỉ rõ các khái niệm còn chưa rõ nghĩa của các nhà Nho về "lý", "tính" v.v. . .

[1] Lục Tượng Sơn tức Lục Cửu Uyên, sinh vào năm 1139 và mất năm 1192, là người tiếp nối những tư tưởng của Trình Di, Trình Hạo nhưng đưa ra rất nhiều phát kiến giúp cho hệ thống tư tưởng này được hoàn chỉnh hơn.

[2] Tiên sinh Y Xuyên (伊川), tức Trình Di (程頤).

[3] Thiệu Khang Tiết (邵康節) tên thật là Thiệu Ung (邵雍), tự là Nghiên Phu, hiệu là Khang Tiết, sinh năm 1011, mất năm 1077.

[4] Lục hợp: chỉ trời đất và bốn phương đông, tây, nam, bắc.

[5] Chu Mậu Thúc: chỉ Chu Đôn Di.

[6] Xem chuyện này trong sách Thánh học tông truyền (聖學宗傳). (Chú giải của soạn giả)

Than ôi, ai dám nói chắc rằng các bậc đại nho xưa không hề để tâm nghiên cứu về vũ trụ trời đất? Con phù du tuy không biết đến sáng tối trong ngày,[1] con ve sầu tuy chẳng biết được xuân thu trong năm,[2] nhưng cái chu kỳ sáng tối với bốn mùa có bao giờ lại vì thế mà mất đi chăng? Thế nên phải biết rằng, trong Ba cõi[3] quả thật có 28 cảnh trời, rất nên phụ đính vào đây sau các thuyết của Liêm Khê,[4] Khang Tiết, để giúp cho những ai có sự thắc mắc cầu học giống như tiên sinh Y Xuyên cũng có thể tìm được lời giải thích.

Tên gọi các cảnh trời

SÁU CẢNH TRỜI THUỘC CÕI DỤC

Kể từ bên dưới tầng đất nước của thế gian trở lên cho đến cảnh trời Tha hóa tự tại đều gọi chung là cõi Dục, vì chúng sinh trong cõi này đều có tham dục. Từ dưới đếm lên có cả thảy sáu cảnh trời tuần tự kể ra như sau:

1. Cảnh trời Tứ vương (四王天 - Tứ vương thiên)

Do bốn vị Đại thiên vương phân chia cai quản bốn Đại bộ châu, mỗi châu rộng 42.000 do-tuần. Cung

---

[1] Đời sống con phù du quá ngắn ngủi chỉ trong phút chốc nên không thể biết đến chu kỳ sáng tối của trọn một ngày đêm.

[2] Con ve sầu sống trong mùa hè nên không biết đến mùa xuân trước đó và mùa thu sau đó.

[3] Ba cõi (Tam giới): theo kinh Phật thì tất cả chúng sinh trong luân hồi đều không ra ngoài ba cõi là cõi Dục (Dục giới), cõi Sắc (Sắc giới) và cõi Vô sắc (Vô sắc giới).

[4] Liêm Khê: tức Chu Đôn Di.

điện cư trú của mỗi vị đều nằm trong phạm vi của một mặt trời, một mặt trăng.

2. Cảnh trời Đao-lợi (忉利天 - Đao-lợi thiên)

Tiếng Phạn **Trāyastrṃśa**, dịch âm là Đao-lợi, mang nghĩa là ba mươi ba, nên cũng gọi là Cảnh trời 33 (Tam thập tam thiên). Giữa trung tâm là nơi cư trú của vị Đế Thích, tám phương chung quanh,[1] mỗi phương đều có bốn vị Đại thần phụ giúp, hợp thành đủ số 33 nên có tên gọi như vậy, không phải là từ dưới lên trên có 33 tầng trời. Từ mặt đất lên đến cảnh trời Đao-lợi là 84.000 do-tuần.

3. Cảnh trời Dạ-ma (夜摩天 - Dạ-ma thiên)

Từ cảnh trời này trở lên, những người tu tiên không hề biết đến, nên các sách của Đạo gia không nhắc đến các tên này.

4. Cảnh trời Đâu-suất (兜率天 - Đâu-suất thiên)

5. Cảnh trời Hóa Lạc (化樂天 - Hóa Lạc thiên)

6. Cảnh trời Tha Hóa Tự Tại (他化自在天 - Tha Hóa Tự Tại thiên)

Sáu cảnh trời này, trải qua thời gian mỗi một kiếp rồi đều sẽ bị nạn lửa hủy hoại. Trong thời gian tồn tại thì thọ mạng dài ngắn cho đến cung điện thành ấp như thế nào, hình thể, y phục nặng nhẹ ra sao, đều có ghi rõ trong Đại tạng kinh, ở đây không thể kể ra hết.

---

[1] Tám phương: bao gồm 4 phương chính là đông, tây, nam, bắc và 4 phương phụ là đông nam, đông bắc, tây nam và tây bắc.

Lời bàn

Đế Quân nói rằng *"ắt được trời ban phước lành"*, như vậy là ai ban? Chính là vị Đao-lợi Thiên vương. Nho gia tôn xưng là Ngọc Hoàng Thượng Đế, Đạo gia tôn xưng là Ngọc Đế hoặc Ngọc Hoàng Đại Thiên Tôn, trong kinh Phật thường gọi là Tam thập tam Thiên vương, hoặc Đế Thích, hoặc Thích-đề-hoàn-nhân, thật ra cũng chỉ đến một vị thượng đế, có quyền uy thống nhiếp hết bốn vị Đại thiên vương.

MƯỜI TÁM CẢNH TRỜI THUỘC CÕI SẮC

Bên trên cõi Dục có cõi Sắc. Gọi tên như vậy vì chúng sinh trong cõi này chỉ có thân thể mang hình sắc nhưng không có ái dục nam nữ. Từ dưới tính lên có cả thảy là 18 cảnh trời, tuần tự kể ra như sau:

1. Cảnh trời Phạm Chúng (梵眾天 - Phạm Chúng thiên)

2. Cảnh trời Phạm Phụ (梵輔天 - Phạm Phụ thiên)

3. Cảnh trời Đại Phạm (大梵天 - Đại Phạm thiên)

Ba cảnh trời này đều gọi chung là các cảnh trời Sơ thiên (初禪天 - Sơ thiền thiên). Mỗi cảnh trời này sau khi trải qua thời gian một kiếp cũng đều bị nạn lửa hủy hoại.

4. Cảnh trời Thiểu Quang (少光天 - Thiểu Quang thiên)

5. Cảnh trời Vô Lượng Quang (無量光天 - Vô Lượng Quang thiên)

6. Cảnh trời Quang Âm (光音天 - Quang Âm thiên)

Ba cảnh trời này đều gọi chung là các cảnh trời

Nhị thiền (二禪天 - Nhị thiền thiên). Mỗi cảnh trời này sau khi trải qua thời gian bảy kiếp đều sẽ bị nạn lụt lớn hủy hoại.

7. *Cảnh trời Thiểu Tịnh (少淨天 - Thiểu Tịnh thiên)*

8. *Cảnh trời Vô Lượng Tịnh (無量淨天 - Vô Lượng Tịnh thiên)*

9. *Cảnh trời Biến Tịnh (遍淨天 - Biến Tịnh thiên)*

Ba cảnh trời này đều gọi chung là các cảnh trời Tam thiền (三禪天 - Tam thiền thiên). Mỗi cảnh trời này sau khi trải qua thời gian 64 kiếp đều sẽ bị nạn gió bão hủy hoại.

10. *Cảnh trời Phước Sanh (福生天 - Phúc Sanh thiên)*

11. *Cảnh trời Phước Ái (福愛天 - Phúc Ái thiên)*

12. *Cảnh trời Quảng Quả (廣果天 - Quảng Quả thiên)*

13. *Cảnh trời Vô Tưởng (無想天 - Vô Tưởng thiên)*

Bốn cảnh trời này, cho đến cảnh trời Sắc Cứu Cánh sẽ nói bên dưới, cộng chung là 9 cảnh trời, đều gọi chung là các cảnh trời Tứ thiền (四禪天 - Tứ thiền thiên), không còn bị các nạn lửa, nước và gió (gọi chung là tam tai) làm hại được nữa.

14. *Cảnh trời Vô Phiền (無煩天 - Vô Phiền thiên)*

15. *Cảnh trời Vô Nhiệt (無熱天 - Vô Nhiệt thiên)*

16. *Cảnh trời Thiện Kiến (善見天 - Thiện Kiến thiên)*

17. *Cảnh trời Thiện Hiện (善現天 - Thiện Hiện thiên)*

18. *Cảnh trời Sắc Cứu Cánh (色究竟天 - Sắc Cứu Cánh thiên)*

Năm cảnh trời này cũng được gọi chung là năm cảnh trời Bất Hoàn (五不還天 - Ngũ Bất Hoàn thiên).

Cả 18 cảnh trời như trên, chư thiên ở đó đều tu tập Phạm hạnh thanh tịnh cùng các pháp thiền định phước lạc, chỉ là mức độ nhiều ít, sâu cạn không giống nhau.

Lời bàn

Bên trên cảnh trời Sắc Cứu Cánh là cảnh trời Ma-hê-thủ-la, uy quyền cao nhất, là chủ tể cai quản thế giới Ta-bà này, thống nhiếp cả thảy vạn ức chư thiên cảnh trời Tha Hóa, vạn ức chư thiên cảnh trời Hóa Lạc, vạn ức chư thiên cảnh trời Đâu-suất, vạn ức chư thiên cảnh trời Dạ-ma, vạn ức chư thiên cảnh trời Đao-lợi, vạn ức chư thiên cảnh trời Tứ vương, vạn ức các vị Nhật thiên tử, vạn ức các vị Nguyệt thiên tử, nhưng chư thiên trong cõi Dục đều không được nghe biết đến danh hiệu, không được nhìn thấy hình tướng.

BỐN CẢNH TRỜI THUỘC CÕI VÔ SẮC

Bên trên cõi Sắc lại có bốn cảnh trời. Một là cảnh trời Không Vô Biên, hai là cảnh trời Thức Vô Biên, ba là cảnh trời Vô Sở Hữu, bốn là cảnh trời Phi Tưởng Phi Phi Tưởng. Chư thiên ở các cảnh trời này chỉ thọ hưởng kết quả do tu các pháp thiền định vô sắc, không còn nghiệp quả có hình sắc, nên gọi chung là cõi Vô Sắc.

Lời bàn

Cảnh trời Phi Tưởng Phi Phi Tưởng là cao nhất trong Ba cõi, chư thiên ở đó có tuổi thọ đến 84.000 đại kiếp, nhưng thảy đều chưa thấu rõ được chân tâm sáng suốt mầu nhiệm, nên một khi phước trời đã hết vẫn phải trở lại lưu chuyển trong luân hồi. Nếu nhìn từ góc độ nhà Phật thì đó vẫn là hàng phàm phu chưa giải thoát ra khỏi thế gian. Đạo gia tuy cũng nói đến Tam giới, nhưng là Thượng giới, Trung giới và Hạ giới, không giống như Tam giới hay Ba cõi trong Kinh Phật.

Phụ đính 2 mục vấn đáp

1. VÌ SAO CÓ NHIỀU CẢNH TRỜI?

Hỏi: Nói về trời, đó là danh xưng của bậc chí tôn, không ai bằng được mới có thể gọi là trời, làm sao lại có nhiều loại danh xưng, hình sắc khác nhau như thế?

Đáp: Con người cũng được xem là linh giác trong vạn vật, lẽ nào chỉ có thể gọi chung là người mà không phân biệt kẻ hiền người ngu, kẻ cao quý, người hạ tiện? Trong Kinh dạy rằng: "Giữ tròn Năm giới thì được sinh trong cõi người, tu Mười thiện nghiệp thì được sinh lên cõi trời." Tuy nhiên, trong việc làm theo Năm giới với Mười thiện nghiệp, lại cũng có những mức độ nhiều ít, sâu cạn khác nhau. Cho nên trong cõi người, phước đức của mỗi người cũng không giống nhau. Chư thiên trong các cảnh trời cũng vậy, phước đức của mỗi vị cũng không giống nhau.

2. SỰ PHÂN CHIA PHÀM THÁNH Ở CÁC CẢNH TRỜI

Hỏi: Trong 28 cảnh trời đã kể trên, cảnh trời nào là phàm, cảnh trời nào là thánh?

Đáp: Có 2 cảnh trời thuộc về phàm, 5 cảnh trời thuộc về thánh. Còn lại 21 cảnh trời khác đều là chỗ phàm thánh cùng cư trú.

Hai cảnh trời thuộc về phàm là cảnh trời Đại Phạm Thiên thuộc Sơ thiền thiên và cảnh trời Vô tưởng thuộc Tứ thiền thiên.

Vì sao vậy? Vì ở cảnh trời Đại Phạm, Đại Phạm Thiên Vương không hề biết rằng tất cả chúng sinh trong sáu đường[1] thảy đều là do nghiệp đã tạo mà phải lưu chuyển sinh tử, lại tự cho rằng mình là cao quý, chỉ có chính mình mới có khả năng kiến tạo ra hết thảy trời đất, người, vật... do đó mà sinh khởi tà kiến.

Còn ở cảnh trời Vô Tưởng, chư thiên toàn là những kẻ ngoại đạo trước đây tu tập pháp định Vô tưởng mà sinh về đó, được hưởng quả báo 500 kiếp tâm thức rỗng không, không có tư tưởng gì, rồi tự cho đó là Niết-bàn. Chư thiên cảnh trời này sau khi thọ hết quả báo sẽ khởi sinh tà kiến rồi sinh vào địa ngục.

Năm cảnh trời thuộc về các bậc thánh nằm trên cảnh trời Quảng Quả, bao gồm các cảnh trời Vô Nhiệt, Vô Thiền, Thiện Kiến, Thiện Hiện và Sắc Cứu Cánh, được gọi chung là Ngũ Tịnh Cư thiên hay Ngũ Bất Hoàn thiên. Chư thiên ở năm cảnh trời này đều là các vị thánh đã chứng đắc Thánh quả thứ ba là quả vị A-na-hàm mới được sinh về.

Ngoài 7 cảnh trời kể trên, còn lại 21 cảnh trời khác đều là nơi có đủ hai bậc phàm, thánh, có thể suy ra mà biết đều là do được hưởng phước báo từ việc tu tập nghiệp lành trong hai cõi trời, người.

---

[1] Sáu đường: bao gồm 3 đường lành là cõi người, cõi a-tu-la và cõi trời; 3 đường dữ là địa ngục, ngạ quỷ và súc sinh.

DO ĐÓ MÀ TA CÓ LỜI DẠY NGƯỜI

Giảng rộng

Hai chữ *"do đó"* nếu xét theo ý nghĩa trước đó là do *"chưa từng bạo ngược với dân..."* thì chữ *"dạy"* sẽ mang ý nghĩa ngăn ngừa điều ác, làm nền tảng chuẩn bị cho câu *"hết thảy việc ác quyết không làm"* ở gần cuối bài. Lại nếu xét theo ý nghĩa của 6 câu kể từ *"cứu người khi nguy nan"*, thì chữ *"dạy"* sẽ mang ý nghĩa khuyến khích điều lành, làm nền tảng chuẩn bị cho câu *"hết thảy việc lành xin vâng theo"*.

Đế Quân sở dĩ thương mà dạy dỗ nhắc lại nhiều lần như thế, vì hy vọng rằng chúng ta đều là những con người có thể cải hối. Nhưng liệu chúng ta quả thật không có gì phải hổ thẹn với lòng chăng? Mạnh tử nói: *"Không có lòng trắc ẩn thì không phải là người. Không có tâm hổ thẹn ghét bỏ điều ác, khiêm cung nhường nhịn, cũng không phải là người."* Theo đó mà nói thì làm người quả thật khó!

Muôn vật đều gồm đủ, con người thật đáng tôn trọng! Có thể xưng đế xưng vương, con người cao quý thay! Sinh ra không vật mang theo, chết đi vẫn hoàn tay trắng, con người cùng khổ thay! Món ngon vật lạ qua miệng rồi đều thành phẩn dơ hôi thối, con người nhơ nhớp thấp hèn thay! Ai cũng từng ở trong bào thai rồi từ đó sinh ra, con người kém cỏi thay! Ăn nuốt hết thảy muôn loài trên cạn dưới nước, con người tàn nhẫn thay! Bên ngoài trang sức lụa là xinh đẹp, trong lòng ẩn giấu tên độc gươm sắc, con người xảo trá thay! Gia đình thân quyến ràng buộc sai sử, con người thật như nô dịch! Chỉ hướng vào thân thể hạn hẹp này mà nhận đó là nhà, con người nhỏ bé thay! Dưới ánh mặt trời thì rỡ ràng nhân nghĩa, đêm tối ám muội thì việc xấu xa nào cũng không từ, con người thật đáng hổ thẹn thay! Sống ngày nay không chắc chắn được ngày mai, con người thật mong manh thay! Thở ra không hẹn thở vào, con người thật yếu đuối thay!

Luận A-tỳ-đàm nói: "Chữ 'người' có 8 nghĩa." Kinh Lâu Thán Chánh Pháp dạy rằng: "Người trong cõi Diêm-phù-đề nhiều chủng loại khác biệt nhau, cả thảy có 6.400 chủng loại." Thế thì chữ "người" đó nào phải dễ nhận hiểu đâu?

Các thuyết về con người

CON NGƯỜI TỪ CẢNH TRỜI QUANG ÂM ĐẾN

Kinh Khởi thế nhân bản[1] dạy rằng: "Vào thuở ban đầu của kiếp này, tất cả con người đều từ cảnh trời Quang Âm giáng xuống, có thể bay lượn trên không trung, không từ bụng mẹ sinh ra. Từ khi biết dùng

---

[1] Kinh Khởi Thế Nhân Bản (起世因本經), được xếp vào Đại Chánh tân tu Đại tạng kinh, thuộc Tập 1, kinh số 25, tổng cộng có 10 quyển, do ngài Đạt-ma-cấp-đa dịch sang Hán ngữ vào đời Tùy. Xem từ dòng thứ 6, trang 413, tờ b của quyển 9. Đoạn này không trích nguyên văn kinh, chỉ viết lại và có lấy thêm ý cuối từ kinh Đại Lâu thán (大樓炭經), quyển 6, dòng 14, trang 308, tờ a.

lúa gạo làm thức ăn, con người mới bắt đầu có gân cốt xương tủy... phân chia thành hình thể nam nữ khác nhau, từ đó mà khởi sinh ái dục."

Lời bàn

Giống loài con người từ một cảnh trời thuộc cõi Sắc mà ra,[1] nên khi tạo tác các hình tượng thiên thần đều phỏng theo như hình người.

CON NGƯỜI TỪ BỐN ĐẠI MÀ SINH RA

Vạn vật ở thế gian bất quá không ra ngoài bốn đại là *địa, thủy, hỏa, phong*, nên con người là do khí chất của bốn đại ấy mà thành hình. Xương thịt là từ địa đại; các chất dịch như nước mắt, nước mũi, đàm dãi... là từ *thủy đại*; hơi ấm là *hỏa đại*; mọi sự vận động là từ *phong đại*.[2]

Lời bàn

Luận theo *Ngũ hành*[3] thì có thêm hai yếu tố là *kim* (kim loại) và *mộc* (cây gỗ) mà không đề cập đến *phong đại*. Riêng địa đại có thể hiểu là bao gồm cả *kim* và *mộc*, nhưng thiếu *phong đại* thì không thể có sự vận động. Ví như có dùng *ngũ tạng* phối với *ngũ hành*,

---

[1] Cảnh trời Quang Âm là cảnh trời thứ 6 từ dưới lên thuộc cõi Sắc.

[2] Thật ra, sự phân chia tất cả các yếu tố bao gồm trong sự vật thành bốn đại chỉ mang ý nghĩa tượng trưng. Ta có thể hiểu như địa đại tượng trưng cho tất cả các chất rắn, thủy đại tượng trưng cho tất cả các chất lỏng, độ ẩm, hỏa đại tượng trưng nhiệt độ, nhiệt năng, và phong đại tượng trưng cho sự vận động, lưu chuyển.

[3] Thuyết Ngũ hành của Nho giáo và Đạo giáo bao gồm 5 yếu tố là kim (kim loại), mộc (cây gỗ), thủy (nước), hỏa (lửa) và thổ (đất).

thì ngoài *ngũ tạng* còn có thân xác, hóa ra có vẻ như tương phản, thiếu căn cứ thuyết phục. Vì thế, thuyết *ngũ hành* đã bị thuyết *tứ đại* đánh đổ.

CON NGƯỜI LÀ MỘT TRONG BỐN CÁCH SINH RA THUỘC SÁU ĐƯỜNG

Bốn cách sinh ra bao gồm: *thai sinh* (sinh ra từ bào thai), *noãn sinh* (sinh ra từ trứng), *thấp sinh* (sinh ra từ môi trường ẩm ướt) và *hóa sinh* (sinh ra từ sự biến hóa). Con người thuộc về loại *thai sinh*.

Sáu đường bao gồm các cảnh giới: trời, người, a-tu-la, địa ngục, ngạ quỷ và súc sinh. Cảnh giới con người được xếp thứ hai trong số đó.

Lời bàn

Con người vốn không hề có sự quyết định trước chắc chắn sẽ thuộc loại thai sinh, mà là do nghiệp duyên thúc đẩy vào loài thai sinh, lại cũng không hề có sự quyết định trước chắc chắn sẽ sinh ra làm người, mà là do nghiệp duyên thúc đẩy mới sinh làm người. Dù mang tên họ thế này thế khác, chẳng qua chỉ là tạm thời trong cõi thế; dù cung trời hay địa ngục, chẳng qua cũng chỉ là chốn nương thân trong một kiếp phù du ngắn ngủi như chớp mắt mà thôi.

CON NGƯỜI CÓ MƯỜI THỜI KỲ

Sách *Pháp uyển châu lâm*[1] nói rằng: "Con người có mười thời kỳ. Thứ nhất là thời kỳ hình thành màng tế bào, thứ hai là thời kỳ hình thành tế bào dạng bọc, thứ ba là thời kỳ hình thành dạng khối nhỏ, thứ tư là thời kỳ hình thành khối thịt tròn, thứ năm là thời kỳ hình thành

---

1 Xem Pháp uyển châu lâm (法苑珠林) - Đại Chánh tân tu Đại tạng kinh, tập 53, kinh số 2122, quyển 5, bắt đầu từ dòng 5 trang 307, tờ b.

146

tay chân, thứ sáu là thời kỳ hài nhi, thứ bảy là thời kỳ thơ ấu, thứ tám là thời kỳ niên thiếu, thứ chín là thời kỳ thanh niên cường tráng, thứ mười là thời kỳ già yếu."[1]

Lời bàn

Năm thời kỳ trước là nói các giai đoạn còn ở trong bào thai, năm thời kỳ sau là nói giai đoạn từ sau khi ra khỏi bào thai.

HÌNH DẠNG MẶT NGƯỜI GIỐNG NHƯ HÌNH DẠNG CÕI ĐẤT

Kinh Khởi thế nhân bản[2] nói rằng: "Cõi Nam Diêm-phù-đề rộng 7.000 do-tuần, hướng bắc mở rộng, hướng nam hẹp lại. Vì thế, khuôn mặt con người ở cõi ấy cũng có hình thể tương tự như hình dạng cõi đất."

Lời bàn

Địa hình châu Bắc-câu-lô có hình vuông nên khuôn mặt người ở cõi ấy cũng vuông vắn. Châu Đông Thắng Thần có địa hình tròn, nên khuôn mặt người ở cõi ấy cũng tròn trịa. Châu Tây Ngưu Hóa có địa hình như nửa mặt trăng, nên khuôn mặt người ở cõi ấy cũng phát triển to lớn ở phần trên não mà bên dưới nhỏ hẹp lại. Do đó suy rộng ra, như chim

---

1 Thật ra sách Pháp uyển châu lâm đã trích lại toàn bộ đoạn này từ kinh Đại Bát Niết-bàn (大般涅槃經), bản dịch Hán văn của ngài Đàm-vô-sấm, quyển 38, phẩm thứ 12 - Bồ Tát Ca-diếp, phần 6. Xem nguyên bản trong Đại Chánh tân tu Đại tạng kinh, tập 12, kinh số 374, bắt đầu từ dòng 16 trang 588, tờ b. Xem bản Việt dịch của Đoàn Trung Còn và Nguyễn Minh Tiến (NXB Tôn giáo - 2009), tập 7, quyển 38, trang 173-174.

2 Kinh Khởi thế nhân bản (起世因本經) đã dẫn chú trên. Xem đoạn trích này từ dòng thứ 24, trang 366, tờ b của quyển 1.

đậu trên cây, lông cánh hình giống cây; thú đi trên cỏ, lông trên thân giống như cỏ. [1]

NGƯỜI CÓ SÁU CĂN, SÁU TRẦN, SÁU THỨC

Sáu căn là mắt, tai, mũi, lưỡi, thân và ý; sáu trần là hình sắc, âm thanh, mùi hương, vị nếm, sự xúc chạm và các pháp. Khi mắt thấy hình sắc, tai nghe âm thanh, căn và trần đối nhau mà khởi sinh thức từ đó.

Lời bàn

Cùng là sáu căn đó, khi kẻ phàm phu sử dụng thì khởi sinh thành sáu tình,[2] sáu nhập, sáu cảm thọ, sáu ái nhiễm, ấy là sáu tên giặc; nhưng với hàng Bồ Tát thì đó là sáu thần thông. Như vậy có thể hiểu được việc chư thiên thấy nước là lưu ly, còn ngạ quỷ thấy nước là máu mủ, vốn cũng cùng một lẽ như vậy mà thôi.

LÀM NGƯỜI NÊN HỌC GIÁO PHÁP MƯỜI HAI NHÂN DUYÊN

Kinh Pháp Hoa dạy rằng: "Vô minh duyên nơi hành,[3] hành duyên nơi thức,[4] thức duyên nơi danh sắc,[5]

---

[1] Đây cũng có thể xem là ứng dụng cái học "cách vật" của Nho gia. (Chú giải của soạn giả)

[2] Sáu tình: khởi sinh từ sáu căn, thành nhãn tình, nhĩ tình v.v. . .

[3] *Vô minh* chỉ những phiền não si ám từ đời trước, *duyên* chỉ những nhân tố do đó mà sinh ra, *hành* là những nghiệp đã tạo, chỉ cho các nhân ngu si hôn ám từ đời trước, do đó mà tạo nghiệp. (Chú giải của soạn giả)

[4] Thức ở đây chỉ vọng niệm vừa sinh khởi lúc ban đầu, muốn vào thai mẹ. (Chú giải của soạn giả)

[5] Danh sắc ở đây chỉ sau khi vào thai mẹ, các căn bắt đầu hình thành. (Chú giải của soạn giả)

danh sắc duyên nơi sáu nhập,[1] sáu nhập duyên nơi xúc,[2] xúc duyên nơi thọ,[3] thọ duyên nơi ái,[4] ái duyên nơi thủ,[5] thủ duyên nơi hữu,[6] hữu duyên nơi sinh,[7] sinh duyên nơi già chết, khổ não, buồn đau.[8] Vô minh diệt ắt hành phải diệt, hành diệt ắt thức phải diệt, thức diệt ắt danh sắc phải diệt, danh sắc diệt ắt sáu nhập phải diệt, sáu nhập diệt ắt xúc phải diệt, xúc diệt ắt thọ phải diệt, thọ diệt ắt ái phải diệt, ái diệt ắt thủ phải diệt, thủ diệt ắt hữu phải diệt, hữu diệt ắt sinh phải diệt, sinh diệt ắt già chết, khổ não, buồn đau phải diệt."[9]

---

[1] Khi đã có sáu căn, về sau tất nhiên phải nhập với sáu trần, do đó mà gọi là sáu nhập. (Chú giải của soạn giả)

[2] Ở đây chỉ vào độ tuổi lên ba, lên bốn, khi tiếp xúc với các trần còn chưa biết gì nên chỉ gọi là xúc. (Chú giải của soạn giả)

[3] Ở đây chỉ thời kỳ khoảng 5, 6 tuổi đến 12, 13 tuổi, đã có khả năng thọ nhận, thâu nạp các trần cảnh vào tâm thức. (Chú giải của soạn giả)

[4] Ở đây chỉ từ độ tuổi 14, 15 cho đến 18, 19 tuổi, do tham muốn chạy theo âm thanh, hình sắc mà khởi tâm ái nhiễm. (Chú giải của soạn giả)

[5] Ở đây chỉ từ sau độ tuổi 20, tham dục càng mạnh mẽ, nên chạy đuổi mong cầu nơi trần cảnh không lúc nào ngừng. (Chú giải của soạn giả)

[6] Ba cõi (Tam giới) cũng được gọi là Ba cảnh có (Tam hữu), vì đời này đã có cảnh giới thiện ác, nhất định đời sau phải có sinh tử. (Chú giải của soạn giả)

[7] Đây muốn nói là trong tương lai nhất định lại phải tái sinh trong sáu đường. (Chú giải của soạn giả)

[8] Đây chỉ trong đời sống vị lai rồi cũng phải chịu cảnh già, chết. (Chú giải của soạn giả)

[9] Tuy nguyên bản nói là trích từ kinh Pháp Hoa nhưng chính xác là đoạn này được trích từ Thiêm Phẩm Diệu Pháp Liên Hoa Kinh (添品妙法蓮華經), được xếp vào Đại Chánh tân tu Đại tạng kinh, thuộc tập 9, kinh số 264. Kinh này có tổng cộng 7 quyển, do các ngài Xà-na-quật-đa và Cấp-đa cùng dịch. Đoạn trích này bắt đầu từ dòng thứ 2, trang 159, tờ c, quyển 3.

Lời bàn

Chỉ biết rằng thân này do mẹ sinh ra mà không biết cha cũng góp phần, ấy là trẻ con. Chỉ biết rằng thân này do cha mẹ trời đất sinh ra, mà không biết còn do nghiệp duyên đời trước, ấy là kẻ dung tục tầm thường.

Tôi hết sức phản đối thuyết *"trời sinh thánh nhân"*. Nếu quả trời có thể sinh được thánh nhân, ắt phải thường sinh thánh nhân. Như trời đã sinh vua Nghiêu, vua Thuấn, tại sao lại còn sinh vua Kiệt, vua Trụ? Nếu trời không ngăn được việc vua Kiệt, vua Trụ sinh ra, thì cũng không thể quyết định việc vua Nghiêu, vua Thuấn ra đời. Thế thì làm sao nói rằng trời có thể sinh ra người?

Có những kẻ cưới thêm thê thiếp, cầu khẩn nhiều nơi mà vẫn không có con; lại có những kẻ chưa kịp cưới xin, quan hệ bừa bãi, trong lòng chỉ sợ mang thai, nhưng rồi vẫn cứ mang thai; xem đó thì biết việc sinh con không chỉ là riêng do cha mẹ mà thành.

TUỔI THỌ CON NGƯỜI XƯA NAY CÓ KHÁC BIỆT

Trong Kinh nói rằng: "Vào thời tăng kiếp, khởi đầu tuổi thọ trung bình của con người được 10 năm, sau đó cứ trải qua 100 năm thì tuổi thọ lại tăng thêm được 1 năm; cứ như vậy tăng mãi cho đến khi tuổi thọ con người đạt đến 84.000 năm thì dừng. Từ đó về sau cứ trải qua 100 năm thì tuổi thọ lại giảm đi 1 năm, cứ như vậy giảm mãi cho đến khi tuổi thọ chỉ còn 10 năm là thấp nhất. Khi tuổi thọ trung bình của con người là 10 năm, lại bắt đầu tăng dần như trước. Sự biến đổi tăng giảm này cũng giống như trong năm có những lúc ngày dài đêm ngắn, lại có những lúc ngày ngắn đêm dài, cứ như vậy mà tuần hoàn mãi mãi không dứt."[1]

Lời bàn

Đức Thích-ca Như Lai ra đời vào lúc tuổi thọ trung bình của con người là 100 năm, nên vào đời vua Thành Khang rất nhiều người sống thọ đến gần trăm tuổi, như Vũ Vương thọ 93 tuổi, Văn Vương thọ đến 97 tuổi. Thời Đường Ngu trước Văn Vương hơn ngàn năm, nên tuổi thọ tăng hơn 10 năm,[2] vua Vũ thọ 106 tuổi, vua Thuấn thọ 110 tuổi, vua Nghiêu thọ đến 117 tuổi. Đế Khốc trị vì đến 70 năm, như vậy có thể đoán là tuổi thọ cũng rất cao. Chuyên Húc trị vì đến 78 năm, so với Đế Khốc còn cao hơn. Thiếu Hạo trị vì 84 năm, so với Chuyên Húc lại cao hơn nữa. Hoàng Đế trị vì 100 năm, so với Thiếu Hạo là tuổi thọ phải cao hơn. Viêm Đế ở ngôi đến 140 năm, so với Hoàng Đế lại càng cao hơn nhiều. Từ đó suy ra trước thời Phục Hy có kỷ Nhân Đề, kỷ Tuần Phi, kỷ Tự Mệnh v.v...[3]

---

[1] Ở đây không nói rõ là kinh nào, nhưng chúng tôi tìm thấy nội dung tương tự trong sách Phật Tổ thống kỉ (佛祖統紀) do ngài Chí Bàn soạn vào đời Tống, tại trang 299, tờ a, quyển 30. Sách này có tổng cộng 54 quyển, được xếp vào Đại Chánh tân tu Đại tạng kinh ở tập 49, kinh số 2035.

[2] Theo đây mà xét thì chúng ta đang ở trong giai đoạn tuổi thọ giảm dần.

[3] Các tên kỷ ở đây thuộc về 10 kỷ (Thập kỷ). Theo truyền thuyết từ thời cổ đại thì từ khi trời đất mới hình thành, Nhân Hoàng giữ ngôi trị dân, cho đến năm thứ 14 triều Lỗ Ai Công vào đời Xuân Thu (480 trước

trở ngược đến thời Nhân Hoàng[1] trị dân, chẳng biết đã mấy mươi vạn năm qua, nên anh em Nhân Hoàng có 9 người, cộng chung cả triều đại truyền đến 45.600 năm. Trở ngược đến thời Địa Hoàng rồi Thiên Hoàng, cũng không biết là bao nhiêu vạn năm, nên cả 2 vị ấy đều có tuổi thọ đến 18.000 năm.

Những điều trên đều được truyền lại trong sử sách, có thể khảo chứng rõ ràng. Các nhà Nho đời sau thấy nói về tuổi thọ ngày xưa đến mấy vạn năm cho là hoang đường, liền hết sức nỗ lực chỉnh sửa, loại bỏ đi những điều như thế, quả thật là kiến thức quá hẹp hòi. Những người viết sử thời xưa ghi chép truyền lại các điều ấy không phải là vô căn cứ. Khổng tử sinh vào thời nhà Chu suy vi, vẫn có thể thấy được những chỗ thiếu sót của người chép sử, huống chi các vị sử thần từ thời Đường Ngu về trước, lẽ nào lại dối trá ghi chép những điều vô nghĩa vào chánh sử hay sao?

Than ôi, mắt không nhìn thấy con gấu to, lại cho đó là con ba ba có 3 chân, ấy thật không phải vật quái lạ, mà do kiến thức của người chưa đầy đủ. Từ thời Chu Chiêu Vương đến nay lại đã trải qua 3.000 năm nữa, tuổi thọ trung bình của con người giảm thêm 30 năm, vì thế hiện nay xét thấy những người có tuổi thọ cao cũng đều ở mức trên dưới 70 tuổi. Đọc qua nhiều sách vở, mới thấy những lời trong kinh Phật là đúng thật.

Công nguyên), cộng cả thảy là 2.760.000 năm, phân chia thành 10 kỷ, bao gồm các kỷ mang tên: Cửu Đầu, Ngũ Long, Nhiếp Đề, Hợp Lạc, Liên Thông, Tự Mệnh, Tuần Phi, Nhân Đề, Thần Thông, Sở Cật.

[1] Nhân Hoàng là vị vua thứ ba trong truyền thuyết Trung Hoa. Trước ông là Địa Hoàng (thứ hai) và Thiên Hoàng (thứ nhất).

Hàn Xương Lê[1] trong bài *"Phật cốt biểu"* nói rằng: "Đời thượng cổ không có Phật mà người ta sống thọ, đời sau có Phật mà người ta yểu mạng hơn." Nói như vậy là đâu biết rằng hiện nay đang thời giảm kiếp? Vào thời tuổi thọ con người đến 80.000 năm thì 500 tuổi mới tính chuyện dựng vợ gả chồng. Thời đầu nhà Chu, 30 tuổi mới lập gia đình. Hiện nay, chưa quá tuổi 15 đã tơ tưởng chuyện ái tình, miệng còn hôi sữa đã nói ra toàn những lời tục tĩu!

THÂN NGƯỜI XƯA NAY CÓ KHÁC BIỆT

Trong thời giảm kiếp, cứ trải qua 100 năm thì thân thể lại ngắn đi 1 tấc, qua 1.000 năm ắt ngắn đi 1 thước.[2] Vào thời đức Thích-ca Như Lai ra đời, thân người cao trung bình 8 thước.[3] Đến nay[4] đã trải qua hơn 2.000 năm, thân người ngắn đi 2 thước, nên hiện nay chiều cao trung bình chỉ vào khoảng trên dưới 6 thước. Nói chung, khi tuổi thọ trung bình tăng lên ắt thân người cũng theo đó mà cao lớn hơn, khi tuổi thọ trung bình giảm, ắt thân người cũng theo đó mà

---

[1] Tức Hàn Dũ (韓愈), một người có văn tài nhưng phản bác đạo Phật. Ông nổi tiếng với bài văn tế đuổi được cá sấu. Bài Phật cốt biểu ông viết năm 819, dâng lên vua Đường Hiến Tông để can ngăn việc vua tổ chức rước Xá-lợi Phật. Hiến Tông nổi giận ra lệnh xử tử, nhờ có một số các quan hết sức xin cho nên mới thoát chết, nhưng bị giáng chức xuống làm Thứ sử ở Triều Châu, một vùng rất xa xôi hẻo lánh.

[2] Các đơn vị tấc, thước, trượng được dùng ở đây là đơn vị đo lường thời cổ của Trung Hoa. Mỗi trượng bằng 10 thước, mỗi thước bằng 10 tấc. Mỗi tấc chỉ tương đương khoảng 3 cm.

[3] Hóa thân của đức Phật cao 1 trượng 6 thước. (Chú giải của soạn giả)

[4] Tức vào thời tiên sinh An Sĩ (1656-1739).

thấp bé hơn. Cho đến sau thời kỳ phát sinh thiên tai dịch bệnh, tuổi thọ con người càng gần mức thấp nhất, thân người lại càng thấp bé hơn, chỉ khoảng hai gang tay, hoặc ba gang tay, có thể dùng những loại lúa đề, lúa bại[1] mà cho là lương thực tốt nhất; để tóc dài che thân, xem đó là y phục đẹp nhất; những dụng cụ dùng thường ngày đều chế tác theo hình dạng của binh khí như đao kiếm, côn trượng...[2]

Lời bàn

Có người khai quật ngôi mộ cổ trước thời Tùy Đường, tìm thấy bộ xương người rất lớn, so với bộ xương của người đời nay dài hơn đến 2 thước. Tôi có khảo cứu trong sách "Thiên nhân cảm thông ký", thấy viết rằng: "Di chỉ nền kinh đô nước Thục trước đây, nằm trên núi Thanh Thành, hiện nay là đất Thành Đô, xưa kia vốn là một vùng biển cả."

Xưa vào thời đức Phật Ca-diếp,[3] có người đi theo dòng sông Tây Nhĩ,[4] khi thuyền ngang qua vùng này bỗng thấy trên bờ có một con thỏ, liền giương cung bắn, không biết rằng thỏ ấy vốn là thần biển hóa thành. Thần biển nổi giận, liền quật tung chiếc thuyền ấy lên, lật úp xuống, khiến cho đất cát lấp cạn

---

[1] Lúa đề (稊), lúa bại (稗), là những giống lúa có hạt cực nhỏ.

[2] Hiện nay, những trâm cài tóc, bông tai. . . của phụ nữ cũng thường được làm theo hình dạng như cây đao, lưỡi búa. . . (Chú giải của soạn giả)

[3] Đức Phật Ca-diếp là một trong 7 vị Phật quá khứ, ra đời trước đức Phật Thích-ca, vào lúc tuổi thọ trung bình của con người là 20.000 năm.

[4] Xưa kia gọi là đầm Diệp Du, ngày nay là Nhị Hải, cũng gọi là Tây Nhĩ Hải, nằm về phía đông huyện Đại Lý, tỉnh Vân Nam.

khúc sông ấy mà thành đất bằng. Đến triều Tấn, có vị tăng thấy vùng đất ấy có nhiều kẻ nứt, liền theo vết nứt mà đào xuống tìm được nhiều bộ xương người cùng với đáy thuyền. Những bộ xương người đều dài đến hơn 3 trượng. Đó là vì vào thời đức Phật Ca-diếp thì tuổi thọ trung bình của con người đến 20.000 năm.

Tôi cũng có đọc sách "Khổng lý ký", thấy có đoạn viết: "Đôi dép của Khổng tử, theo đơn vị đo lường hiện nay dài một thước ba tấc." Như vậy có thể thấy, bàn chân của Khổng tử hoàn toàn không giống như bàn chân của người hiện nay. Tôi lại đọc thấy trong sách "Chu lễ" nói rằng "cán rìu dài 3 thước, bề ngang 3 tấc", như vậy cho thấy cánh tay của người thời đó không giống với cánh tay của người thời nay. Cho đến y phục, dụng cụ, chén bát... của con người cách nay trăm năm, chắc chắn cũng đều to lớn hơn so với hiện nay. Há chẳng phải là do thân người dần dần nhỏ đi nên vật dụng cũng theo đó mà nhỏ hơn đó sao?

PHƯỚC BÁO CỦA CON NGƯỜI XƯA NAY CÓ KHÁC BIỆT

Con người quan trọng nhất là đức hạnh, nhờ đó mới có phước báo. Sau khi tuổi thọ trung bình giảm dần thì hết thảy mọi điều khác đều sút giảm, đức hạnh cũng theo đó mà suy giảm, phước báo mất dần đi. Có thể kể sơ lược ra đây như là bảy món báu[1] sẽ mất dần; ngũ cốc thu hoạch dần dần ít hơn; chuyện ăn mặc ngày càng khó

---

[1] Bảy món báu: gồm vàng, bạc, lưu ly, pha lê, xa cừ, xích châu và mã não.

kiếm đủ hơn; hình thể dung nhan ngày càng xấu xí hơn; năng khiếu bẩm sinh ngày càng hôn ám, ngu muội hơn; tinh thần dần suy nhược hơn; phong tục ngày càng cao ngạo hơn; thân quyến ngày càng ít hòa thuận nhau hơn; thuế khóa, sai dịch ngày càng nặng nề, khắc nghiệt hơn; các tai nạn như lửa cháy, nước lụt, trộm cướp ngày càng hoành hành mạnh mẽ hơn; pháp Phật dần dần bị suy tàn; người hiền ngày càng suy tổn; các nhà Nho chân chính ngày càng hiếm thấy; những kẻ báng bổ Phật pháp ngày càng phát triển mạnh; những người giàu có ngày càng keo kiệt, bủn xỉn hơn...

Lời bàn

Sách vở ngôn từ của thế tục hẳn có những lúc không đúng thật, nhưng những gì được trích ra từ Kinh điển thì mỗi chữ mỗi câu luôn được chứng minh đúng đắn. Xét như vào thời Tam đại, người người đều sử dụng vàng ngọc để trao đổi tính toán, số lượng rất nhiều, chưa từng sử dụng toàn bạc nén. Cho đến triều Hán về sau mới bắt đầu dùng bạc làm tiền tệ.[1] Nhưng lúc đó các nước nhỏ cũng vẫn còn sở hữu được các loại trân bảo quý giá như ngọc dạ quang, châu chiếu thừa,[2] không đến nỗi quá hiếm thấy như ngày nay. Ngày nay phải sử dụng loại bạc phẩm chất kém, lại thường cho đồng đỏ vào bên trong, ấy là vì bạc trắng tốt không đủ dùng nên phải dùng thêm đồng thay

---

[1] Đại thần thời Hán Vũ Đế là Tang Hoành Dương dùng bạc đúc thành tiền. (Chú giải của soạn giả)

[2] Ngọc dạ quang, châu chiếu thừa đều là những loại châu ngọc có khả năng tự phát sáng.

bạc. Như thế chẳng phải đúng là bảy món báu mất dần đi đó sao?[1]

Một trăm mẫu[2] ruộng vào đời nhà Chu chỉ tương đương với 22 mẫu thời nay.[3] Số lượng thu nhập từ 22 mẫu đó có thể nuôi ăn được 9 người. Sức ăn của mỗi người thời xưa lên đến một đấu gạo,[4] số lượng mỗi người ăn hết trong một năm ước chừng hơn 70 thạch của ngày nay,[5] 9 người phải mất hơn 600 thạch, tính ra mỗi mẫu ruộng có thể thu hoạch được khoảng hơn 30 thạch. Ngày tôi còn nhỏ được biết ở quê tôi mỗi mẫu ruộng chỉ thu hoạch được khoảng 3 hay 4 thạch. Kể từ năm Quý Hợi[6] đời Khang Hy trở về sau, mỗi mẫu ruộng trước đây thu hoạch được 3 thạch đều sút giảm, không còn thu hoạch được đến số ấy. Như thế chẳng phải đúng là ngũ cốc thu hoạch dần dần ít hơn đó sao?[7]

---

[1] Người xưa nói bách kim (百金) tức là chỉ 100 nén vàng. Hán Văn Đế nói rằng: "Tài sản của 10 hộ dân thuộc loại trung bình là 100 nén vàng." (mỗi nén là 10 lượng) Xem trong sách "Tôn tử binh pháp", quyển thượng, có viết rằng: "Sử dụng 100.000 quân, mỗi ngày chi phí hết ngàn vàng." Nếu như ngàn vàng đó mà hiểu là ngàn lượng vàng, thì tài sản trung bình của mỗi người dân đời Hán chỉ đạt số 10 lượng vàng, mà chi phí lương thực khí giới cho mỗi một người lính trong một ngày chỉ dùng đến một phần mười lượng vàng, liệu như vậy có hợp lý chăng? (Chú giải của soạn giả)

[2] Đơn vị đo lường ngày xưa, mỗi mẫu là một diện tích vuông vức 4 cạnh đều bằng 60 trượng, không giống như mẫu tây hay hecta ngày nay.

[3] Tức vào thời tiên sinh An Sĩ.

[4] Mỗi đấu bằng 10 thăng.

[5] Mỗi thạch bằng 10 đấu. Nếu tính theo như giai đoạn về sau thì mỗi thăng tương đương khoảng 1 lít, nên mỗi thạch bằng khoảng 100 lít. Nhưng nếu tính theo trọng lượng thì mỗi thạch bằng 120 cân.

[6] Tức năm 1683.

[7] Vào khoảng các niên hiệu Long Khánh, Vạn Lịch triều Minh, có người trong lúc tu sửa chùa Tiến Nghiêm ở Côn Sơn, tìm được trong đống

Vào thời cổ, nước nào không tích chứa nhu yếu đủ dùng được đến 10 năm thì gọi là "không sung túc", không đủ dùng được đến 6 năm thì gọi là ở mức "nguy cấp". Như vào thời hưng thịnh của hai triều Hán Đường, so ra cũng chỉ là "không sung túc". Còn như hiện nay, chỉ cầu mong cho được đến mức "nguy cấp" của xưa kia mà còn không thể được! Như thế chẳng phải đúng là chuyện ăn mặc ngày càng khó kiếm đủ hơn đó sao?

Vào thời cổ, các bậc vua chúa công hầu cao quý vẫn thường hạ mình tìm đến giao du với các bậc ẩn sĩ nơi thâm sơn cùng cốc; hàng khanh tướng được người tôn kính vẫn chịu khó nhọc đi bộ mà không ngồi xe. Hiện nay thì khác, người vừa mới phụng mệnh làm quan đã lập tức lên mặt khinh miệt những kẻ tri giao bằng hữu, còn bọn sai nha tiểu tốt cũng ngang nhiên ngồi xe che lọng. Như thế chẳng phải đúng là phong tục ngày càng cao ngạo hơn đó sao?

Vào thời cổ, các bậc cao tăng khi đến gặp vua, vua không dám gọi thẳng bằng tên, mà khi ban chiếu thư cũng tôn kính gọi là thầy. Đường Thái Tông soạn bài tựa "Tam tạng Thánh giáo tự", hết lòng bày tỏ sự khâm phục, tôn sùng Phật giáo. Khi Pháp sư Huyền Trang thị tịch, Đường Cao Tông hay tin liền nói với các quan hầu cận rằng: "Trẫm đã mất đi một báu vật của quốc gia." Liền ngưng việc triều chính trong 5

---

ngói cổ một vật tượng hình bó lúa, quả thật là cổ vật từ đời Đường. Bông lúa nhìn thấy dài đến hơn một thước, theo đó mà ước tính thì mỗi mẫu ruộng phải thu hoạch đến hơn 10 thạch. Bông lúa ngày nay không dài quá 4 tấc. (Chú giải của soạn giả)

ngày.[1] Niên hiệu Cảnh Long năm thứ 2 đời Đường Trung Tông,[2] vua sắc cho Cao An sai Thôi Tư Lượng lo việc nghênh tiếp Đại sư Tăng-già đến kinh đô, nhà vua cùng với trăm quan đều cúi đầu tự xưng là đệ tử.[3] Niên hiệu Hiển Khánh năm thứ nhất đời vua Đường Cao Tông,[4] vua ban sắc chỉ rằng, tất cả tăng ni trong nước nếu có vi phạm vào pháp luật, phải áp dụng theo giới luật nhà Phật mà xử trị, không được xử giống như dân thường.[5] Vào triều Tống Chân Tông, vua ban chiếu lệnh cho dân trong nước phải tránh không được gọi tên húy của thiền sư Chí Công, phải xưng là Bảo Công.[6]

Đời Tống, các vua Thái Tổ, Thái Tông, Chân Tông, Nhân Tông, Cao Tông, Hiếu Tông thảy đều ủng hộ phát triển mạnh mẽ Phật pháp, có lúc các vua thân hành lễ bái nơi chùa chiền, có khi lại cung thỉnh chư tăng vào hoàng cung thuyết pháp, đều là những việc làm hưng thạnh Phật pháp. Ngày nay những kẻ trí thức thường cao ngạo bướng bỉnh, đa số khi gặp tượng Phật không lễ bái, gặp bậc cao tăng cũng không kính lễ. Như thế chẳng phải đúng là pháp Phật dần dần bị suy tàn đó sao?

---

[1] Xem Cao tăng truyện. (Chú giải của soạn giả)

[2] Tức năm 708.

[3] Trích từ các sách "Kim thang biên" và "Thống kỷ". (Chú giải của soạn giả)

[4] Tức năm 656.

[5] Trích từ sách "Đường thư".

[6] Xem trong sách "Chí Công thiền sư hậu hành trạng" (誌公禪師後行狀). Sách này do thân phụ của Trương Nam Hiên là Trung Hiếu Công biên soạn.

Khổng tử, Nhan Hồi xây dựng sự nghiệp giáo hóa chỉ quý trọng việc tự thân thực hành, không xem trọng việc nói nhiều; nhấn mạnh ở việc tự sửa đổi hoàn thiện bản thân, xem nhẹ việc chỉ trích người khác. Mạnh tử phản bác Dương Chu, Mặc Địch, đó là chuyện vạn bất đắc dĩ, cũng ví như các vị thuốc đại hoàng, ba đậu,[1] thầy thuốc giỏi chỉ thỉnh thoảng mới dùng đến một lần, không thể mỗi ngày đều dùng. Ngày nay, những kẻ thư sinh còn chưa đỗ đạt, góp nhặt được năm ba câu nghị luận phỉ báng Phật pháp đã tự xem mình như Trình, Chu[2] tái thế. Lại có những đám trẻ con miệng còn hôi sữa, chỉ quen thói khoa trương khoác lác lại tự ý chủ trương lập ra học phái này nọ. Như thế chẳng phải đúng là các nhà Nho chân chính ngày càng hiếm thấy đó sao?

Nay chỉ nêu lên mấy việc như thế, còn những điều khác đều có thể so sánh suy luận để thấy rõ.

NGƯỜI CHẾT CÓ SÁU ĐIỀU NGHIỆM BIẾT ĐƯỢC

Nếu muốn biết một người sau khi chết sinh về đâu, chỉ cần quan sát vùng hơi ấm cuối cùng trên thân thể lúc lâm chung.

Nếu phần dưới thân thể lạnh dần trước, hơi ấm dồn lên đỉnh đầu, ắt là người đó đã chứng đắc quả vị, quyết định thoát khỏi sinh tử.

---

[1] Đại hoàng và ba đậu là những vị thuốc phải thận trọng khi dùng vì có thể gây các tác dụng không tốt nếu dùng thường xuyên. Hai vị này có thể kết hợp để trị chứng kiết lỵ đi tiêu ra máu.

[2] Chỉ cho hai anh em Trình Di, Trình Hạo và Chu Hy.

Nếu hơi ấm dồn lại nơi khoảng giữa hai chân mày, người ấy ắt sẽ tái sinh lên cõi trời.

Nếu hơi ấm dồn lại nơi khoảng vùng bên trên trái tim, người ấy sẽ tái sinh cõi người.

Nếu phần trên thân thể lạnh dần trước, hơi ấm dồn về nơi vùng bụng, người đó ắt sinh vào cảnh giới ngạ quỷ.

Nếu hơi ấm dồn lại nơi hai đầu gối, ắt phải sinh làm súc sinh.

Nếu hơi ấm dồn lại dưới hai lòng bàn chân, ắt phải sinh vào địa ngục.

LUẬN VỀ ĐỜI TRƯỚC

Người sinh ra ở đời, hoặc từ các cõi trời sinh đến, hoặc từ trong cõi người tái sinh, hoặc từ các loài vật khác, hoặc từ các cảnh giới a-tu-la, ngạ quỷ, địa ngục mà tái sinh. Chỉ cần quan sát tướng mạo, thân hình, cung cách nói năng động tịnh thì có thể biết rõ được. Chỉ sợ rườm rà nên không nêu rõ chi tiết ở đây.

VU CÔNG XỬ ÁN, XÂY CỔNG LỚN ĐỢI XE BỐN NGỰA

Giảng rộng

Trong 6 câu từ đây trở đi, Đế Quân lựa chọn ngẫu nhiên đưa ra 4 trường hợp chứng minh về nhân quả để làm nền tảng cho 2 câu dưới là: *"Muốn tạo ruộng phước rộng sâu, ắt phải dựa vào một tấm lòng này."*

"Giúp người, cứu kiến" là gieo trồng ruộng phước theo cách thuận; "Xử án, chôn xác rắn" là gieo trồng ruộng phước theo cách nghịch. Xử án vốn là việc mang điều dữ đến cho người, nhưng ngược lại có thể giúp "xây cổng lớn đợi xe bốn ngựa", là vì sao? Đó là vì Vu Công giữ chức quan coi ngục xử án, nhưng tấm lòng của ông lại không phải là tấm lòng hung hăng trong việc coi ngục xử án. "Cổng lớn" của nhà ông vốn được xây nên chính từ tấm lòng hiền thiện của ông.

Mạng người có quan hệ đến ý trời, việc đưa ra phán quyết xử án là cực kỳ quan trọng, nếu xem lại dù chỉ có chút sai sót nhỏ thì hối tiếc cũng không còn kịp nữa. Trong chúng ta nếu có ai phải vâng lệnh làm công việc xử án, ắt phải hết sức lưu tâm tỉnh táo trong từng giây phút, xử sự phải cẩn trọng như đứng bên bờ vực, như giẫm trên lớp băng mỏng, nguy hiểm chết người; phải biết sợ sệt như có trời đất quỷ thần đang đưa mắt giận dữ theo dõi mình; như cha mẹ, vợ con, thân quyến của bị cáo đang kêu gào khóc lóc oán hận nhìn mình.

Không thể khinh suất theo ý riêng mà lạm dụng các điều luật quá tàn khốc, nghiêm khắc; không thể dễ dàng nghe theo lời nói sai lầm của thuộc cấp; không thể lạm dụng nhục hình tàn khốc bức bách tội nhân phải nhận tội; không thể hối hả phân xử qua loa rồi kết án một cách vụng về tắc trách; không thể ỷ vào sự sáng suốt thông minh của mình mà ức đoán sự việc; không thể vì nhận lời ủy thác, nhờ cậy hay thỉnh cầu của người khác mà bẻ cong lý lẽ, lạm dụng hình luật nghiêm khắc; không thể vâng lệnh hoặc thuận theo ý muốn của cấp trên; không thể chỉ hoàn toàn dựa theo những lời bẩm báo từ cấp dưới.

Không thể vì sự ngay thẳng chính trực của nguyên cáo mà khởi tâm thiên vị nổi giận với bị cáo; không thể nhân lúc có men rượu mà lạm dụng quyền uy, hình phạt. Nếu không chứng minh được bị cáo vô tội, theo luật phải lãnh án, không được tùy tiện tăng thêm hình phạt roi vọt. Nếu không phải tội thực sự nghiêm trọng, không được khinh suất tống giam tù ngục.

Đối với các trường hợp cố tình vu cáo người khác, phải theo đúng luật nghiêm trị để răn dạy. Phân xử dứt khoát rạch ròi những trường hợp thực sự liên lụy đến vụ án để làm yên lòng những người lương thiện. Bị cáo triệu tập đến lúc nào thì thẩm vấn, tra xét ngay lúc ấy, không được để dây dưa kéo dài, hẹn sang ngày khác, khiến người phải đi lại nhiều lần. Đối với những vụ kiện có người đứng trung gian khiếu tố thì thẩm tra tìm hiểu xong phải lập tức tiến hành tạm giữ, tra xét, không tạo điều kiện dây dưa để đôi bên nguyên, bị tiếp tục đấu đá nhau khiến cho người ngoài được thủ lợi.

Tốt nhất là bất cứ lúc nào có thể được thì nên khuyến khích sự thương lượng hòa giải giữa đôi bên, lấy đó làm biện pháp để giải trừ tội lỗi. Trên công đường làm vẻ mặt nghiêm khắc là vì muốn cho kẻ sai lầm phải hồi tâm thú nhận tội lỗi, thật không phải giả dối. Làm quan được xưng tụng thanh liêm là điều cao quý, lại càng phải thêm đức khoan thứ nhân hậu. Có thể giữ được sự điềm tĩnh tự chế là khí độ lớn lao, lại càng phải thêm đức tinh chuyên cần mẫn.

Học theo đức độ khoan nhân khi sử dụng hình phạt, nên giảm nhẹ sự đau đớn cho người. Thấy người đang bị giam cầm lao ngục phải khởi lòng thương, nên nghiêm cấm và trừng phạt những thuộc cấp đối xử tàn bạo hung ác với tội nhân. Phải quan tâm đến việc ăn uống của tội nhân, luôn được đầy đủ và đúng giờ, không trễ nãi. Đối với những tội nhân đã phán quyết tử hình, phải dốc lòng hết ý tìm cầu chứng cứ có thể giúp miễn tội chết; không được đối với những trường hợp có thể giữ mạng sống lại cố phán tội chết.

Đối với tội nhân đã cao niên, nên khởi tâm xem như chú, bác của mình; đối với tội nhân xấp xỉ tuổi mình, nên khởi tâm xem như anh em một nhà; đối với những tội nhân còn ít tuổi, nên khởi tâm xem như con cháu của mình. Trên thì luôn suy ngẫm phải hành xử thế nào để hài lòng ông bà tổ tiên đời trước; dưới thì luôn nhớ nghĩ phải làm sao để tích lũy âm đức che chở cho con cháu đời sau.

Tuy chỉ tạm mượn chức quan, nhưng tận tâm tận lực hành xử được như thế ắt có thể cứu nhân độ thế, đâu chỉ là "xây cổng lớn đợi xe bốn ngựa" mà thôi?[1]

Trưng dẫn sự tích

XỬ ÁN CÔNG BÌNH KHOAN THỨ[2]

Niên hiệu Trinh Quán thứ nhất đời nhà Đường,[3] ở Thanh Châu có vụ mưu phản, người bị bắt giam đầy trong ngục, vua ban chiếu sai Tiết Nhân Sư tra xét vụ án này.

Nhân Sư vừa đến liền truyền tháo bỏ hết gông cùm, cho phạm nhân ăn uống no đủ, tắm gội sạch sẽ, sau đó chỉ trừng trị một số tên cầm đầu trong vụ ấy mà thôi. Tôn Phục Già ngờ rằng số người được tha bổng quá nhiều, Nhân Sư liền nói: "Trong việc xử án cần phải lấy điều nhân nghĩa khoan thứ làm căn bản, sao có thể chỉ vì muốn tránh tội cho bản thân mình mà biết người khác bị oan không cứu? Nếu quả như làm thế mà trái ý hoàng thượng thì dù phải hy sinh mạng sống này tôi cũng vui lòng."

---

[1] Nguyên bản có đưa vào đây mục Thận hình đồ nói về những trường hợp cần hạn chế các biện pháp tra tấn, nhục hình, nhưng xét vì ngày nay trên thế giới cũng như Việt Nam đều theo khuynh hướng hủy bỏ hoàn toàn mọi hình thức tra tấn (qua Công ước chống tra tấn) nên nội dung này không còn phù hợp nữa, chúng tôi đã lược đi.

[2] Trích từ sách Đường thư. (Chú giải của soạn giả)

[3] Tức là năm 627.

Sau vua cho người thẩm tra lại vụ án ấy lần nữa, quả nhiên những người được Nhân Sư tha bổng đều đã bị bắt oan.

Lời bàn

Quan Tư Khấu cai quản hình ngục là Cung Chi Lộc dâng sớ tâu lên rằng: "Xưa nay việc xử án sai lầm xử nhẹ hơn so với tội trạng, so ra không nghiêm trọng bằng việc kết án oan sai người vô tội. Nay vâng mệnh khảo xét quan lại phụ trách xử án, thấy trưng dẫn điều luật không phù hợp, kết án qua loa khinh suất thì lập tức luận tội. Xét thấy quan lại chỉ nghĩ đến đường công danh của bản thân họ mà không hề nghĩ đến tính mạng người khác, đối với những vụ án cần phải xem xét nghị án lần nữa, thì lại chọn cách an ổn cho mình nên đẩy phạm nhân vào chỗ chết. Như khi thừa mệnh tra xét quan lại mà thấy quả thật đã để tình riêng làm sai lệch phép nước thì nên trị tội. Còn những trường hợp phán quan xử nhẹ hơn hoặc quyết định tha bổng chưa thỏa đáng thì nên tha thứ, miễn xử phạt. Như vậy có thể khiến cho quan lại bớt đi mối lo lắng khi xử án, mà việc xử án cũng thêm phần nghiêm minh và hợp với đạo lý."

Tiên sinh Cung Chi Lộc quả thật nhân hậu biết bao! Ngày sau ắt sẽ được hưng long thịnh vượng.

BIỆN GIẢI CHO TÙ BỊ OAN[1]

Lưu Túc làm quan vào triều Kim,[2] có người ăn trộm

---

[1] Trích từ sách Kim sử - 金史. (Chú giải của soạn giả)

[2] Triều Kim do tộc người Nữ Chân sáng lập, cầm quyền vào khoảng những năm 1115 đến 1234, tồn tại song song với triều Nam Tống ở Trung Hoa.

lụa là, châu báu trong công khố. Kẻ trộm còn chưa bị bắt, nhưng lại bắt được người môi giới bán châu báu cùng thuộc hạ giữ kho liên đới cả thảy 11 người. Hình bộ thụ lý, quyết định xử tử hình tất cả. Lưu Túc nói: "Trong vụ này vẫn chưa bắt được tội phạm chính, giết những người này như vậy là oan uổng."

Vua Kim nổi giận không muốn nghe. Lưu Túc nỗ lực hết sức để biện giải sự việc, nhờ đó mà không một người nào phải chết. Về sau Lưu Túc được phong Hình Quốc Công.

Lời bàn

Việc hóa giải oan tình cho kẻ bị hàm oan, có ai lại không muốn? Chỉ là vì không khỏi lo sợ chọc giận cấp trên, lại sợ trái ý gây hiềm khích với quan viên cộng sự, vì thế mà trong lòng muốn nói nhưng không dám nói ra. Huống chi là việc can gián trái ngược ý vua, khác nào như vuốt râu hùm, dám động đến oai trời? Tấm lòng cương trực của Lưu Túc khi dám làm việc ấy, quả không mấy ai sánh nổi.

BA CON ĐỀU VINH HIỂN[1]

Thạnh Cát làm quan Đình Úy vào triều Minh, việc xử án chưa từng để vụ nào phải kéo dài hay oan uổng. Mỗi độ đông về là lúc định lại danh sách tù nhân, người vợ cầm đuốc đứng bên soi cho, Thạnh Cát tay cầm sổ ghi tên tù nhân mà rơi nước mắt. Người vợ bảo ông rằng: "Ông vì thiên hạ giữ việc thi hành pháp luật,

---

[1] Trích từ sách Khuyến trừng lục -勸懲錄. (Chú giải của soạn giả)

không được kết tội oan uổng cho người, mới tránh cho con cháu mai sau không phải gặp tai ương.”

Làm quan Đình Úy được 12 năm, dân chúng đều xưng tụng là công bình, khoan thứ. Một hôm bỗng có con chim khách trắng đến làm tổ nuôi con trên cây đại thụ ngay trước sân nhà Thạnh Cát, mọi người đều cho đó là điềm lành. Sau Thạnh Cát sinh được 3 người con trai, thảy đều vinh hiển.

Lời bàn

Đường Thái Tông từng nói với các quan hầu cận rằng: “Thời xưa khi phải tử hình tội nhân thì bậc quân vương ngưng việc tấu nhạc trong cung, giảm bớt món ăn thường nhật. Ta vốn đã không thường tổ chức vũ nhạc trong cung, nhưng mỗi lần như vậy đều bỏ không ăn thịt uống rượu.” Những kẻ đang làm quan, sao có thể không biết đến việc ấy?

KHÔNG BẮT BỚ PHỤ NỮ[1]

Vương Khắc Kính làm quan Diêm Vận Sứ[2] vùng Lưỡng Triết.[3] Vùng Ôn Châu cho áp giải tội phạm đến, trong số đó có một phụ nữ cũng bị áp giải chung. Vương Khắc Kính nổi giận quát: “Sao có thể áp giải phụ nữ cùng đi trên đường xa ngàn dặm, phải chung đụng với quân binh sai dịch hỗn tạp như thế này? Từ nay về sau không được bắt bớ phụ nữ nữa.” Sau đó liền cho bổ sung thành điều lệnh như thế.

---

[1] Trích từ sách Bất khả bất khả lục - 不可不可錄. (Chú giải của soạn giả)

[2] Quan chủ quản việc liên quan đến sản xuất và vận chuyển muối.

[3] Lưỡng Triết: chỉ chung 2 tỉnh Triết Đông và Triết Tây.

Lời bàn

Một cơn giận của Vương Khắc Kính thật đầy lòng nhân hậu, bảo toàn được cho rất nhiều phụ nữ không phải chịu cảnh ô nhục. Từ đó mà suy ra, không chỉ riêng phụ nữ, mà cả những đối tượng như người già yếu, suy nhược, bệnh tật, tàn phế, cho đến tăng ni, đạo sĩ, những người có danh phận thể diện, hết thảy đều không nên đối đãi khinh suất.

HÀNH PHÁP NGHIÊM KHẮC KHÔNG CON NỐI DÕI[1]

Vào cuối đời nhà Minh, châu Cao Bưu có người họ Từ, làm quan đến chức Quận thủ,[2] thanh liêm chính trực, nghiêm giữ theo pháp luật. Thuộc cấp dưới quyền mỗi khi sai hạn một ngày đều phải bị phạt đánh 5 trượng. Có một người trễ hạn 6 ngày, theo luật phải chịu 30 trượng, van xin không được, cuối cùng bỏ mạng trong khi bị đánh. Người ấy có đứa con còn nhỏ tuổi, nghe tin kinh hãi, xúc động quá mà chết. Người vợ đau buồn thảm thiết, treo cổ tự vẫn.

Đến khi họ Từ mãn quan về quê, chỉ có một đứa con, hết sức thương yêu. Bỗng nhiên đứa con ngã bệnh, nói với cha: "Có người đuổi bắt con." Trong chốc lát lại đổi giọng chửi mắng: "Tao có tội gì lớn chứ? Sao giết cả nhà tao ba mạng?" Vừa nói xong thì chết. Họ Từ sau đó không con nối dõi.

---

[1] Trích từ sách Công quá cách - 功過格 (Chú giải của soạn giả)

[2] Quận thủ: chức quan đứng đầu một quận.

Lời bàn

Các quan thanh liêm phần lớn không để lại phước đức cho con cháu, đại thể thường là do giữ theo hình pháp quá nghiêm khắc. Họ Từ khi còn đang làm quan, lẽ nào chẳng tự cho mình là thưởng phạt hết sức nghiêm minh? Thế mà kết quả thuộc cấp dưới quyền cả nhà 3 người phải chết thảm, rồi chính đứa con mình cũng chết theo. Đáng thương thay!

HỌ ĐẬU GIÚP ĐỠ MUÔN NGƯỜI, MỘT CỘI SINH NĂM CÀNH QUẾ

Giảng rộng

Giúp người cũng có rất nhiều phương thức. Người đói thiếu thì giúp cho thức ăn, kẻ rét mướt thì giúp quần áo mặc, người có bệnh thì cấp phát thuốc men, người túng quẫn thì giúp cho tiền bạc, gặp khi tối tăm thì giúp đèn lửa, gặp người đấu đá sát phạt nhau thì khuyến khích hòa giải, gặp kẻ ngu khờ thì dẫn dắt theo đường trí tuệ... những việc như vậy đều gọi là giúp người. Mỗi giây mỗi phút đều khởi tâm nhân từ khoan hậu hướng đến muôn người muôn vật, như thế thì không chỉ riêng người giàu sang phú quý mới có khả năng cứu giúp, mà dù nghèo khó cũng vẫn có thể khởi tâm giúp người.

Trưng dẫn sự tích

BÁN RUỘNG GIÚP NGƯỜI[1]

Vào triều Minh, đất Dự Chương[2] có một thư sinh tên là Nhiêu Thường. Một hôm giữa đường gặp một người cùng quẫn phải bán vợ cho người khác mang đi phương xa, đang lúc vợ chồng từ biệt nhau khóc lóc thảm thiết. Nhiêu Thường động lòng thương, gạn hỏi số tiền người kia đang cần là bao nhiêu, rồi lập tức về nhà bán ruộng mang tiền đến giúp. Nhờ đó mà vợ chồng người kia lại được đoàn tụ.

Đến khoa thi năm đó, vị quan chủ khảo bỗng nhiên nằm mộng thấy một vị thần mặc áo giáp vàng hiện ra bảo rằng: "Vì sao ông lại không chấm đậu cho kẻ bán ruộng giúp người kia?" Quan chủ khảo giật mình tỉnh giấc, lập tức kiểm lại thì quả nhiên phát hiện mình đã bỏ sót một quyển bài thi, bèn mang ra chấm. Bài thi ấy trúng tuyển, được xếp thứ ba, chính là bài thi của Nhiêu Thường. Đến khi dự yến tiệc mừng các vị tân khoa, quan chủ khảo được biết việc Nhiêu Thường bán ruộng giúp người, qua đó mới hiểu được lời của thần nhân trong mộng.

Về sau, Nhiêu Thường có 3 người con trai là Cảnh Huy, Cảnh Diệu, Cảnh Vỹ, đều nối tiếp nhau đỗ đạt.

Lời bàn

Tiền tài ruộng đất, người đời đều quý tiếc như mạng sống của mình, nhưng trong kinh Phật luôn ví

---

[1] Trích từ sách Ý hành lục - 懿行錄. (Chú giải của soạn giả)

[2] Nay là Nam Xương thuộc Giang Tây.

những thứ ấy như bóng trăng trong nước, như dáng hoa trong gương, như châu báu trong giấc mộng. Vì sao vậy? Bởi vì trước mắt chỉ tạm thời ôm giữ sử dụng, một mai khi từ bỏ cõi đời sẽ không thể mang theo được gì. Ngày nay, mỗi khi viết giấy bán ruộng đất hẳn đều phải ghi rằng: "Thuận theo giấy làm bằng, vĩnh viễn làm chủ tài sản này." Than ôi, tài sản hóa ra là chủ, mà thân này chỉ là khách tạm. Chủ nhân còn không thể vĩnh viễn lưu giữ được khách, huống chi là khách làm sao có khả năng giữ mãi được chủ? Nhưng nếu như quả thật muốn mang theo sau khi chết thì vẫn có cách để mang theo. Ấy là hãy dùng tài sản mà làm việc thiện, bố thí giúp người, tạo được phước đức thọ sinh trong cõi trời người, ắt sẽ luôn giữ được sự an ổn, giàu có, tôn trọng, hiển vinh. Hiểu rõ được điều ấy ắt thấy rằng việc Nhiêu Thường bán ruộng giúp người, hóa ra chính là cách để giữ gìn sản nghiệp.

Người nào biết giữ gìn sản nghiệp theo cách đó mới có thể nói là "vĩnh viễn làm chủ tài sản này". Hơn nữa, ai ai cũng có thể làm được như vậy cả.

THOÁT CHẾT LẠI ĐỖ GIẢI NGUYÊN[1]

Tỉnh Hà Nam có vị Giải Nguyên họ Phan. Lúc trước, khi lên tỉnh dự kỳ thi Hương, Phan sinh cùng đi với hai người bạn. Đến chỗ trọ lại, có một thầy tướng rất giỏi nói riêng với hai người bạn rằng: "Tôi xem tướng Phan sinh sắp gặp đại nạn, tốt nhất hai người nên khuyên anh ấy lánh đi nơi khác."

---

[1] Trích từ Cảm ứng thiên tiên chú - 感應篇箋註. (Chú giải của soạn giả)

Hai người bạn nghe vậy liền lấy cớ chỗ trọ chật chội quá, mỗi người tặng cho Phan sinh 2 đỉnh bạc rồi bảo anh đi tìm chỗ trọ khác.

Phan sinh nghe lời, đi tìm được một chỗ trọ khác. Đến đêm lại đi dạo ven bờ sông thì bỗng nhìn thấy một người phụ nữ sắp nhảy xuống sông tự vẫn. Phan sinh liền ngăn lại, gạn hỏi nguyên nhân, người ấy kể rằng: "Chồng tôi buôn bán vải lụa, thu gom được một số khá nhiều. Gặp lúc anh ấy vừa đi vắng, có người vào mua tôi bán hết được 4 đỉnh bạc, chẳng ngờ sơ ý không xem kỹ, đều là bạc giả. Chồng tôi trở về nhất định thế nào cũng trách mắng, nên tôi chỉ còn cách tìm đến cái chết mà thôi."

Phan sinh liền lấy trong tay áo ra 4 đỉnh bạc đưa cho cô ấy để bù vào chỗ bạc bị lừa mất. Sau đó trở về nhà trọ, thiếu tiền chi trả liền bị chủ quán trọ nhiếc mắng nhiều lời khó nghe, đành phải dọn đi, tìm đến xin trú ngụ trong một ngôi chùa.

Đêm ấy, có vị tăng trong chùa mộng thấy nhiều vị thần từ trời hiện xuống. Một vị nói: "Bảng vàng khoa này đã định, nhưng người được chọn đỗ Giải nguyên gần đây lại làm việc tổn đức nên bị Ngọc Đế xóa tên rồi, hiện vẫn chưa có người thay thế."

Một vị thần khác nói: "Phan sinh đang ngụ trong chùa này có thể thay thế được." Lại nghe tiếng một vị nói: "Tướng của Phan sinh là sắp chết bất đắc kỳ tử, làm sao có thể chọn thay Giải nguyên?" Một thần khác đưa hai tay xoa mặt Phan sinh rồi nói: "Bây giờ chẳng phải đã là tướng Giải nguyên rồi sao?"

173

Vị tăng ghi nhớ những lời đã nghe, sau đó khoản đãi Phan sinh hết sức trọng hậu.

Sau khi dự thi xong, Phan sinh tìm đến chỗ hai người bạn để cảm ơn. Người thầy tướng hôm trước vừa nhìn thấy Phan sinh đã kinh hãi kêu lên: "Ông làm được công đức gì mà tướng mạo đổi khác thế này? Giải nguyên khoa thi Hương này, ngoài ông ra không thể là ai khác."

Khi công bố kết quả kỳ thi, quả nhiên đúng vậy.

Lời bàn

Làm một việc thiện, nên tưởng như nước vỡ bờ đê, cuồn cuộn chảy không thể ngăn lại, gấp rút quyết định, như thế mới thành tựu. Phan sinh nếu có mảy may suy đi tính lại chuyện bản thân mình, hiện đang ứng thí mà tiền bạc không đủ, chắc gì đã không bỏ dở việc thiện muốn làm, nửa chừng ngưng lại? Trong lúc ấy Phan sinh thật chỉ biết có người đang cần được cứu, mà không suy tính đến việc riêng của mình, nên việc cứu người mới thành tựu. Nhưng rồi hóa ra chỉ với 4 đỉnh bạc mà thoát được một cái chết bất đắc kỳ tử, sau lại đỗ Giải nguyên!

Nhân đây nhớ lại hồi mùa đông năm Kỷ Ty thuộc niên hiệu Khang Hy,[1] tôi đến Trừng Giang[2] dự khoa tiểu thí.[3] Khi ấy, có một người giúp việc ở chỗ các quan khảo thí tên là Chu Quân Ngọc làm mất số tiền

---

[1] Tức là năm 1689.

[2] Nay là Giang Âm thuộc tỉnh Giang Tô.

[3] Khoa thi ở cấp huyện, trước khi lên thi Hương ở cấp tỉnh.

174

lớn của người khác gửi, thật khó có khả năng bồi hoàn nên đau khổ cơ hồ không còn muốn sống nữa. Tôi nghe chuyện như vậy hết sức thương xót, trong lòng muốn trợ giúp cho ông ta đôi chút, nhưng khổ nỗi thấy tiền mang theo chi dụng còn ít quá, nên rốt lại không giúp.

Không bao lâu sau, tôi quay về huyện Côn Sơn. Lúc quan khảo thí phân phát quyển bài thi phúc thí[1] của Trường Châu,[2] tôi vốn đã được chấm đỗ hạng nhì, nhưng chỉ được biết thứ hạng, chưa chính thức công bố tên tuổi nên mọi người chưa ai được biết. Rốt lại đến kỳ phúc thí tôi cũng chưa được chính thức nhìn thấy tên mình. Thời bấy giờ ở huyện Côn Sơn không có ai giữ quyển thi của Trường Châu ngoài Chu Quân Ngọc. Họ Chu với tôi lại không quen biết nhau, cũng không biết người đỗ hạng nhì chính là tôi. Giá như ngày trước tôi không quá quan tâm đến chuyện sở phí của riêng mình mà quyết lòng dành được chút tiền ít ỏi để giúp đỡ họ Chu, ắt hẳn ông ấy sẽ vì cảm ân nghĩa đó mà lấy quyển thi phúc thí đưa cho tôi xem. Tôi mãi vẫn không được thấy tên mình cho đến 2 năm sau đó. Đem trường hợp của mình mà so với chuyện của họ Phan, tôi thật lấy làm xấu hổ!

---

[1] Kỳ thi xưa phân làm 2 lần, lần đầu gọi là sơ thí, lần sau gọi là phúc thí.
[2] Nay là Tô Châu.

GIÚP NGƯỜI SAU ĐƯỢC ĐỖ ĐẠT[1]

Ở Hoa Đình[2] có người nho sĩ là Lý Đăng Doanh, nhà nghèo chỉ có 2 mẫu ruộng. Người thuê ruộng ấy bị bệnh nên ruộng bỏ hoang, buộc phải bán đứa con để có thể nộp tiền thuê ruộng cho Đăng Doanh. Đăng Doanh nghe biết chuyện động lòng thương, nói với người ấy: "Ông vì bị bệnh nên mới không cày ruộng được, chẳng có lỗi gì. Tôi đây tuy nghèo nhưng vẫn còn có thể tự sinh sống, sao có thể để cho cha con ông phải chia lìa? Ông mau mau mang tiền đến chuộc con về." Nhưng người chủ đã mua đứa con lại không đồng ý cho chuộc lại. Đăng Doanh liền nói: "Tôi chỉ là nhà nho nghèo túng mà còn có thể không lấy tiền thuê ruộng; nhà ấy giàu có ắt phải biết chuyện tu nhân tích đức, tôi sẽ vì ông mà đến đó thuyết phục." Nói rồi cùng đi với người thuê ruộng đến nhà chủ đã mua đứa con, liền giúp chuộc được về, cha con đoàn tụ.

Người thuê ruộng cảm ơn đức ấy, ngày đêm thành tâm cầu trời khẩn Phật gia hộ cho Lý Đăng Doanh. Trong khoảng niên hiệu Khang Hy, vào năm Giáp Tý (1684), Lý Đăng Doanh trúng tuyển khoa thi Hương, sang năm Ất Sửu (1685) lại đỗ tiếp luôn kỳ thi Hội.

Lời bàn

Ôi, thật thương thay cho nhà nông, quanh năm

---

[1] Trích từ sách Vị toàn Công quá cách - 彙纂功過格. (Chú giải của soạn giả)

[2] Nay nằm về phía tây huyện Tùng Giang, thuộc Thượng Hải.

quần quật chẳng lúc nào nhàn hạ; cả nhà cùng khó nhọc, không ai được an ổn; hai vai gánh nặng bao gánh phân từ nhà ra ruộng, lại cũng hai vai gánh nặng bao gánh thóc từ ruộng về nhà; năm nắng hạn tát từng gàu nước cứu lúa, ngày đau ốm vẫn phải gắng gượng cày bừa; khom lưng dầu dãi nắng mưa, thắt ruột lắm phen đói thiếu; một khi lúa chín gặt về, nào thuế nào tô đong sạch; nhà bốn vách tiêu sơ, cảnh nghèo không đổi, tám miệng ăn rồi biết dựa vào đâu? Nếu là người có lòng nhân hậu nhìn thấy cảnh này, làm sao có thể chẳng động lòng thương?

Xưa có Chư Cảnh Dương, mỗi lần nghe nhà tá điền có tang sự đều rơi nước mắt, lập tức xuất tiền giúp đỡ. Đinh Thanh Huệ Công đối đãi với tá điền làm ruộng của mình như tình cha con. Tiên sinh Lục Bình Tuyền mỗi năm đến ngày sinh nhật đều cho tá điền được giảm rất nhiều số thóc phải nộp, hoặc mỗi khi được thăng quan tiến chức, hoặc sinh con đẻ cháu, cũng đều có lệnh miễn tô cho tá điền. Những tá điền thuê ruộng cảm ơn đức ấy của tiên sinh nên không khi nào để bê trễ, thiếu hụt các khoản phải nộp. Những điền chủ nhỏ nhen so tính từng ly từng tý với tá điền, trước mắt cứ ngỡ mình thu lợi được nhiều, đâu biết rằng trong chỗ mờ mịt kia còn có sự tính toán cực kỳ tinh vi chính xác của nhân quả, lẽ nào lại không vì thế mà dứt sạch đi bao phước lộc của họ? Xem lại như trường hợp của Lý Đăng Doanh, tuy trước mắt không thu số tiền tô của 2 mẫu ruộng mà về sau lại thu hoạch được quá nhiều hơn số ấy.

NGƯỢC Ý TRỜI, HẠI DÂN LÀNH[1]

Đời nhà Tống, trong khoảng những năm đầu niên hiệu Thuần Hy,[2] quan Tư Nông Thiếu Khanh là Vương Hiểu, sáng sớm đến hỏi việc nơi chức quan cấp sự là Lâm Cơ. Vợ Lâm Cơ vốn là cháu gái của Vương Hiểu, rơi nước mắt nói với Vương Hiểu: "Họ Lâm sắp diệt mất rồi." Vương Hiểu nghe nói kinh hãi, gạn hỏi nguyên do, vợ Lâm Cơ nói: "Lúc trời vừa gần sáng, cháu nằm mộng thấy một thần nhân mặc áo đỏ, cầm cờ hiệu của Ngọc Đế, hiện xuống bảo rằng: 'Lâm Cơ làm ngược ý trời, hại dân lành, nay Ngọc Đế có sắc chỉ tiêu diệt cả nhà.' Cháu tỉnh dậy rồi đến giờ vẫn còn như phảng phất nhìn thấy mọi việc."

Vương Hiểu nói: "Chuyện mộng mị đã chắc gì là tai họa mà cháu phải sợ." Nhân đó liền ở lại dùng cơm, đợi họ Lâm về rồi gạn hỏi về nội dung tấu thư đã trình lên triều đình trong những ngày gần đây. Lâm Cơ nói: "Đất Thục (Tứ Xuyên) gần đây bị hạn hán, quan địa phương có biểu tấu trình lên xin 100.000 thạch[3] lúa để cứu tế. Triều đình đã có chiếu chỉ chấp thuận y theo số đó, nhưng cháu xét thấy số lượng lương thực quá lớn, đường đi đến đất Thục rất khó khăn, nên đề nghị hãy tạm ngưng thi hành chờ khảo sát đúng thực tế rồi sau đó hãy cho vận chuyển lương thực. Hoàng thượng nghe lời đã truyền lệnh cho Tế

---

[1] Trích từ sách Công quá cách - 功過格 (Chú giải của soạn giả)

[2] Niên hiệu Thuần Hy đời Tống Hiếu Tông, bắt đầu từ năm 1174 và kéo dài đến năm 1189.

[3] Thạch: đơn vị đo lường, tính trọng lượng thì bằng 120 cân, tính dung tích thì bằng 100 thăng, tương đương khoảng 100 lít.

tướng rằng: 'Đường sang đất Thục xa xôi, đi về hơn vạn dặm, nếu đợi cho người tra xét sự thật rồi báo về thì e là không kịp việc cứu tế, thôi hãy tạm cấp một nửa số ấy thôi.' Gần đây chỉ có duy nhất một việc ấy."

Vợ Lâm Cơ nghe xong thì khóc lớn, đem việc nằm mộng kể lại. Lâm Cơ nghe qua rồi trong lòng lo sợ bồn chồn không yên, chẳng bao lâu vì thế mà sinh bệnh, từ quan về quê. Trên đường về đến Phúc Châu thì qua đời. Hai đứa con sau đó cũng theo nhau chết sớm, nhà họ Lâm không còn ai nối dõi.

Lời bàn

Lòng trời vì dân lành mới lập nên vua chúa. Vua chúa lại vì dân mà lập ra quan viên các địa phương. Dân là con đỏ của quốc gia, là nền tảng căn bản của sơn hà xã tắc. Giá như vua nói không cứu tế cho dân, quan cấp sự cũng phải thuyết phục vua phải cứu tế. Giá như vua nói chỉ nên cứu tế ít thôi, quan cấp sự cũng phải thuyết phục vua cứu tế nhiều hơn. Giá như vua nói sưu thuế không thể thiếu hụt, quan cấp sự cũng phải thuyết phục vua giảm nhẹ. Làm quan giúp mưu lược cho vua được như vậy có thể nói là tận trung, đem phước lành đến cho khắp cả thiên hạ, lưu tiếng thơm đến muôn đời sau. Người như vậy tuy đã được sống lâu trường thọ, hưởng phước an vui, cháu con nhiều đời vinh hiển, nhưng vẫn chưa đủ xứng với phần công đức đã tạo.

Ngược lại, ví như vua nói việc thúc giục sưu thuế nên hòa hoãn giảm nhẹ, quan giúp việc lại khuyên nên đổi ý vì nhu cầu của quốc gia không thể thiếu; vua nói rằng dân quá khốn khổ nên linh hoạt giảm bớt số lượng sưu thuế, quan giúp việc lại nói rằng hạn mức đã định rất khó thay đổi; làm quan mà hành xử như thế gọi là siểm nịnh, là muốn bảo vệ chức quan, chỉ lo cho gia đình, vợ con của riêng mình. Người làm quan như vậy là kết thành oán thù với dân, chính là mang tai họa đến cho đất nước; cho dù tự thân có chịu cảnh lưu đày, dòng họ bị tuyệt diệt, cũng chưa đủ đền bù cho tội lỗi đã gây ra. Vết xe đi trước bị đổ còn rành rành ra đó, người đi sau phải thận trọng né tránh chớ đi vào.

TỐNG GIAO CỨU ĐÀN KIẾN, TRÚNG TUYỂN TRẠNG NGUYÊN

Giảng rộng

Chuyện của Tống Giao, nhiều người cho rằng chẳng qua chỉ một việc thiện nhỏ mà được báo ứng quá lớn lao nên sinh ra nghi ngờ. Thế nhưng, nghĩ như thế là thật chẳng biết rằng, đó mới chỉ là nêu việc trước mắt, thấy cứu đàn kiến thì nói cứu đàn kiến, thấy đỗ trạng nguyên thì nói đỗ trạng nguyên. Nếu luận việc này cho rốt ráo thì việc làm của Tống Giao đã cứu sống ít nhất là hàng vạn sinh linh, nên đời sau ắt phải có hàng vạn sinh linh cảm ơn cứu mạng mà ra sức báo đáp. Như thế thì chỉ riêng một việc đỗ trạng nguyên làm sao xứng tận được phước báo của việc làm ấy? Huống chi việc đỗ trạng nguyên bất quá cũng chỉ là một chút hư danh bên ngoài; ba tấc hơi vừa dứt, mạng sống không còn, liệu có còn trạng nguyên nữa chăng? Cho nên, nếu ai nói việc báo ứng như vậy là quá lớn lao, quả thật đã sai lầm.

Đặt cành trúc làm cầu cứu đàn kiến, ấy chính là cứu nạn lũ lụt. Nhưng mạng sống của loài kiến không chỉ riêng chết vì lũ lụt, nên việc cứu kiến cũng không chỉ giới hạn nơi việc đặt cành trúc làm cầu. Ví như có người giúp việc trong nhà mình muốn dùng nước sôi, lửa nóng để diệt tổ kiến, thì phương cách để cứu sống đàn kiến lúc ấy là phải dùng đạo lý giảng giải cho người nghe, lại cũng dùng thế lực của mình để ngăn cấm không cho làm.

Chó, mèo trong nhà cũng có thể giết hại loài kiến, khi có thức ăn như thịt, cá... rơi vãi trên mặt đất làm cho kiến đánh hơi tụ tập bám vào rồi bị chó mèo ăn lẫn với thức ăn đó. Vì thế, để cứu loài kiến không bị giết hại thì sau mỗi bữa ăn nên quét dọn sạch sẽ thức ăn rơi vãi trên mặt đất, chôn lấp đi để không trở thành mồi nhử kiến.

Đốt vàng mã, giấy... các thứ cũng có thể làm chết loài kiến, phần lớn là vì đốt vào sáng sớm không nhìn thấy rõ. Để cứu loài kiến không bị chết vì cách này, nên quét sạch mặt đất trước khi đốt, rải nhiều tro nguội lên trước làm nền rồi mới đốt bên trên nền tro ấy.

Khi uống trà có thể làm chết loài kiến, phần lớn là do đổ nước thừa lên mặt đất. Để cứu loài kiến không bị chết vì cách này, nên dùng bồn, chậu để chứa nước thừa mà không đổ lên mặt đất.

Gần bếp nấu ăn cũng thường có nhiều tổ kiến, vì chúng ngửi thấy mùi thức ăn mà tụ tập đến rồi làm hang ổ. Để cứu loài kiến không bị chết vì cách này, khi làm bếp nấu ăn nên dùng đá vôi lót kín mặt đất chung quanh...

Chỉ đơn cử một vài trường hợp, có thể từ đó suy rộng ra việc bảo vệ sinh mạng cho hết thảy các loài côn trùng, sâu kiến... cũng đều phải có lòng từ bi thương xót như thế.

Trưng dẫn sự tích

CỨU KIẾN ĐƯỢC TĂNG TUỔI THỌ[1]

Vào thời đức Phật còn tại thế, có một vị tỳ-kheo đã chứng đắc lục thần thông,[2] quán sát thấy trong số đệ tử mình có một chú sa-di chỉ trong 7 ngày nữa ắt phải chết. Vì lòng từ bi, ngài liền bảo chú sa-di ấy về quê thăm cha mẹ, đến ngày thứ 8 hãy trở lại chùa. Đó là thầy muốn cho chú sa-di ấy được gặp cha mẹ trước

---

[1] Trích từ Phước báo kinh - 福報經. (Chú giải của soạn giả)

[2] Lục thần thông: sáu khả năng phi thường của người tu tập đã chứng đắc, bao gồm: 1. Thần Túc Thông - 神足通, là tên gọi chung của các năng lực siêu nhiên như bay trên trời, hóa thân, v.v. . . 2. Thiên Nhãn Thông - 天眼通, năng lực biết được trạng thái chuyển sanh của chúng sanh. 3. Thiên Nhĩ Thông - 天耳通, năng lực nghe được tất cả các âm thanh. 4. Tha Tâm Thông - 他心通, năng lực biết được suy nghĩ của người khác. 5. Túc Mạng Thông - 宿命通, năng lực nhớ rõ trạng thái sinh tồn trong đời quá khứ. 6. Lậu Tận Thông - 漏盡通, năng lực biết được phiền não của bản thân đã dứt sạch.

khi chết cũng như được chết tại quê nhà. Không ngờ đúng ngày thứ 8 chú sa-di vẫn còn sống trở lại chùa.

Vị tỳ-kheo liền nhập định quán sát nguyên do, mới biết chú sa-di lúc đang trên đường về quê bỗng gặp một tổ kiến sắp bị nước dâng tràn vào, lập tức cởi áo cà-sa đắp chặn xung quanh để cứu, nhờ đó mà cả đàn kiến được thoát chết. Nhờ việc này mà chú sa-di chẳng những không chết yểu, về sau lại sống thọ đến 80 tuổi, chứng quả A-la-hán.

Lời bàn

Chuyện sống lâu hay yểu mạng của con người, có thể là yếu tố quyết định trước mà cũng có thể không định trước. Ví như Nhan Uyên, Bá Ngưu đều chết sớm, đó là những trường hợp mà thọ mạng đã quyết định do nghiệp quả. Văn Vương thọ trăm tuổi, Võ Vương sống đến chín mươi, những trường hợp ấy là nghiệp quả chưa định trước. Chư thiên cõi trời hiện năm dấu hiệu suy vi hoặc lớn hoặc nhỏ, cũng giống như vậy. Lại nói như trường hợp trong bốn cõi thiên hạ, phần lớn chúng sinh trong ba châu đều không có nghiệp quả quyết định, chỉ riêng ở châu Bắc Câu-lô là tất cả đều phải chịu nghiệp quả quyết định trước. Việc chú sa-di được tăng thêm tuổi thọ, tất nhiên là thuộc trường hợp nghiệp quả không quyết định trước.

VUA KIẾN TRẢ ƠN[1]

Huyện Phú Dương thuộc đất Ngô có người tên Đổng Chiêu Chi, một hôm đi thuyền qua sông Tiền

---

[1] Trích từ sách Cổ sử đàm uyển - 古史談苑. (Chú giải của soạn giả)

Đường bỗng nhìn thấy dưới sông có con kiến bò trên một thân cây lau trôi giữa dòng nước, muốn vớt thân cây lau lên thuyền để cứu con kiến nhưng người trên thuyền không chịu, ông liền dùng một sợi dây buộc vào cây lau để kéo đi theo thuyền, cuối cùng đưa được con kiến vào bờ.

Đêm đó, Đổng Chiêu Chi nằm mộng thấy một người mặc áo đen đến gặp mình để tạ ơn, nói rằng: "Ta là vua kiến, do bất cẩn mà rơi xuống sông, hôm nay nhờ được ông cứu giúp. Sau này ông có lúc nguy cấp, xin hãy đến báo cho ta biết."

Trải qua hơn mười năm sau, Đổng Chiêu Chi bị người khác vu cáo là ăn trộm, bị bắt giam vào ngục. Chiêu Chi nhớ lại lời vua kiến đã nói trước đây trong giấc mộng, trong lòng muốn báo tin nhưng chẳng biết cách nào. Có người biết chuyện liền bảo: "Sao ông không bắt lấy vài ba con kiến, đặt trong lòng bàn tay rồi nói chuyện này với chúng thử xem." Đổng Chiêu Chi làm theo lời, quả nhiên đêm ấy mộng thấy người mặc áo đen đến bảo: "Ông hãy gấp rút trốn đi, tìm đến trốn trong núi Dư Hàng có thể thoát được nạn này."

Đổng Chiêu Chi thức giấc, lập tức theo lời bỏ trốn, chạy đến núi Dư Hàng. Quả nhiên trốn thoát được, rồi chẳng bao lâu sau có lệnh triều đình đại xá, nhờ đó được miễn tội.

Lời bàn

Một con rùa khi còn sống vốn chẳng tự biết được chuyện sống chết của chính mình. Thế mà sau khi chết thịt da hư hoại, chỉ để lại riêng cái mai rùa lại có khả năng dự đoán được những chuyện tốt xấu, lành dữ cho người đời. Bàn về lý lẽ của những chuyện như thế, dẫu đến thánh nhân cũng có chỗ vẫn còn chưa biết, huống chi như chuyện vua kiến trả ơn thì có gì đáng ngờ?

THÚC NGAO CHÔN XÁC RẮN, SAU LÀM TỂ TƯỚNG

Giảng rộng

Loài rồng có bốn tính độc làm chết người. Có khi do bị cắn mà chết; có khi do chạm phải mà chết; cũng có khi do nhìn thấy mà chết; hoặc có khi do nghe âm thanh của chúng phát ra mà chết. Loài rắn cũng có bốn tính độc tương tự như thế. Con rắn mà Thúc Ngao nhìn thấy đó ắt là thuộc loại có thể khiến người ta nhìn thấy mà chết.

Cứ theo lời của người nước Sở kể lại thì đến nay loài rắn hai đầu đó vẫn còn tồn tại. Rắn này có thân hình màu vàng, dài chừng một thước, khi di chuyển có thể bò tới hoặc bò lui đều được, rất giống với loài giun đất. Thoạt nhìn thấy nó cũng không có hại, hẳn nay đã là một loài khác đi rồi, bởi muôn loài đều theo thời gian mà biến hóa. Chẳng hạn như các loài cầm thú vào thời thượng cổ đều nói được tiếng người nhưng ngày nay chẳng có loài nào biết nói. Trong tâm thức hàm chứa những sự ác độc thì đa phần sẽ biến hiện ra thành các loài rắn, rết, bò cạp... Người có tâm từ bi lân mẫn, ắt không thể bị các loại độc làm hại. Nếu không được vậy, ắt là khi bên ngoài có điều độc hại, ta cũng dùng sự độc hại để đáp lại, đó là một con rắn bên ngoài lại thêm một con rắn trong tâm. Ta đã không có khả năng cảm hóa rắn độc, lẽ nào lại để cho bản thân mình bị rắn độc đồng hóa, trở thành độc hại như rắn?

Rắn độc là con vật hại người, vì thế mà Thúc Ngao chôn rắn đi để tránh cho người khác không nhìn thấy. Ví như theo đó mà suy rộng ra, thì hết thảy những gì làm hại người khác đều có thể xem như rắn độc. Khi chúng ta làm được những việc trừ tàn diệt bạo, ấy chính là chôn đi những con rắn độc biết đi bằng hai chân. Cố gắng sửa đổi những sai lầm đã phạm trong quá khứ, tu tập hướng đến những việc hiền thiện trong tương lai, đó chính là chôn đi con rắn độc trong tự tâm mình.

Kể từ câu "Vu Công xử án" cho đến câu này trong chính văn, Đế Quân lược nêu lên những trường hợp làm việc thiện được hưởng phước báo để chỉ dạy cho người đời. Một người làm thiện được hưởng phước báo, thì tất cả mọi người làm thiện cũng đều sẽ được hưởng phước báo. Cũng giống như nếm thử một quả trên cây thấy ngọt thì biết tất cả những quả trên cây ấy đều ngọt, đâu cần phải nếm thử tất cả quả trên mỗi cành cây?

Trưng dẫn sự tích

TÙY PHƯƠNG TIỆN PHẠM GIỚI SÁT[1]

Vào thời đức Phật Nhiên Đăng, có 500 thương nhân ra biển tìm châu báu. Cùng đi với họ lại có một kẻ xấu ác, rất giỏi võ nghệ, xưa nay vẫn thường làm những việc trộm cướp. Tên này có ý muốn giết 500 thương nhân để một mình lấy hết số châu báu đã có được trên thuyền. Nhưng 500 thương nhân này đều là những vị Bồ Tát đã phát tâm Bồ-đề không còn thối chuyển,[2] nếu giết các vị thì tội ác sẽ cực kỳ lớn lao đến mức không thể đo lường, do đó mà phải đọa vào địa ngục rất lâu.[3]

---

[1] Trích từ kinh Đại Bảo Tích - 大寶積經 (Chú giải của soạn giả) Câu chuyện này bắt đầu từ dòng thứ 24, trang 604, tờ b, thuộc quyển 108 của kinh Đại Bảo Tích (kinh số 310, được xếp vào tập 11 trong Đại Chánh tân tu Đại tạng kinh). Ở đây không trích nguyên văn mà chỉ ghi lại đại ý.

[2] Nguyên tác ghi là: 五百人皆不退菩薩 (... ngũ bách nhân giai Bất thối Bồ Tát - ... năm trăm người này đều là các vị Bất thối Bồ Tát). Tuy nhiên, trong kinh văn đoạn này ghi là: 此五百人皆是向阿耨多羅三藐三菩提不退轉菩薩 (Thử ngũ bách nhân giai thị hướng A-nậu-đa-la Tam-miệu Tam-bồ-đề bất thối chuyển Bồ Tát - Năm trăm người này đều là những vị Bồ Tát đã phát tâm hướng đến quả vị Vô thượng Bồ-đề.) Vì thế, xét ra thì đây là những vị đã phát tâm Bồ-đề không thối chuyển, thuộc hàng Bồ Tát sơ phát tâm, chứ không phải là Bất thối Bồ Tát, vốn là một quả vị đã gần đạt đến quả vị Phật.

[3] Trong kinh văn đoạn này ghi rõ ràng hơn như sau: 若此惡人殺諸菩薩。以此業緣障礙罪故。一一菩薩從初發心。乃至成阿耨多羅三藐三菩提。爾時惡人於其中間常在地獄。(Nhược thử ác nhân sát chư Bồ

Bấy giờ, trên thuyền có người hoa tiêu dẫn đường[1] tên là Đại Bi, đoán biết được ý niệm của kẻ xấu ác kia, liền tự nghĩ rằng: "Nếu giết kẻ xấu ác này, ắt ta phải chịu quả báo đọa vào đường dữ.[2] Nhưng nếu ta không giết ông ấy, ắt 500 người hiền lương này đều sẽ bị hại, mà tự thân ông ta rồi cũng sẽ đời đời bị đọa trong địa ngục. Bằng như ta nói rõ việc này ra với mọi người, ắt sẽ khiến cho cả 500 thương nhân đều khởi lên tâm sân hận xấu ác, do đó rồi cũng sẽ phải thọ quả báo khổ não." Suy tính như vậy rồi liền sinh tâm thương xót tất cả, quyết định tự mình nhận lấy tội lỗi để cứu vớt nhiều người. Liền đâm chết kẻ xấu ác kia.

Đức Phật Thích-ca kể chuyện này xong, dạy rằng: "Người hoa tiêu tên Đại Bi đó, chính là tiền thân của ta; 500 thương nhân ngày ấy, chính là 500 vị Bồ Tát trong Hiền kiếp này."

Lời bàn

Việc này gọi là tùy theo cơ duyên mà phải phạm vào việc giết hại, nhưng điều quan trọng nhất là trước hết đã khởi lên tâm niệm thà tự mình nhận lấy tội lỗi để có thể cứu vớt người khác, thì sau đó mới có thể

Tát, dĩ thử nghiệp duyên chướng ngại tội cố, nhất nhất Bồ Tát tùng sơ phát tâm, nãi chí thành A-nậu-đa-la Tam-miệu Tam-bồ-đề, nhĩ thời ác nhân ư kỳ trung gian thường tại địa ngục. - Nếu kẻ xấu ác kia giết hại các vị Bồ Tát, thì do nghiệp duyên cản trở các bậc tu đạo, nên trong suốt thời gian mà các vị Bồ Tát ấy tu tập, từ lúc sơ phát tâm cho đến khi chứng đắc quả Vô thượng Bồ-đề, thì kẻ xấu ác kia phải luôn ở trong địa ngục.) Câu kinh này cũng làm rõ ý vừa nêu trên, rằng đây là các vị Bồ Tát sơ phát tâm chứ không phải đã đạt quả vị Bất thối chuyển.

[1] Nguyên văn là đạo sư (導師) được dùng với nghĩa là người dẫn đường hoặc lái tàu trên biển (hoa tiêu).

[2] Ở đây chỉ 3 đường dữ là địa ngục, ngạ quỷ và súc sinh.

tùy phương tiện mà hành xử theo phương thức quan trọng này. Ngược lại, nếu như khởi tâm tham muốn công đức, lại muốn tránh không phải chịu quả báo tội lỗi, thì tâm niệm như thế vốn đã là không thể chấp nhận, làm sao còn có được phước báo?

GIẾT RẮN PHẢI ĐỀN MẠNG[1]

Ở quê tôi, trước đây có một người làm quan Lễ bộ Thượng thư tên Cố Tích Trù, sống tại Ôn châu, bị viên phó tướng là Hạ Quân Nghiêu giết hại. Không lâu sau, người ấy giáng cơ nơi nhà của một gia nhân là Trương Điều Đỉnh, nói rằng: "Trong đời trước ta có lỡ tay giết chết một con rắn. Con rắn ấy nay chính là Hạ Quân Nghiêu, vào ngày 16 tháng 6 vừa qua đã hại chết ta ở giữa dòng sông. Việc nhân quả đời trước nay phải gánh chịu, hãy nói với 2 con ta đừng nghĩ đến việc báo thù."

Họ Trương khi ấy chưa hề nghe tin Cố Tích Trù đã chết, nên lập tức cho người đến Ôn châu tìm hiểu tin tức. Khi ấy có Ngô Quốc Kiệt là người huyện Thái Thương, đang ở tại Ôn châu, có mời Cố Tích Trù đến dự tiệc trên thuyền ở giữa sông. Sáng sớm nghe tin Cố Tích Trù đã bị hại chết, liền sai rất nhiều ngư dân lặn xuống dò tìm thi thể, nhưng không tìm được. Đêm ấy nằm mộng thấy Cố Tích Trù đứng thẳng trong nước mà nói rằng: "Ta ngày trước là một vị tăng ở núi Thiên Đài, có đánh chết một con rắn, nay phải đền

---

mạng. Ông có ý tốt với ta, vì trong đời trước vốn từng là môn đồ của ta. Nay ông chỉ cần cho người đến tìm bên ngoài dòng nước xoáy ở chỗ này, chỗ này... thì sẽ tìm được." Ngô Quốc Kiệt y theo lời chỉ dẫn trong mộng, quả nhiên tìm được xác, liền đưa linh cữu về Côn Sơn mai táng.

Lời bàn

Cố Tích Trù ngày trước là một vị tăng ở núi Thiên Thai, nay tái sinh làm quan đến chức Lễ Bộ Thượng thư, tất nhiên văn chương tiết tháo, đức hạnh nghĩa khí đều phải trác tuyệt hơn người, đáng để lưu truyền hậu thế. Như thế mà còn khó tránh được quả báo của việc giết rắn ngày trước, huống chi những kẻ tầm thường, so ra còn kém xa họ Cố đến muôn vạn lần? Người đời khởi tâm xấu ác giết rắn, chớ nên đem chuyện Thúc Ngao ra mà biện hộ cho việc làm của mình.

MUỐN TẠO RUỘNG PHƯỚC RỘNG SÂU, PHẢI DỰA VÀO MỘT TẤM LÒNG NÀY

Giảng rộng

Câu này chính là nêu lên một cương lĩnh thiết yếu. Trước đó đã kể rõ những sự kiện có thật về nhân quả báo ứng, đến câu này mới làm sáng tỏ đạo lý nhân quả. Tâm địa, hay lòng người, đó chính là nhân, mà ruộng phước kia chính là quả. Các nhà nho ở đời chẳng tin nhân quả, chẳng qua chỉ vì chưa đủ khả năng nhận hiểu đúng sách vở của Nho gia. Chính vì thế mà khi nói đến những việc như *"nhà làm việc thiện ắt có niềm vui, nhà làm nhiều việc ác ắt gặp tai ương"* thì có thể tin nhận, nhưng khi bàn đến những chuyện nhân quả báo ứng thì lại không tin. Như thế có khác nào chỉ biết gọi là "mặt trời" mà không biết mặt trời ấy cũng còn được gọi là vầng thái dương!

Người tin nhân quả thì tâm lo sợ quả báo của việc ác nên không dám phạm vào. Người không tin nhân quả thì tâm thường buông thả nên không kiêng sợ bất kỳ việc ác nào. Một người vì tin nhân quả, sợ quả báo nên làm một việc lành, vạn người đều như vậy thì thế giới này tăng thêm được vạn điều lành. Một người không tin nhân quả, buông thả phóng túng nên làm một việc xấu ác, vạn người như vậy thì thế giới này tăng thêm vạn điều xấu ác. Cho nên nói rằng: "Người người đều rõ biết nhân quả, đó là con đường an lành tốt đẹp cho xã hội. Người người đều không tin nhân quả, đó là con đường đại loạn của xã hội."

Trong thế gian có 7 việc chẳng đồng, đều do tâm tạo ra

1. Tuổi thọ

- **Tuổi thọ ngắn ngủi là do:** mong cầu cho người khác phải chết, giết hại chúng sinh, xây dựng đền thờ dâm thần.

- **Tuổi thọ lâu dài là do:** thương yêu hết thảy các loài, phóng sinh cứu vật, sống thanh tịnh tích tụ phước đức.

2. Bệnh tật

- **Thân thể nhiều bệnh là do:** gây hại cho chúng sinh, không giúp đỡ người bệnh khổ.

- **Thân thể được ít bệnh là do:** thường lễ bái Tam bảo, cung cấp thuốc men cho người bệnh khổ.

3. Dung mạo

- **Thân hình, dung mạo xấu xí là do:** thường khởi tâm sân hận, tranh chấp với người khác; che lấp, ngăn cản ánh sáng Phật pháp; cười nhạo hình dung xấu xí của người khác.

- **Thân hình, dung mạo đoan trang, đẹp đẽ là do:** thường khởi tâm nhẫn nhục, nhu hòa; tu sửa, kiến tạo hình tượng chư Phật; bố thí thức ăn cho người khác.

4. Uy thế đối với người khác

- **Không tự có uy thế đối với người khác là do:** đối với sở hữu của người khác sinh lòng ghen ghét, đố kỵ; không thường tu tích phước.

- **Tự có uy thế đối với người khác là do:** không ôm lòng ghen ghét, đố kỵ người khác; luôn giữ lòng thành tín, không dối gạt người.

5. Thân phận cao quý hay hèn mọn

- **Thân phận sinh ra hèn mọn, bị người khinh miệt là do:** kiêu ngạo, lăng nhục người khác; thiếu nợ tiền bạc, tài sản của người khác không trả; khinh rẻ, không kính trọng chư tăng ni.

- **Thân phận sinh ra cao quý, được người tôn kính là do:** kính tín, phụng sự Tam bảo; thường nỗ lực làm việc thiện; đối xử khiêm cung, hòa nhã với mọi người.

6. Sở hữu tài vật

- **Chịu cảnh nghèo khó bần cùng là do:** keo kiệt, bủn xỉn, không tu hạnh bố thí; trộm cướp, lường gạt tài sản của người khác.

- **Được hưởng giàu sang phú quý là do:** thường khởi tâm hiến thiện bố thí cho người; không nợ nần người khác.

7. Tri thức tốt xấu

- **Tri thức xấu ác, tà kiến là do:** gần gũi những người xấu ác; ngợi khen, tán dương các pháp xấu ác; xan lận không chia sẻ, thuyết giảng Chánh pháp cho người khác.

- **Tri thức hiền thiện, chân chánh là do:** thường tu tập trí tuệ chân chánh, gần gũi các bậc sa môn, thọ nhận và hành trì Chánh pháp.

Chánh báo và dư báo do 10 điều ác chiêu cảm

Chánh báo[1] của 10 điều ác[2] chính là ba đường dữ.[3] Nếu được sinh làm người thì sẽ chiêu cảm 2 loại nghiệp báo nặng hoặc nhẹ theo như mô tả dưới đây.

BA ĐIỀU ÁC CỦA THÂN:
(1) giết hại, (2) trộm cướp, (3) tà dâm

Chiêu cảm nghiệp báo:

- Thường chịu bệnh tật

- Tuổi thọ ngắn ngủi

- Nghèo khổ túng thiếu

- Sở hữu tài sản chung cùng, không được tự do quyết định

- Vợ (hoặc chồng) không chung thủy, chân thành

- Thân bằng quyến thuộc không được như ý muốn

---

[1] Chánh báo: quả báo quyết định các yếu tố trực tiếp tạo nên đời sống con người, như thân thể, thọ mạng, sức khỏe...

[2] Mười điều ác (Thập ác), là mười điều trái ngược với Mười điều lành hay Thập thiện, bao gồm: 1. Sát sanh, 2. Trộm cắp, 3. Tà dâm, 4. Vọng ngữ, 5. Ỷ ngữ, 6. Lưỡng thiệt, 7. Ác khẩu, 8. Tham dục, 9. Sân khuể, 10. Tà kiến.

[3] Ba đường dữ: tức ba cảnh giới xấu ác, gồm địa ngục, ngạ quỷ và súc sanh.

BỐN ĐIỀU ÁC CỦA KHẨU:
(1) nói dối, (2) nói thêu dệt, (3) nói hai lưỡi gây hiềm khích chia rẽ, (4) nói lời ác độc

Chiêu cảm nghiệp báo:

- Thường bị người khác phỉ báng

- Thường bị người khác khinh miệt

- Lời nói ra không được người khác tin nhận

- Lời nói không rõ ràng, minh bạch

- Thân bằng quyến thuộc thường chịu cảnh ly tán

- Sinh ra trong gia tộc xấu ác, tồi tệ

- Thường phải nghe những âm thanh khó chịu, xấu ác

- Lời nói ra thường bị tranh cãi, kiện tụng

BA ĐIỀU ÁC CỦA Ý:
(1) tham lam, (2) sân hận, (3) si mê

Chiêu cảm nghiệp báo

- Trong lòng chẳng bao giờ biết đủ

- Những điều mong cầu thường bị thiếu thốn, dứt tuyệt

- Chỗ đòi hỏi của người khác khó đáp ứng

- Thường bị người khác gây khó khăn, làm hại

- Sinh ra trong gia đình chịu ảnh hưởng của tà kiến

- Tâm ý gian trá, dua nịnh, không trung thực

27 loại quả báo thiện ác khác biệt

Sinh làm người	Là do
1. Tôn quý, được kính ngưỡng	Lễ kính, phụng sự Tam bảo
2. Giàu sang vô hạn	Thực hành bố thí
3. Tuổi thọ dài lâu	Thực hành trì giới
4. Dung mạo đoan chánh	Thực hành nhẫn nhục
5. Chuyên cần tu tập	Thực hành tinh tấn
6. Thấu suốt nghĩa lý	Thực hành trí tuệ
7. Tiếng nói trong trẻo	Xưng tán Tam bảo
8. Trong sạch thanh khiết	Tu tập tâm từ mẫn
9. Dơ nhớp, không thanh khiết	Tái sinh từ loài lợn
10. Keo lận, bủn xỉn	Tái sinh từ loài chó
11. Ương ngạnh, bạo ngược	Tái sinh từ loài dê
12. Nhanh lẹ, nóng nảy	Tái sinh từ loài khỉ
13. Nhạy cảm với mùi vị	Tái sinh từ loài cá, rùa...
14. Độc ác, thường hại người	Tái sinh từ loài rắn
15. Không có tâm từ mẫn	Tái sinh từ hổ báo, lang sói
16. Ngu ngốc, đần độn	Không dạy bảo người khác
17. Câm điếc	Phỉ báng, làm nhục người
18. Thấp hèn, bị sai khiến	Thiếu nợ không trả
19. Xấu xí, đen đúa	Ngăn cản Phật pháp
20. Sinh vào loài hươu nai	Khủng bố, đe dọa người
21. Sinh vào loài rồng	Thường pha trò, chọc cười
22. Thân thể sinh ung nhọt độc	Đánh đập, hành hạ người
23. Người được gặp vui mừng	Niềm nở, tiếp đón người
24. Thường bị kiện thưa	Giam nhốt, buộc trói người
25. Thân thể thấp bé	Khinh miệt người khác
26. Mặt mũi xấu xí khó coi	Thường sân hận, nóng nảy
27. Ngu si, thiếu trí	Không ham học hỏi

LUẬN GIẢI VỀ TÂM ĐỊA

Có quả báo tốt đẹp nhưng không thể thụ hưởng

Một số người tuy có lụa là gấm vóc chất đầy trong rương, nhưng trên thân thể chẳng qua chỉ khoác lên đôi ba mảnh vải thô xấu; có vàng ngọc châu báu chứa đầy trong tủ, nhưng miếng ăn hằng ngày chẳng qua cũng chỉ dùng những món hơn kẻ bần hàn đôi chút, cho rằng như thế là an nhàn; lại ưa thích những việc làm lụng cực nhọc, cho đó là thích thú, khoái lạc. Những người như thế, chỉ thấy họ suốt ngày ưu tư phiền muộn, rõ ràng có được phước báo tốt đẹp nhưng không thể hưởng dụng như người khác. Đó là do đời trước tuy làm việc bố thí nhưng không phát tâm chí thành, hoan hỷ, chỉ do có người khuyến khích, khuyên bảo nên mới miễn cưỡng mà bố thí. Hoặc nếu không phải thế thì là sau khi bố thí lại sinh tâm tiếc nuối, hối tiếc việc đã làm.[1]

Được thụ hưởng nhưng không có quả báo tốt đẹp

Có những người gia cảnh bần hàn, nhưng thường được sống trong nhà cao cửa rộng của người khác; bữa ăn ở nhà mình thì canh rau qua bữa, nhưng lại thường được dùng những món sơn hào hải vị do người khác chiêu đãi. Người như thế tuy được hưởng

---

[1] Đoạn này lấy ý trong kinh Di-lặc sở vấn - 彌勒所問經. (Chú giải của soạn giả)

thụ nhưng không gọi là có phước báo. Đó là do đời trước không tự mình làm việc bố thí, chỉ biết khuyên bảo, khuyến khích người khác làm việc phước thiện; hoặc do khi nhìn thấy người khác làm việc bố thí liền sinh tâm hoan hỷ, ngợi khen tán thán.

Trước giàu sau nghèo

Kinh *Nghiệp báo sai biệt*[1] dạy rằng: "Nếu có chúng sinh nào, trước nghe theo lời khuyên của người khác mà làm việc bố thí, sau lại sinh tâm hối tiếc; do nhân duyên như thế, người ấy đời sau sẽ được giàu có một thời gian, nhưng sau đó lại phải chịu cảnh bần hàn."

Trước nghèo sau giàu

Kinh văn cũng dạy rằng: "Lại nữa, nếu có chúng sinh nào, do nghe lời khuyên của người khác mà làm việc bố thí nhỏ nhoi, nhưng sau khi bố thí rồi sinh tâm hoan hỷ. Người ấy đời sau sinh ra làm người, trước chịu nghèo khổ nhưng sau được giàu có."[2]

Giàu có nhưng phải lao nhọc

Giàu có là nhờ gieo nhân giàu có; nhưng phải lao lực khổ nhọc cũng là do gieo nhân lao khổ. Như trong

---

[1] Tên kinh đầy đủ là Phật vị Thủ Ca Trưởng giả thuyết Nghiệp báo sai biệt kinh - 佛為首迦長者說業報差別經, do ngài Cù Đàm Pháp Trí dịch vào đời Tùy. Phần trích dẫn này là lược ý, không phải nguyên văn kinh. Nội dung trích dẫn được bắt đầu từ dòng thứ 22, trang 893, tờ c, thuộc kinh số 80, được xếp vào tập 1 của Đại Chánh tân tu Đại tạng kinh.

[2] Trong nguyên bản không có chú giải riêng cho đoạn này, nhưng chúng tôi có đối chiếu và thấy nội dung cũng được trích từ kinh Nghiệp báo sai biệt.

kinh dạy rằng: "Người cúng dường trai tăng[1] ắt sẽ được giàu có vô hạn, ấy là lẽ tất nhiên. Tuy nhiên, nếu có người thỉnh chư tăng đến nhà mình để cúng dường, khiến cho chư tăng phải nhọc sức đi lại vất vả, rồi sau mới dâng cúng thức ăn, người ấy đời sau tuy vẫn được giàu có vô hạn, nhưng lại phải lao nhọc cần khổ."

Nhàn hạ mà được giàu có

Nếu người phát tâm cúng dường chư tăng, mang thức ăn đến tận am viện, chùa chiền, khiến cho chúng tăng có thể an nhàn thọ dụng, người ấy sẽ được phước báo đời sau sinh ra trong hai cõi trời người, tự nhiên được thụ hưởng mọi điều khoái lạc.

Nghèo khổ nhưng có thể bố thí

Kinh văn cũng dạy rằng: "Nếu có chúng sinh nào,[2] trước đây từng làm việc bố thí nhưng không gặp được những bậc là ruộng phước của thế gian,[3] mãi lưu chuyển trong luân hồi sinh tử. Những chúng sinh ấy khi được sinh ra làm người, do không được gặp bậc phước điền nên việc bố thí chỉ mang lại phước báo rất nhỏ nhoi, thoạt có thoạt không chẳng lâu bền.

---

[1] Trai tăng: nghi lễ cung thỉnh chư tăng để cúng dường đầy đủ các món nhu yếu như thuốc men, y phục, thức ăn uống...

[2] Ở đây nói là chúng sinh, không chỉ riêng loài người. Dùng chữ chúng sinh để chỉ cho khắp hết muôn loài trong sáu đường (trời, người, a-tu-la, địa ngục, ngạ quỷ và súc sinh).

[3] Ruộng phước của thế gian: chỉ những bậc đạo cao đức trọng, là nơi cho mọi người cung kính, quy ngưỡng, nếu ai cúng dường các bậc như thế sẽ được phước báo lớn lao, như người gieo thóc giống vào đám ruộng tốt sẽ thu hoạch được rất nhiều; do đó mà gọi các ngài là ruộng phước của thế gian (phước điền).

Tuy nhiên, do đã từng tu tập quen theo hạnh bố thí, nên khi sinh ra dù sống trong cảnh nghèo khó vẫn thường có thể làm việc bố thí."[1]

Giàu có nhưng không bố thí

"Lại có những chúng sinh vốn không thường làm việc bố thí, nhân gặp bậc thiện tri thức khuyên bảo nên nhất thời cũng bố thí được một lần, may mắn lại gặp được bậc phước điền đức cao đạo trọng. Nhờ công đức cúng dường bậc phước điền cao trọng, nên đời sau sinh ra được giàu có sung túc. Tuy nhiên, bởi không tập quen hạnh bố thí, nên dù sống trong cảnh giàu sang mà tâm thường keo lận, không làm việc bố thí."[2]

Bố thí nhiều, được phước ít

Kinh *Bồ Tát bản hạnh* dạy rằng:[3] "Nếu có chúng sinh làm việc bố thí nhưng không hết lòng, hoặc cúng dường mà không có lòng cung kính; hoặc khi bố thí, cúng dường mà tâm không hoan hỷ; hoặc khi bố thí lại khởi tâm kiêu mạn, tự cao tự đại; hoặc bố thí cúng dường cho những kẻ theo tà kiến điên đảo. Bố thí cúng dường như thế cũng giống như người gặp phải

---

[1] Đoạn này trích từ kinh văn đã dẫn trên, bắt đầu từ dòng 5, trang 894, tờ a.

[2] Đoạn này trích từ kinh văn đã dẫn trên, bắt đầu từ dòng 8, trang 894, tờ a.

3 Đoạn này không trích nguyên văn mà chỉ ghi lại ý từ kinh Bồ Tát bản hạnh - 菩薩本行經, quyển 2, thuộc kinh số 155, được xếp vào tập 3 của Đại Chánh tân tu Đại tạng kinh. Nội dung này bắt đầu từ dòng 7, trang 114, tờ a.

mảnh ruộng cằn cỗi bạc màu, tuy gieo giống xuống rất nhiều mà thu hoạch chẳng được bao nhiêu."

Bố thí ít, được phước nhiều

Trong kinh này lại cũng dạy rằng: "Nếu vào lúc thực hành bố thí có thể khởi tâm hoan hỷ, tâm cung kính, tâm thanh tịnh, chẳng mong cầu được phước báo, hoặc được cúng dường cho các bậc Bồ Tát, thánh tăng. Bố thí cúng dường được như thế cũng giống như người gặp đám ruộng tốt, tuy gieo giống ít cũng thu hoạch được rất nhiều."[1]

Buồn phiền như nhau, thọ báo khác nhau

Sách *Pháp uyển châu lâm*[2] nói rằng: "Ví như có hai người, một người nghèo khổ, một người giàu có. Có kẻ đến cầu xin được giúp đỡ, cả hai người này đều sinh tâm buồn phiền. Người giàu có nhiều của cải buồn phiền vì sợ người kia nài nỉ xin xỏ, hao tốn tiền bạc của mình. Người nghèo khổ lại buồn phiền vì rất muốn giúp người mà không có tiền bạc để giúp. Về sau, người nghèo khổ ấy được sinh lên cõi trời, còn người giàu có kia phải đọa vào cảnh giới ngạ quỷ. Tuy cả hai người đều sinh tâm buồn phiền nhưng lại thọ quả báo khác nhau."

---

[1] Đoạn này vẫn trích ý từ kinh Bồ Tát bản hạnh như đã dẫn trên. Nội dung bắt đầu từ dòng 10, trang 114, tờ a.

[2] Sách Pháp uyển châu lâm (法苑珠林) - do ngài Đạo Thế soạn vào đời Đường, được xếp vào tập 53 của Đại Chánh tân tu Đại tạng kinh, kinh số 2122, cả thảy có 100 quyển. Nội dung đoạn này không trích nguyên văn mà lấy ý từ trong quyển 81 của sách, bắt đầu từ dòng 10, trang 888, tờ c.

Tuổi thọ khác nhau, quả phước giống nhau

Ví như một người sống vào thời tuổi thọ lên đến ngàn năm, suốt đời thọ trì Năm giới, thực hành Mười điều lành, so với một người sống vào thời tuổi thọ chỉ được mười năm, cũng suốt đời thọ trì Năm giới, thực hành Mười điều lành, thì phước báo của cả hai người này đều giống như nhau, không khác.

Làm việc ác cuối đời được kết quả tốt đẹp

Ví như có người làm việc ác nhưng cuối đời lại được hưởng kết quả tốt đẹp, ấy là vì nghiệp quả của việc ác đã làm trong đời này còn chưa chín muồi, mà nghiệp quả của những việc thiện đã làm trong đời trước lại chín muồi trước. Xưa có một người trong 7 đời đều làm việc giết dê, không đọa vào ba đường dữ. Nhưng sau đó rồi thì tất cả những tội giết hại đã tạo ấy đều dần dần phải chịu quả báo thường bồi, không sót một trường hợp nào.[1]

Thông thường, khi thấy có những người làm việc ác mà được hưởng phước báo thì nên hiểu là như vậy.

Làm việc thiện cuối đời chịu kết quả xấu ác

Có người suốt đời thường làm việc thiện, nhưng cuối đời phải gánh chịu những kết cục bi thảm, ấy là vì nghiệp quả của những việc thiện đã làm trong

---

[1] Xem trong Đại tạng nhất lãm - 大藏一覽. (Chú giải của soạn giả)

đời này còn chưa chín muồi, mà nghiệp quả của những việc ác đã làm trong đời trước lại chín muồi. Hơn nữa, tuy thấy có vẻ như đang chịu quả xấu mà thật ra chẳng phải quả xấu. Như xưa kia có chú bé chăn trâu, một hôm hái hoa dâng cúng Phật, trở về giữa đường bị trâu húc chết, thần thức lập tức sinh lên cảnh trời Đao-lợi.[1] Lại có một con khỉ nhìn thấy vị tăng, sinh tâm hoan hỷ, liền đến gần mượn lấy áo cà-sa thử khoác lên thân, ngay lúc ấy bất ngờ sẩy chân ngã xuống vực sâu mà chết, thần thức lập tức sinh lên cõi trời.[2]

Nói tóm lại, nếu do làm việc thiện mà phải bỏ mạng, chưa hẳn đã là không được quả báo tốt lành, chỉ là trong nhất thời mắt thịt của người phàm không thể thấy biết mà thôi.

Thân an vui, tâm không vui

Người phàm tục tu phước, trong đời này mọi việc đều được như ý, có thể gọi là thân được an vui. Tuy nhiên, không học pháp xuất thế, chưa thoát khỏi luân hồi, rốt lại trong tâm vẫn không tránh khỏi mối lo rơi vào ba đường dữ.

Tâm an vui, thân không vui

Bậc chứng quả A-la-hán đã chấm dứt không còn phải tái sinh, có thể xem như vĩnh viễn thoát ba đường dữ, ra khỏi sáu cõi luân hồi, có thể gọi là tâm

---

[1] Trích từ kinh Thí dụ - 譬喻經. (Chú giải của soạn giả)
[2] Xem trong sách Kinh luật dị tướng - 經律異相. (Chú giải của soạn giả)

được an vui. Tuy vậy, ví như trước đây không thường tu phước thì sẽ không nhận được sự cúng dường như ý muốn.

Bố thí lớn lao, phước báo nhỏ

Kinh Bát-nhã dạy rằng: "Nếu vị Bồ Tát chỉ buông xả tài bảo trân quý nhưng không phát tâm cầu quả Phật để cứu độ tất cả chúng sinh, thì dù tu tập trải qua số kiếp nhiều như cát sông Hằng cũng chỉ được phước báo rất ít."[1]

Bố thí nhỏ nhoi, phước báo lớn lao

Kinh Bát-nhã cũng dạy rằng: "Nếu vị Bồ Tát trong khi thực hành bố thí có thể hồi hướng cầu quả Vô thượng Bồ-đề để cứu độ tất cả chúng sinh trong mười phương, thì cho dù việc bố thí có nhỏ nhoi cũng vẫn được phước đức vô lượng."[2] Đối với vị Bồ Tát này, từ lúc phát tâm cho đến khi thành tựu quả Phật, tâm địa không có gì tăng thêm, mà ruộng phước cũng không có gì tăng thêm, vì vốn đã viên mãn.

Gặp hoàn cảnh thuận lợi, chính là lúc nên tu phước

Khi gặp hoàn cảnh thuận lợi, nên tự suy nghĩ như thế này: "Nhà ta nay được giàu có, nhất định là đời

---

[1] Ở đây phước báo thật ra không phải là ít, nhưng ý muốn nói rằng nếu so với vị Bồ Tát đã phát tâm Bồ-đề (cầu quả Phật để cứu độ tất cả chúng sinh) thì phước báo của vị này là ít. (Chú giải của soạn giả)

[2] Hai đoạn trên đây có hàm ý tương đồng với các đoạn "Bố thí nhiều được phước ít"

trước đã thường tu hạnh bố thí, nên đời này lại càng phải cứu người giúp vật nhiều hơn nữa. Thân thể ta không có bệnh tật, nhất định là đời trước đã thường tu tập từ bi, nên đời này lại càng phải tránh sự giết hại và phóng sinh nhiều hơn nữa." Cũng giống như khi đã thắp lên một ngọn đèn sáng, cần phải tiếp tục châm thêm dầu thì mới có thể duy trì ánh sáng.

Gặp hoàn cảnh trái nghịch vẫn có thể tu phước

Khi gặp hoàn cảnh trái nghịch, nên tự suy nghĩ như thế này: "Ta nay gặp cảnh khốn khổ tai ách này, đều là do nghiệp đời trước chiêu cảm mà có, nếu vui lòng nhận chịu ắt là đền trả hết được nợ nần xưa kia." Cũng chẳng riêng việc ấy, nếu mình gặp cảnh nghèo túng khốn cùng, thường cầu mong cho tất cả mọi người đều được giàu sang sung túc; nếu mình phải chịu nhiều bệnh khổ, thường cầu mong cho tất cả mọi người đều được khỏe mạnh an ổn; nếu mình thường gặp cảnh đấu tranh giành giật, thường cầu mong cho tất cả mọi người đều được hòa hợp an vui; nếu tự mình ngu si hôn ám, thường nguyện cho tất cả mọi người đều được trí tuệ sáng suốt; nếu tự mình không được trọn đủ các giác quan, thường cầu mong cho tất cả mọi người đều được thân tướng tốt đẹp.

Mỗi khi gặp một hoàn cảnh hoạn nạn nào đó, liền nguyện trong đời vị lai sẽ cứu độ cho người gặp hoạn nạn như thế. Như vậy chẳng phải là ngay nơi phiền não tức hiện Bồ-đề, độc dược hóa thành cam lộ đó sao? Nếu người không biết tu phước thì ắt là ngược lại.

Người khác làm việc thiện, ta có thể được phước

Khi người khác làm việc thiện chưa thành tựu mà mình tùy theo để khuyến khích, thúc đẩy, đó gọi là khuyến khích được phước. Khi người khác làm việc thiện đã thành tựu, mình cũng tùy theo mà vui mừng hoan hỷ, đó gọi là tùy hỷ được phước. Thường ngợi khen xưng tán điều thiện, khiến người khác bắt chước làm theo, đó gọi là tán thán được phước. Suy cho cùng thì khắp cả trên trời dưới đất, từ xưa đến nay, hết thảy các điều thiện trong thiên hạ đều có thể tạo phước cho ta.

Cho nên, Bồ Tát Phổ Hiền phát khởi 10 nguyện lớn thì nguyện thứ 5 chính là "tùy hỷ công đức". Trên từ vô lượng phước báo nhiều đời nhiều kiếp của chư Phật, Bồ Tát; dưới cho đến chỉ một việc thiện nhỏ nhoi của bất kỳ chúng sinh nào trong sáu cõi luân hồi, khi mình biết được thì đối với tất cả đều phát tâm tán thán, tùy hỷ. Làm được như thế rồi thì bao nhiêu phước báo trong tận cùng hư không, rộng khắp pháp giới, đâu đâu cũng có thể trở thành phước báo của mình, mà tự thân mình cũng được như Bồ Tát Phổ Hiền không khác.

Người khác làm việc xấu ác, ta có thể được phước

Khi người khác làm việc ác chưa thành mà mình gắng sức khuyên bảo, khiến người ấy ngưng lại, ắt mình sẽ được phước. Khi người khác làm việc ác đã xong, mình thấy vậy sinh tâm buồn lo, không vui, ắt cũng sẽ được phước. Khi việc ác chưa truyền rộng, mình cố gắng tìm mọi phương cách để chặn đứng, ngăn cản, ắt sẽ được phước. Nếu việc ác đã lan truyền, nên lấy đó làm bài học để răn ngừa, cảnh giác không phạm vào, ắt cũng sẽ được phước.

Nếu việc xấu ác làm hại đến mình mà có thể nhẫn nhục chịu đựng, ắt sẽ được phước. Nếu việc xấu ác làm hại đến người khác mà mình có thể khuyên người nhẫn nhục chịu đựng, ắt cũng sẽ được phước.

Trưng dẫn sự tích

NĂM DẶM BỒN ĐỒNG

Ngày xưa, tại nước Câu-lưu-xa có vị vua tên là Ác Sinh. Một hôm, vua nhìn thấy có con mèo vàng từ phía đông bắc của đại sảnh đi vào rồi chui xuống đất chỗ góc tây nam. Vua liền ra lệnh khai quật ngay chỗ góc nhà ấy lên, tìm được một cái bồn bằng đồng, trong có 3 hộc, đều chứa đầy những đồng tiền vàng. Từ chỗ cái bồn ấy đào sâu xuống một chút lại gặp một cái bồn bằng đồng nữa, cũng có 3 hộc và cũng chứa đầy tiền vàng bên trong. Tiếp tục đào xuống thì tìm được thêm cái bồn thứ ba, cũng giống hệt như vậy. Lại từ chỗ đào được ấy, tiếp tục tìm ra quanh đó thì cứ cách khoảng một bước đi lại tìm được bồn đồng chứa tiền vàng, như vậy rộng ra đến 5 dặm đều tìm được rất nhiều bồn đồng chứa tiền vàng như vậy.

Vua cho là việc quái dị, trong lòng sinh nghi, liền tìm đến chỗ Tôn giả Ca-chiên-diên thưa hỏi. Tôn giả đáp rằng: "Vào đời quá khứ cách nay 91 kiếp, có đức Phật ra đời hiệu là Tỳ-bà-thi.[1] Sau khi đức Phật ấy nhập Niết-bàn, có một vị tỳ-kheo đi khất thực đến ngã tư đường liền ngồi xuống, muốn giáo hóa mọi người nên chỉ tay vào bát mà nói rằng: 'Nếu có ai biết mang tiền bạc cất vào trong thành quách kiên cố này,[2] thì bất luận là vua chúa, kẻ trộm cướp, cho đến các nạn lớn như lũ lụt, hỏa hoạn, thiên tai, cũng đều không thể cướp mất đi tài sản của người ấy.'

"Có một người nghèo nghe vị tỳ-kheo nói thế thì hết sức hoan hỷ phấn khích, nhân lúc ấy lại vừa bán củi ở chợ được 3 đồng tiền, liền cúng dường tất cả vào trong bát. Cúng dường xong, người ấy quay về nhà cách đó 5 dặm, cứ mỗi bước đi trên đường đều sinh tâm hoan hỷ. Về đến trước cửa nhà rồi, trước khi vào nhà lại quay về hướng vị tỳ-kheo mà thành tâm đảnh lễ, phát tâm bố thí rồi mới vào. Người nghèo khổ ngày xưa ấy, nay không phải ai khác, chính là đại vương đó."[3]

---

[1] Tức là vị Phật thứ 998 trong số 1000 vị Phật của kiếp Trang nghiêm. (Chú giải của soạn giả)

[2] Ý ngài chỉ đến việc dùng tài vật, tiền của để cúng dường vào bát.

[3] Phần này trích từ Tạp bảo tạng kinh - 雜寶藏經. (Chú giải của soạn giả) Tuy nhiên, khi tra cứu lại chúng tôi không tìm thấy câu chuyện này trong Tạp bảo tạng kinh (Đại Chánh tân tu Đại tạng kinh, tập 4, kinh số 203, tổng cộng 10 quyển, do 2 ngài Kiết-ca-dạ và Đàm Diệu cùng dịch), mà chỉ thấy có ghi trong sách Pháp uyển châu lâm (法苑珠林 - Đại Chánh tân tu Đại tạng kinh, tập 53, kinh số 2122, tổng cộng 100 quyển, do ngài Đạo Thế soạn vào đời Đường) với câu mở đầu là Tạp bảo tạng kinh vân - 雜寶藏經云. Có thể tiên sinh An Sĩ đã căn cứ

Lời bàn

Khi đức Phật đang ở tại thành Xá-vệ, có người phụ nữ với tâm chí thành dâng cúng một bát cơm. Đức Phật dạy rằng phước đức của người phụ nữ ấy rất lớn. Chồng của người phụ nữ ấy nghe rồi trong lòng rất hoài nghi, không tin rằng chỉ cúng dường một bát cơm nhỏ bé mà lại được phước rất nhiều như lời Phật dạy. Đức Phật liền gọi người ấy đến hỏi rằng: "Ông thấy cây ni-câu-đà[1] cao lớn như thế nào chứ?"

Người kia thưa: "Dạ thấy, cây ấy cao chừng 4 đến 5 dặm, mỗi năm rụng quả xuống ước chừng vạn hộc."[2]

Đức Phật lại hỏi người ấy hạt cây ni-câu-đà lớn hay nhỏ, người ấy đáp: "Chẳng qua cũng chỉ nhỏ bằng hạt cải."

Đức Phật dạy: "Lòng đất chỉ là sự vật vô tình mà gieo vào đó một hạt giống nhỏ bằng hạt cải, về sau có thể thu được mỗi năm đến vạn hộc quả, huống chi con người vốn có tâm thức, nếu có thể chí thành dâng cúng lên đức Như Lai một bát cơm, sao lại nghi ngờ là không thể được phước báo lớn lao?"

Hai vợ chồng người kia nghe lời Phật dạy tâm ý liền thông suốt thấu rõ, không còn hoài nghi nữa.

câu này mà cho là câu chuyện nằm trong Tạp bảo tạng kinh. Ngoài ra, sau khi đối chiếu thấy một vài chi tiết không hoàn toàn giống với trong nguyên bản sách Pháp uyển châu lâm, chúng tôi cũng đã điều chỉnh lại trong khi dịch để nội dung được rõ ràng, mạch lạc hơn. Nội dung trích dẫn này được bắt đầu từ dòng thứ 26, trang 887, tờ c của sách Pháp uyển châu lâm, quyển thứ 81.

[1] Tên một loài cây ở Ấn Độ. (Chú giải của soạn giả)

[2] Đơn vị đong lường ngày xưa, mỗi hộc bằng 10 đấu.

Những người phước mỏng sinh vào thời mạt pháp, kiến giải hết sức hẹp hòi, nghe chuyện "năm dặm bốn đồng" này làm sao có thể không khởi lên mối nghi "bát cơm nhỏ, phước báo lớn" như người xưa?

CÚNG DƯỜNG ĐƯỢC MỘT THÁNG[1]

Trong thành Xá-vệ có một nhà kia hết sức nghèo khổ, trong sân nhà có một cây nho, muốn hái một chùm để dâng lên cúng dường các vị tỳ-kheo. Lúc ấy, nhằm khi quốc vương đã có lời cầu thỉnh chư tăng thọ nhận cúng dường trong suốt một tháng, ngày nào vua cũng dâng cúng đồ ăn thức uống. Vì vậy, người nhà nghèo không có cơ hội để cúng dường, phải chờ đợi hết một tháng đó mới có thể mang chùm nho đến dâng cúng lên một vị tỳ-kheo. Vị tỳ-kheo thọ nhận rồi bảo rằng: "Ông đã cúng dường được một tháng rồi." Người nghèo không hiểu, thưa hỏi lại: "Con chỉ dâng cúng một chùm nho, sao ngài lại nói đã cúng dường được trọn một tháng?"

Vị tỳ-kheo dạy: "Tuy chỉ một chùm nho này, nhưng ông đã khởi tâm từ một tháng trước, luôn nghĩ nhớ đến việc cúng dường không lúc nào gián đoạn, như vậy chẳng phải là đã cúng dường được một tháng rồi sao?"

---

[1] Trích từ sách Pháp uyển châu lâm - 法苑珠林. (Chú giải của soạn giả) Nội dung đoạn này lược ý chứ không trích nguyên văn, bắt đầu từ dòng thứ 14, trang 609, tờ b, quyển 41 của sách Pháp uyển châu lâm. Sách này ghi trích dẫn từ Tạp thí dụ kinh và có nội dung khác biệt đôi chút. Chúng tôi trong lúc Việt dịch đã căn cứ nguyên bản này để thêm vào một số chi tiết giúp đoạn văn trên được rõ ràng hơn.

Lời bàn

Xét về sự việc thì bố thí cúng dường vốn có thể gián đoạn, nhưng tâm niệm bố thí cúng dường thì không nên gián đoạn, phải giữ cho niệm niệm nối nhau không dứt thì mới có thể vun bồi được hạt giống Bồ-đề. Việc cúng dường cơm nước cho các chùa chiền, tự viện... mang lại lợi ích lớn lao nhất, vì nó giúp cho người cúng dường kia trong chỗ tự mình không hay biết mà tự nhiên mỗi ngày đều cúng dường Tam bảo.

GIEO TRỒNG PHƯỚC ĐỨC TRÊN ĐẦU NGÓN TAY[1]

Xưa có người trưởng giả tên là A-cưu-lưu, vốn không tin rằng sau khi chết còn có kiếp sau, cũng không tin lẽ nhân quả, thiện ác. Ngày kia, A-cưu-lưu với 500 người khách buôn mang theo rất nhiều vàng ngọc châu báu, dự định cùng nhau thực hiện một chuyến buôn xa. Không may cả đoàn cùng lạc vào một con đường hết sức hiểm trở, đi suốt ba, bốn ngày qua mà chẳng nhìn thấy một ngọn cỏ, không tìm được một giọt nước, trong khi lương thực, nước uống mang theo đều đã cạn hết. Tình thế vô cùng nguy ngập, ắt không thể tránh khỏi phải chết vì đói khát.

---

[1] Trích từ kinh Thí dụ - 譬喻經. (Chú giải của soạn giả) Tuy nhiên, kinh Thí dụ là một bản kinh ngắn và chúng tôi đã xem qua, hoàn toàn không có câu chuyện này, có lẽ đã có sự nhầm lẫn. Chúng tôi lại tìm thấy đúng câu chuyện này trong kinh Phật thuyết A-cưu-lưu - 佛說阿鳩留經, được xếp vào Đại Chánh tân tu Đại tạng kinh, tập 14, kinh số 529, bắt đầu từ dòng thứ 28, trang 804, tờ a. Trong nguyên bản kinh thì đây là một câu chuyện dài với nhiều chi tiết hơn, soạn giả đã lược ý từ đó mà viết lại chứ không trích nguyên văn kinh.

Khi ấy, trưởng giả A-cưu-lưu trong lúc đi loanh quanh tìm nguồn nước bỗng gặp một vị thần cây, liền đem việc nguy khốn đói khát của mình nói với thần. Vị thần đưa cánh tay phải lên, từ các ngón tay của ông liền hóa ra rất nhiều thức ăn, nước uống, cung cấp đầy đủ cho A-cưu-lưu và cả những người cùng đi đều thoát khỏi cơn đói khát.

Trưởng giả A-cưu-lưu liền thưa hỏi: "Thần nhờ phước đức gì mà có khả năng biến hóa từ ngón tay ra thức ăn, nước uống như thế?"

Vị thần đáp: "Trước đây vào thời đức Phật Ca-diếp, ta là một người nghèo, thường ngồi bên lề đường nơi cửa thành chuyên làm việc lau kính cho người. Mỗi khi thấy có vị sa môn nào vào thành khất thực, ta liền đưa cánh tay phải lên chỉ đường, chỉ rõ cho vị ấy biết nhà nào trong thành có thể đến khất thực được. Lại khi thấy vị ấy khất thực được đầy bát trở về, ta liền sinh tâm hoan hỷ vô cùng. Ta làm như thế không chỉ một hai ngày mà là rất lâu dài. Nhờ phước báo đó mà ngày nay mọi thứ cần dùng chỉ đưa ngón tay chỉ ra là có."

Trưởng giả A-cưu-lưu nghe qua câu chuyện của vị thần cây, trong lòng sáng tỏ, thấu rõ lẽ nhân quả, từ đó về sau hết lòng tu tập hạnh bố thí, mỗi ngày đều cúng dường cho rất nhiều vị tăng. Sau khi chết ông liền được sinh lên tầng trời thứ hai, cung trời Đao-lợi, làm vị thiên nhân rải hoa trời.

Lời bàn

Người không có trí tuệ thì dù có nhiều tài sản cũng không thể gieo trồng phước báo. Người có trí tuệ thì dù không có tài sản cũng có thể gieo trồng phước báo. Nếu học làm theo như vị thần cây kia, ắt là tài sản của người khác cũng có thể trở thành hữu dụng cho ta. Khi chỉ đường làm lợi lạc cho người khác, ruộng phước từ nơi ngón tay chỉ mà được rộng sâu; ngợi khen khuyến khích người khác làm việc thiện, ruộng phước từ nơi lời nói mà được rộng sâu; bôn ba xuôi ngược giúp người, ruộng phước từ nơi đôi chân mà được rộng sâu... Quay nhìn lại khắp thân thể mình, từ tai, mắt đến tay, chân... thật không bộ phận nào lại không thể giúp ta gieo trồng ruộng phước. Thật vĩ đại lắm thay! Phật pháp quả thật mang lại lợi ích cho muôn người, những kẻ phàm tục tầm thường làm sao có được trí tuệ sáng suốt hiểu được như thế?

THÂN HÌNH XẤU XÍ, THANH ÂM TỐT ĐẸP[1]

Vua Ba-tư-nặc một hôm dẫn quân đi ngang tinh xá Kỳ Viên, nghe tiếng một vị tỳ-kheo tụng kinh, thanh âm hết sức hay lạ, thu hút. Vua liền tìm đến khấu đầu lễ Phật xin được diện kiến vị tỳ-kheo ấy, dâng cúng 10 vạn đồng tiền. Đức Phật dạy: "Nhà vua hãy cúng tiền

---

[1] Trích từ kinh Hiền ngu nhân duyên - 賢愚因緣經. (Chú giải của soạn giả) Đoạn này không trích nguyên văn mà chỉ lược ý từ kinh văn, bắt đầu từ dòng thứ 10, trang 424, tờ b, thuộc quyển 11 của kinh Hiền ngu (13 quyển), được xếp vào Đại Chánh tân tu Đại tạng kinh, tập 4, kinh số 202.

trước rồi sẽ gặp thầy ấy sau. Nếu vua gặp thầy ấy trước, ắt sẽ không khởi tâm cúng dường nữa."

Vua liền mang tiền đến cúng dường trước. Sau đó được gặp vị tỳ-kheo mới thấy vị này hình dung cực kỳ xấu xí, lại thấp bé vô cùng. Vua quả nhiên sinh tâm hối tiếc việc cúng dường. Vua liền thưa hỏi, muốn biết nhân duyên đời trước.

Đức Phật dạy: "Ngày xưa, sau khi đức Phật Ca-diếp nhập Niết-bàn, có một vị vua dựng tháp thờ Phật, giao cho 4 vị quan cùng lo đốc thúc việc xây dựng. Trong đó có một vị lười nhác không tận lực, liền bị vua quở trách. Vị quan ấy bị quở trách thì giận lắm, thốt ra lời rằng: "Cái tháp quái này to lớn quá, biết chừng nào mới xây cho xong được!" Do phát ra lời bực dọc oán hận đối với việc xây dựng tháp Phật, nên trong suốt 500 kiếp sinh ra đều phải chịu hình dung cực kỳ xấu xí, thấp bé. Lại sau khi xây dựng xong tháp Phật, vị ấy tự hối lỗi trước, mang một cái chuông nhỏ đến cúng dường đặt trong tháp. Nhờ phước báo ấy mà trong suốt 500 kiếp về sau mỗi khi sinh ra đều có được thanh âm hay lạ, thu hút người khác.

Lời bàn

Các nhân do sáu căn tạo thành, thiện ác xen lẫn nhau, tùy theo đó mà chúng sinh phải thọ nhận quả báo khác nhau, khổ vui lẫn lộn. Xưa có người đi du lịch xa, lúc đến một ngọn núi giữa đảo xa ngoài biển, gặp một người dung nhan tỏa sáng phi thường, diện mạo đoan chánh, thường được nghe nhạc trời khiến tâm vui vẻ, chỉ riêng có cái miệng là cực kỳ xấu xí, giống như mõm lợn. Tìm hiểu nguyên nhân mới biết đó là người đời trước thường tu phước, chỉ hay mắc lỗi nơi lời nói, thường nói những lời thô tục, bẩn thỉu. Ôi, thật đáng sợ lắm thay!

MƯỜI HẠT THÓC ĐƯỢC THOÁT NGHÈO[1]

Đời Tùy, ở núi Chung Nam có vị thánh tăng là Thích Phổ An. Mỗi khi ngài đến chỗ đông người, thiên hạ lại tranh nhau thiết lễ cúng dường thỉnh ngài thọ trai.

Ngày kia, ngài đến thôn Đại Vạn. Trong thôn có người tên Điền Di Sanh, nhà nghèo đến mức chẳng có gì ngoài bốn bức vách trơ vơ. Ông có bốn người con gái, quần áo chẳng đủ che thân. Cô con gái lớn nhất tên là Hoa Nghiêm, khi ấy đã được 20 tuổi, ngoảnh nhìn lại gia sản chẳng có gì ngoài hai thước vải thô xấu. Nghĩ mình nghèo khổ thật quá đỗi, chẳng biết lấy gì để làm việc bố thí tạo phước, chỉ biết ngửa mặt nhìn lên mái nhà đau xót, bất chợt nhân đó thấy trên cây xà ngang có một lỗ hổng nhỏ, bên trong có một nhúm thóc nằm vương vãi. Cô tìm cách lấy xuống, xem kỹ nhặt ra được mười hạt thóc vàng. Liền đem mấy hạt thóc ấy lột vỏ trấu, chà sạch lớp cám bên

---

ngoài, định mang cùng với hai thước vải thô dâng lên cúng dường thánh tăng.

Thế nhưng khi cô nhìn lại mình, chẳng còn mảnh vải che thân nên không thể ra khỏi nhà được. Liền chờ lúc đêm tối mới ra khỏi nhà, không dám đứng thẳng đi mà bò sát dưới đất, hướng về chỗ vị tăng đang trú ngụ, mang hai thước vải thô bỏ nơi bên ngoài phương trượng, còn mười hạt gạo thì tự tay mang đến bỏ vào nồi cơm đang nấu, trong lòng thầm khấn nguyện rằng: "Tôi đời trước do tham lam bỏn xẻn nên nay phải chịu quả báo nghèo khổ cùng khốn. Nay đối trước chư Phật xin thành tâm sám hối, nguyện đem chút vật phẩm nhỏ nhoi này cúng dường chư tăng. Nếu như nghiệp báo nghèo khổ khốn cùng của tôi đến nay đã dứt, xin cho tất cả những hạt cơm đang nấu trong nồi này đều hóa thành sắc vàng." Khấn nguyện rồi gạt nước mắt mà quay về nhà.

Sáng sớm hôm sau, chư tăng đều thấy trong cái nồi ấy nấu đến năm thạch gạo mà toàn bộ cơm trong nồi đều hóa thành sắc vàng. Không ai biết vì sao, chỉ có Đại sư Phổ An quán biết nhân duyên sự việc liền nói rõ cho mọi người biết. Ai nấy nghe qua xúc động không kiềm được, đều cho cô gái họ Điền là người có tâm địa tốt. Nhân đó, rất nhiều người mang tài vật đến giúp đỡ cho gia đình Điền Di Sanh. Cô gái ấy sau lại phát tâm xuất gia học đạo.

Lời bàn

Tuy chỉ là vài thước vải thô với mấy hạt gạo, nhưng đối với cô gái họ Điền kia đã là dốc hết tài sản mà cúng dường rồi vậy. Những nghiệp xấu đã tạo đời trước, biết đâu chẳng là nhờ đó mà cũng được dứt sạch?

THƯỜNG KHÔNG NGỪNG VIỆC GIÚP NGƯỜI, ÂM THẦM LÀM ĐỦ MỌI CÔNG ĐỨC

Giảng rộng

Đoạn văn từ đây trở xuống nêu sự việc nên làm để khuyến khích, thúc giục, tổng quát những chỗ cương yếu đều nhằm nuôi dưỡng căn lành trong tâm thức. Những cách nói như *"thường không ngừng những việc giúp người"* vốn không cần phải diễn giải mở rộng gì thêm, mà nói *"âm thầm làm đủ mọi công đức"* thì cũng đã quá rõ ràng như vậy. Khi làm những việc giúp người, điều quan trọng là phải thường xuyên không gián đoạn; việc âm thầm tạo công đức, điều quan trọng là phải cố gắng làm đủ mọi điều, không xem thường, bỏ sót, dù chỉ là việc nhỏ. Nếu nói theo pháp thế gian thì quả thật rất khó có khả năng làm được như thế. Nhưng nếu biết vận dụng thông suốt Phật pháp thì rốt lại cũng chẳng có gì là khó cả. Nếu thấy việc thiện mà sức mình có thể làm được, liền hăng hái xông vào nỗ lực làm ngay. Nếu thấy việc thiện mà sức mình không thể kham nổi thì hãy phát khởi thệ nguyện lớn lao, và đợi đến đời sau khi mình có đủ khả năng ắt sẽ thực hiện điều ấy.

Luận giải về sự phát nguyện

Nguyện lành của thế tục

Nếu ở chốn quan quyền điều hành chính sự, nguyện cho mọi chính sách tốt đẹp đều được đến với người dân khắp nước; nếu ở chốn thôn quê, nguyện cho người người đều được mãi mãi an hưởng thái bình. Đối với tình cha con của người, nguyện cho được cha lành con thảo; đối với tình anh em của người, nguyện cho luôn giữ được sự thân ái, lễ độ. Khi bản thân mình có được miếng ăn, nguyện cho những kẻ đói thiếu trong thiên hạ đều được no đủ. Khi bản thân mình có được y phục, nguyện cho những kẻ đang chịu cảnh rách rưới lạnh lẽo đều được ấm áp với đầy đủ chăn mền quần áo. Đi qua nơi phố chợ, nguyện cho khắp thảy mọi nhà đều được dư dật no đủ; đi qua đường đê lối ruộng, nguyện cho năm nào cũng được mưa thuận gió hòa. Thấy người qua sông vượt biển, nguyện cho đừng gặp phải sóng to gió lớn; thấy người đi vào núi rừng hiểm trở, nguyện cho không gặp phải rắn rết hổ báo làm hại. Nhìn thấy kẻ nghèo cùng khốn khó, nguyện cho người ấy được giàu sang phú quý; nghe biết người bệnh tật khổ đau, nguyện cho người ấy được mạnh mẽ an ổn. Thấy người được thành tựu cũng tỷ như chính mình thành tựu; thấy người bị thất bại cũng xem như chính mình thất bại. Như có thể trong mỗi một niệm tưởng đều thường nhớ nghĩ đến những tâm nguyện như thế, không để dứt mất, thì việc mở rộng lòng thương yêu người trong bốn biển như anh em một nhà, hòa hợp vạn vật với chính mình như đồng một thể cũng đâu có gì là khó?

Lời bàn

Đây chỉ là những nguyện lành của thế tục mà thôi. Vì sao vậy? Vì tuy biết nghĩ suy việc thiện trong một đời sống này, nhưng không biết là còn có nhiều kiếp sống khác; chỉ lo đời này không đủ sức giúp người, nhưng không biết rằng chỉ cần giữ vững tâm nguyện thì trong những kiếp về sau ắt sẽ có ngày thành tựu. Hơn nữa, những nguyện như trên chỉ giới hạn trong phạm vi cõi người, không rộng mở đến các cõi trời, cho đến địa ngục, ngạ quỷ, súc sinh. Những tâm nguyện như thế, ví dầu tất cả có được thành tựu như ý, chúng sinh trong sáu cõi đều được hưởng nhờ ơn đức, thì bất quá cũng chỉ là tạo được những quả báo để thụ hưởng trong phạm vi hai cõi trời người, không thể có khả năng giúp người nhổ bật cội rễ của sinh tử luân hồi. Chính vì thế mà người có trí tuệ lớn lao thì không thể không phát khởi tâm nguyện xuất thế rộng sâu.

Bốn tâm nguyện xuất thế rộng sâu

Chúng sinh vô biên, thệ nguyện độ khắp.
Phiền não vô tận, thệ nguyện dứt sạch.
Pháp môn vô lượng, thệ nguyện tu học.
Phật đạo vô thượng, thệ nguyện thành tựu.

Lời bàn

Đây là bốn tâm nguyện rộng sâu của hàng Bồ Tát, trong mỗi câu đều hàm chứa vô số ý nghĩa sâu xa mầu nhiệm. Người nào có khả năng thể hội được bốn câu này, sao cho trong lúc đi, đứng, nằm, ngồi đều không lúc nào dứt mất, thì ngay nơi đó đã chính là Bồ-đề rồi. Trong kinh dạy rằng: "Tu hành mà không phát tâm Bồ-đề, khác nào như cày ruộng mà không dẫn nước vào, dù có cố công gắng sức để phát khởi nguyện lành của thế gian, trải qua số kiếp như cát sông Hằng, chẳng bằng như người chỉ tạm thời phát khởi được tâm Bồ-đề."

Dẫn chứng

BA NGƯỜI CÙNG PHÁT NGUYỆN[1]

Vào thời quá khứ cách đây vô số kiếp, có đức Phật ra đời hiệu là Nhất Thiết Độ Như Lai. Bấy giờ, một gia đình quý tộc giàu sang có ba đứa con nhỏ. Một hôm, cả ba em mang ba hạt châu đến cúng dường Phật. Một em nói: "Con muốn sau này được như vị tỳ-kheo đứng bên phải đức Phật." Một em khác lại nói: "Con muốn sau này được như vị tỳ-kheo đứng bên trái đức Phật." Em thứ ba nói: "Con muốn sau này được như đức Phật ngồi giữa đại chúng."

Đức Phật Thích-ca kể lại chuyện này rồi dạy rằng: "Em bé phát nguyện làm Phật, chính là ta ngày nay. Em bé muốn được như vị tỳ-kheo đứng bên trái Phật, nay là Xá-lợi-phất. Em bé muốn được như vị tỳ-kheo đứng bên phải Phật, nay là Mục-kiền-liên."

---

[1] Trích từ kinh A-xà-thế - 阿闍世經. (Chú giải của soạn giả)

ĐỒNG HIỆU VỚI CỔ PHẬT[1]

Đức Thế Tôn thuở xưa, từ vô số kiếp về trước nhiều như số cát sông Hằng, nghe biết vị Phật thuở ấy hiệu là Thích-ca Văn Phật đang thuyết giảng kinh Niết-bàn, liền tự bán thân mình để có tiền sắm sửa hương hoa đến dâng lên cúng dường Phật. Nhân được nghe một bài kệ trong kinh Niết-bàn mà phát nguyện rằng: "Nguyện trong đời vị lai ta sẽ thành Phật, cũng đồng một hiệu như đức Phật này." Do phát nguyện như thế nên ngày nay đức Thế Tôn có hiệu là Thích-ca Văn Phật.

PHÁT NGUYỆN ĐỘ NGƯỜI TRƯỚC HẾT[2]

Trong vô số kiếp về trước, đức Thế Tôn có lần sinh ra làm một vị tiên nhân nhẫn nhục. Một hôm, tiên nhân đang ngồi trong núi sâu, bỗng gặp lúc đức vua đi săn đến đó, đuổi một con thú chạy ngang qua chỗ tiên nhân. Vua thấy ngài ngồi đó liền hỏi xem con thú chạy hướng nào. Tiên nhân suy nghĩ: "Nếu nói thật là hại chết con thú, nếu không nói thật tức phạm lỗi nói dối." Trầm ngâm như vậy hồi lâu không đáp. Vua nổi giận, chặt đứt một cánh tay ngài. Lại hỏi lần nữa, vẫn trầm ngâm không đáp, vua lại chặt luôn cánh tay còn lại. Ngay khi ấy, tiên nhân liền phát nguyện: "Người này độc ác, sau này khi ta thành Phật, nguyện trước tiên sẽ hóa độ ông ta, không để người đời lại bắt chước theo ông ta làm việc ác." Quả nhiên, khi đức

---

[1] Trích từ kinh Niết-bàn - 涅槃經. (Chú giải của soạn giả)

[2] Trích từ sách Kim cang kinh giải - 金剛經解. (Chú giải của soạn giả)

Phật Thích-ca vừa thành đạo, trước hết thuyết pháp hóa độ cho Kiều-trần-như, chính là vị vua ngày trước.

BỐN MƯƠI TÁM ĐẠI NGUYỆN[1]

Đức Phật A-di-đà trong vô số kiếp về trước có một tiền thân là tỳ-kheo Pháp Tạng, từng phát khởi 48 đại nguyện, trong đó có lời nguyện rằng: "Khi ta thành Phật, nguyện cho cõi nước ấy thanh tịnh quý báu, đẹp đẽ trang nghiêm. Chúng sinh trong mười phương, nếu ai có nguyện sinh về cõi nước ta, chỉ cần trì niệm danh hiệu ta thì đến khi lâm chung ta sẽ hóa hiện thân Phật, Bồ Tát đến tiếp độ, khiến cho người ấy được hóa sinh nơi cõi nước ta, sinh ra từ hoa sen, chứng được quả vị không còn thối chuyển."

Vì thế, ngày nay bất kỳ ai có thể nhất tâm niệm Phật A-di-đà đều sẽ được vãng sinh về thế giới Cực Lạc của ngài.

NHỜ CÓ NGUYỆN NÊN DỄ HÓA ĐỘ[2]

Vào thời đức Phật còn tại thế, có một xóm làng kia toàn những người buông thả theo tà kiến, không tin lời Phật dạy. Đức Phật bảo ngài Mục-kiền-liên đến giáo hóa, cả làng lập tức nghe theo lời dạy của ngài, thay đổi tâm niệm hướng về Phật pháp.

Nhân đó, đức Phật dạy: "Những người làng ấy với Mục-kiền-liên vốn có nhân duyên. Thuở xưa Mục-

---

[1] Trích từ kinh Đại A-di-đà - 大阿彌陀經. (Chú giải của soạn giả)

[2] Trích từ sách Kinh luật dị tướng - 經律異相. (Chú giải của soạn giả)

kiền-liên từng là một người tiều phu lên núi kiếm củi. Một hôm gặp phải tổ ong, cả bầy ong cùng bay ra hăm hở muốn chích. Người tiều phu khi ấy liền dạy rằng: 'Tất cả chúng bay đều sẵn có tánh Phật, đừng nên làm việc độc hại. Ngày sau khi ta thành đạo, sẽ hóa độ tất cả bọn bay.' Bầy ong nghe lời ấy đều bay đi tứ tán, không làm hại người tiều phu. Dân làng ngày nay chính là bầy ong ngày trước, nhân nơi việc Mục-kiền-liên đã từng phát nguyện hóa độ họ, nên nay chỉ cần một lần đến dạy dỗ họ liền nghe theo."

VỪA PHÁT TÂM ĐÃ VƯỢT TRÊN NHỊ THỪA[1]

Có một vị A-la-hán đã chứng Lục thần thông, một hôm dẫn chú sa-di mang túi đựng y bát của ngài đi theo sau. Khi ấy, chú sa-di trong lòng khởi lên tâm nguyện rằng: "Ta phải chuyên cần nỗ lực tu tập tinh tấn để cầu được quả Phật." Vị A-la-hán ngay khi ấy liền quay lại nhận lấy túi đựng y bát để tự mình mang đi, lại bảo chú sa-di đi lên phía trước.

Chỉ trong chốc lát sau, chú sa-di lại khởi lên ý niệm rằng: "Cầu quả Phật thật xa xôi khó được, chẳng bằng ta nên cầu quả Thanh văn, sẽ sớm được tự giải thoát." Vị A-la-hán khi ấy liền đặt túi đựng y bát lên vai chú sa-di, bảo chú đi ra phía sau.

Cứ như vậy lặp lại đến 3 lần, chú sa-di liền nói: "Hòa thượng già quá lú lẫn rồi, cớ sao lại bảo con khi thì đi trước, lúc lại đi sau?"

---

[1] Trích từ luận Trí độ - 智度論. (Chú giải của soạn giả)

Vị A-la-hán đáp: "Ta không hề lú lẫn, chỉ vì lúc trước con phát tâm cầu quả Phật, tức đứng vào hàng Bồ Tát, vị thế ắt cao hơn ta, nên ta phải đi sau mà tự mang túi xách, không dám để con mang. Ngay sau đó con lại khởi tâm ưa thích quả Thanh văn, không còn tâm niệm cứu độ chúng sinh, vị thế đã thấp hơn ta, tất nhiên phải đi theo sau mang túi xách cho ta."

Chú sa-di nghe thầy nói đúng tâm ý mình, trong lòng kinh hãi, từ đó tâm ý kiên định, hết lòng chuyên cần tinh tấn cầu quả Phật.

Lời bàn

Kinh Ưu-bà-tắc giới (優婆塞戒經) dạy rằng: "Khi có một người phát tâm Bồ-đề,[1] tất cả chư thiên đều vô cùng kinh ngạc vui mừng, cho rằng nay đã có được một bậc thầy trong hai cõi trời, người."[2]

Chỉ nói rằng vừa mới phát tâm, tất nhiên có thể hiểu là chưa từng trải qua sự tu tập chứng đắc, như vậy mà đã vượt trên quả vị A-la-hán.[3] Đó là vì đã phát tâm nguyện, ắt ngày sau sẽ được thành tựu. Cũng giống như vị thái tử vừa mới sinh ra, tuy hãy còn nằm trong nôi nhưng tất cả các vị lão thần quan chức trong triều đình đều phải cung kính lễ bái.

---

[1] Phát tâm Bồ-đề, tức phát tâm cầu quả Phật để cứu độ tất cả chúng sinh.

[2] Kinh Ưu-bà-tắc giới (優婆塞戒經), thuộc Đại Chánh tân tu Đại tạng kinh, tập 24, kinh số 1488, tổng cộng 7 quyển, do ngài Đàm Vô Sấm dịch sang Hán ngữ vào đời Bắc Lương. Đoạn trích này thuộc quyển 1, trang 1035, tờ b, bắt đầu từ dòng thứ 14.

[3] Ở đây phải hiểu là quả vị A-la-hán của Thanh văn thừa, không phải A-la-hán trong Thập hiệu của chư Phật.

LỢI NGƯỜI LỢI VẬT

Giảng rộng

Nói "lợi vật", đó là công đức đủ để làm lợi lạc cho muôn vật; nói "lợi người", đó là công đức đủ để làm lợi lạc cho mọi người. Có thể làm lợi ích cho muôn người muôn vật, ấy là đã sống một đời không uổng phí.

Chữ "lợi" mang hàm nghĩa cực xấu, lại cũng mang hàm nghĩa cực tốt, nhưng không phải cùng lúc mang hai nghĩa ấy. Nếu kẻ vì tự thân mình mà cầu được lợi, đó là ý riêng, ắt là không tốt. Nếu có kẻ vì cứu giúp muôn người mà cầu lợi, đó là công tâm, ắt là rất tốt.

Trưng dẫn sự tích

KẺ PHÁ BIA VÀ NGƯỜI KHẮC BIA[1]

Đời nhà Đường có vị danh y là Tôn Tư Mạc, học được 30 bài thuốc hay của Long cung, mang ra sử dụng bao giờ cũng hiệu nghiệm, liền ghi chép thành sách *Thiên kim phương* (千金方), lại khắc thành bia đá để truyền lại đời sau.

Có người kia in ra được rất nhiều bản sách này rồi, liền phá nát bia đá để mong bán sách trục lợi. Sau đó liền bị sét đánh chết.

Lại có một người khác y theo sách ấy khắc lại vào bia đá, liền nằm mộng thấy Tôn Tư Mạc bảo rằng: "Số

---

[1] Trích từ sách Cảm ứng thiên chú - 感應篇註 (Chú giải của soạn giả)

225

ông vốn không có con, nay nhờ công đức khắc sách *Thiên kim phương* vào bia đá, ắt sẽ sinh được quý tử."

Sau người ấy quả nhiên sinh con quý hiển.

Lời bàn

Người phá nát bia đá kia chỉ biết cầu lợi cho riêng mình, còn người khắc lại bia đá chỉ nghĩ đến lợi lạc cho muôn người. Nhưng rốt lại thì kẻ cầu lợi cho riêng mình chẳng bao giờ được lợi, mà người làm lợi lạc cho muôn người bao giờ cũng được lợi.

HỦY BỎ CHÍNH SÁCH TỆ HẠI[1]

Trong khoảng niên hiệu Tuyên Đức triều Minh,[2] triều đình thường sai thái giám đưa người sang phương Tây tìm châu báu, tiêu tốn tiền bạc nhiều vô kể, lại khiến cho vô số người phải bỏ mạng trên đường. Đến thời vua Anh Tông niên hiệu Thiên Thuận,[3] có người tâu lên vua xin lặp lại. Hoàng đế liền hạ lệnh cho Binh bộ Thượng thư là Hạng Trung tìm lại quyển sách ghi việc ấy để thực hiện. Bấy giờ, Lưu Đại Hạ đang giữ chức Lang trung, liền lẻn vào thư khố trước giấu sách đi, các quan lại đến sau không tìm được gì, việc ấy cuối cùng phải bãi bỏ. Về sau, Thượng thư Hạng Trung đem việc sách bị mất ra khiển trách các quan thuộc cấp, Lưu Đại Hạ liền cười mà nói rằng: "Ấy là chính sách tệ hại. Ví như

---

[1] Trích từ sách Hoàng minh thông giám -皇明通鑒. (Chú giải của soạn giả)

[2] Niên hiệu Tuyên Đức là thời hoàng đế Minh Tuyên Tông, kéo dài từ năm 1425 đến năm 1435.

[3] Niên hiệu Thiên Thuận kéo dài từ năm 1457 đến năm 1464.

sách ấy hiện còn cũng nên hủy đi để trừ bỏ cho tận gốc, huống chi lại còn truy hỏi sách còn hay mất để làm gì?"

Hạng Trung nghe nói hoảng sợ, tạ lỗi rồi nói rằng: "Âm đức của ông quả là cảm động thấu trời. Chức quan của tôi nên thuộc về ông mới đúng."

Quả nhiên về sau Lưu Đại Hạ làm đến chức quan Thái Bảo Đại Tư Mã, con cháu nhiều đời cũng đều được vinh hiển phú quý.

Lời bàn

Cứ theo như việc làm của Lưu Đại Hạ mà suy rộng ra cho đầy đủ thì những sách vở thế gian có hại cho người đều nên hủy đi, mà trong đó nguy hại nhất là những tiểu thuyết khiêu dâm, những sách hủy báng Phật pháp.

THƯỜNG BÌNH ỔN GIÁ LƯƠNG THỰC[1]

Lúc Trương Quai Nhai làm quan tri phủ tại đất Thành Đô, một hôm nằm mộng thấy Tử Phủ Chân quân mời đến gặp mặt. Đến nơi chưa được bao lâu chợt nghe tiếng báo rằng: "Có Hoàng Kiêm Tế ở cửa thành phía tây đến." Liền thấy một đạo nhân chít khăn trên đầu bước vào, Tử Phủ Chân quân dùng lễ tiếp đón người ấy hết sức cung kính.

Sáng hôm sau, Trương Quai Nhai sai người đến cửa thành phía tây, quả thật có một đạo nhân tên

---

[1] Trích từ sách Khuyến trừng lục - 勸懲錄. (Chú giải của soạn giả)

Hoàng Kiêm Tế, liền mời vào gặp mặt, hóa ra rõ ràng giống hệt như người đã gặp trong mộng. Trương Quai Nhai liền gạn hỏi đạo nhân xem bình sinh thường làm những việc thiện gì. Đạo nhân đáp rằng: "Tôi thật cũng chẳng làm được gì nhiều, chỉ mỗi năm vào mùa lúa chín đều bỏ ra 300 quan tiền mua lúa trữ lại, đến năm sau khi còn chưa đến mùa lúa chín, dân nghèo phần đông rất khó kiếm đủ miếng ăn, tôi liền bán số lúa ấy ra vẫn nguyên giá cũ. Như vậy phần tôi cũng chẳng mất mát gì, mà đối với dân nghèo lại được cứu giúp qua cơn nguy cấp. Tôi chỉ làm được mỗi một việc như thế mà thôi."

Trương Quai Nhai nghe xong hết sức cảm phục tán thán, sai người thỉnh đạo nhân ngồi lên tòa cao rồi tự mình cung kính thi lễ.

Lời bàn

Việc giữ bình ổn giá lương thực như thế, nơi nào cũng có thể làm theo. Chỉ cần một nơi dân chúng được hưởng ân huệ, bốn phương đều nên noi theo đó mà làm.

LÀM THIỆN TÍCH PHƯỚC

Giảng rộng

Những gì người thế tục tích lũy được, có những thứ người khác có thể cướp đoạt, mà bản thân mình không thể mang theo khi chết. Lại có những thứ người khác không thể cướp đoạt, nhưng bản thân mình cũng không thể mang theo khi chết. Lại có những thứ mà mình có thể mang theo khi chết nhưng người khác không thể cướp đoạt.

Vàng bạc châu báu, nhà cửa ruộng vườn... đó là những thứ người khác có thể cướp đoạt, mà ta không thể mang theo khi chết. Học thức uyên bác, tài năng xuất chúng, đó là những thứ người khác không thể cướp đoạt, nhưng ta cũng không thể mang theo khi chết.

Còn nói về những thứ mà ta có thể mang theo khi chết nhưng người khác không thể cướp đoạt, thì không gì khác hơn chính là những việc thiện đã làm, phước đức đã tạo. Làm thiện đạt đến mức cao nhất thì có thể giúp cho tổ tiên bảy đời đều được siêu thăng, thần thánh đều ủng hộ; tích phước đến mức cao nhất thì có thể khiến cho các nạn lũ lụt, lửa cháy đều không thể làm hại đến.

Làm việc thiện chính là nền tảng của sự tu phước, mà phước đức có được lại chính là sự cảm ứng từ việc làm thiện. Nếu chỉ tu phước mà không tu trí huệ, mỗi khi hưởng phước lại nhân đó mà tạo thêm nghiệp xấu. Nếu chỉ tu trí tuệ mà không tu phước, e rằng đời sau phước mỏng, cuộc sống phải chịu nhiều khó khăn thiếu thốn.

Xưa vào thời đức Phật Ca-diếp tại thế, có hai anh em nhà kia đều xuất gia làm sa môn. Người anh trì giới tham thiền, hết lòng cầu đạo, nhưng không tu hạnh bố thí. Người em lại siêng tu phước nhưng thường phạm vào giới luật. Về sau, khi đức Thích-ca Mâu-ni thành Phật, người anh chứng đắc quả vị A-la-hán, nhưng vì chưa từng tu phước nên thường đói thiếu, ăn chẳng được no. Người em do thường phạm giới nên phải sinh làm con voi. Tuy nhiên, do đời trước thường tu phước nên tuy sinh vào loài súc sinh lại được đức vua yêu thích, thường cho mang trên thân đầy những thứ vòng ngọc châu báu, lại ban cho thực ấp đến trăm hộ, thức ăn thường dư dật. Cho nên nói rằng: "Tu phước không tu huệ, thân voi mang chuỗi ngọc. Tu huệ không tu phước, La-hán thường đói thiếu."

Chỉ duy nhất đức Phật được tôn xưng là bậc Lưỡng túc tôn, vì cả hai mặt phước, huệ của ngài đều đầy đủ.

Trưng dẫn sự tích

TẠO LẬP NHIỀU RUỘNG NHÂN NGHĨA[1]

Vào đời nhà Minh, ở huyện Hoa Đình có người tên là Cố Chánh Tâm, tên tự là Trọng Tu. Cha ông là Cố Trung Lập làm quan Tham nghị ở Quảng Tây.

Chánh Tâm thích làm việc thiện, thường quyên góp đến số 104.700 lượng bạc, mua ruộng đến 40.800 mẫu, dùng vào việc giúp đỡ người khác, gọi là *nghĩa điền*. Những ruộng ấy nằm phân tán trong 2 huyện Hoa Đình và Thanh Phố, lợi tức thu hoạch được đều

---

[1] Trích từ sách Ý hành lục - 懿行錄. (Chú giải của soạn giả)

dùng để cung cấp các khoản sưu dịch thuế má cho nhà nông gặp lúc khó khăn, giúp họ không rơi vào cảnh khốn cùng.

Một năm nọ, vào khoảng gần cuối năm, có quan tuần tra đến phủ Tùng Giang, hạ lệnh nghiêm cấm người dân vào lúc giao thừa không được nhóm lửa, đốt pháo... Có người dân trong phố vi phạm lệnh cấm, quan sai người đến bắt, lại bắt nhầm Cố Chánh Tâm giam vào ngục. Nhân đó ông gặp được những tù nhân bị rách rưới rét lạnh, liền cấp phát quần áo cho; gặp những người đói khát, liền cấp phát cơm gạo; những người phạm tội có thể chuộc bằng tiền, liền xin nộp tiền thay cho họ; khiến cho phạm nhân trong nhà ngục được cứu ra hết gần như trống rỗng. Chánh Tâm lại còn giúp tiền để tu sửa lại nhà ngục. Ông thường thi ân cho rất nhiều người dù biết họ không có khả năng báo đáp.

Sau khi ông chết, các quan địa phương đem những việc làm tốt đẹp ấy báo lên triều đình, hoàng đế ban chỉ hết lời khen ngợi, cho được đưa vào thờ tự chung với các bậc tiền nhân hiền đức của địa phương.

Lời bàn

Đời nhà Tống, Phạm Trọng Yêm mua ruộng để sử dụng hoa lợi thu hoạch vào việc giúp đỡ người trong họ Phạm, gọi là nghĩa điền, để lại tiếng thơm muôn đời. Nhưng nghĩa điền của họ Phạm chỉ giúp đỡ cho người cùng họ Phạm, không giúp được đến những người khác họ; ruộng ấy cũng chỉ khoảng trăm mẫu, không nhiều đến số hơn bốn mươi ngàn. Việc làm cao đẹp của Cố Chánh Tâm vượt xa người đi trước, thật hết sức phi thường. Cứ theo như phước báo của việc làm ấy mà xét thì hiện nay nhất định ông đang thọ sinh nơi cung trời Lục dục, bay lượn tự tại giữa không trung, thọ hưởng an lạc vô cùng tận.

MỘT MÌNH ĐẢM NHẬN VIỆC NGHĨA

Vào đời nhà Minh, tại Hồ Châu thuộc tỉnh Chiết Giang có người tên Từ Nhữ Huy, nhà giàu có, thích làm việc bố thí giúp người. Bấy giờ, có ngôi chùa ở Hàng Châu tổ chức giới đàn, phí tổn rất lớn, quan viên cả hai ty Bố chánh và Án sát cùng họp lại, kêu gọi các nhà hào phú ở địa phương phát tâm đóng góp.

Từ Nhữ Huy tự nguyện xin được một mình lo liệu tất cả. Vị Hiến trưởng là Dương Kế Tông gạn hỏi vì sao ông làm như vậy, Từ Nhữ Huy đáp: "Người ta dẫu có tích lũy được sản nghiệp, nếu có đứa con hư hỏng, ắt rồi tất cả cũng sẽ về tay người khác, sao bằng đem dùng vào việc tốt đẹp vượt trội này, đời sau sẽ mãi mãi được thọ hưởng phước báo? Huống chi tiền tài là đầu mối tụ tập oán thù, con tôi không có tiền tài thì không phải nhận lãnh oán thù, hẳn sẽ được người thương yêu."

Nhữ Huy hiến cúng một ngàn nén bạc. Quan chức hai ty Bố chánh và Án sát đều ngợi khen sự sáng suốt hào phóng của ông, đặc biệt thiết đặt chỗ ngồi danh dự nơi hậu đường mời ông đến, tất cả quan thuộc đồng liêu cùng tụ họp chiêu đãi, lại kính tặng ông một bức trướng lụa và đưa tiễn về đến tận nhà. Ai nghe đến việc này cũng đều kính phục, ngưỡng mộ.

Lời bàn

Kinh Đại Bảo Tích dạy rằng: "Nếu ta không bỏ được tiền tài, tiền tài cũng sẽ bỏ ta. Nay ta nên xả bỏ tiền tài giả tạm, nên tạo tác tài bảo bền vững."[1]

Từ Nhữ Huy làm như thế chính là đã tạo tác tài bảo bền vững.

BỐ THÍ CÚNG DƯỜNG KHÔNG MỆT MỎI

Vào cuối đời nhà Minh, vùng Chiết Giang có người họ Sử thích làm việc thiện, thường bố thí giúp người, lại rất hoan hỷ tổ chức trai tăng cúng dường. Bấy giờ có vị tăng hiệu là Đại Thành, thường xuống núi hóa duyên rồi mang về chùa cúng dường chúng tăng. Đường về chùa đi ngang qua nhà họ Sử, hôm nào thấy hòa thượng quay về cơm không đầy bát, Sử quân lập tức vào nhà lấy cơm thêm vào cho đầy. Cứ như vậy trải qua nhiều năm, chưa bao giờ sinh lòng chán nản mỏi mệt.

Ngày kia, người vợ của Sử quân sắp đến ngày sinh nở, bỗng thấy hòa thượng Đại Thành đến nhà, xăm xăm đi thẳng vào phòng phu nhân. Mọi người nhìn thấy đều lấy làm kinh dị, vội đuổi theo vào thì không tìm thấy gì cả. Sau đó, phu nhân hạ sinh một bé trai. Sử quân cấp tốc sai người lên chùa dò hỏi về hòa thượng Đại Thành, mới hay trong cùng ngày hôm

---

đó ngài đã viên tịch. Sử quân nhân đó liền đặt tên cho con trai là Sử Đại Thành.

Đứa bé hết sức thông minh, từ lúc ở trong thai đã khiến người mẹ chỉ ăn toàn thức ăn chay lạt. Khi trưởng thành, văn chương ngày càng trác tuyệt phi thường. Đến năm Ất Mùi thuộc niên hiệu Thuận Trị[1] thì thi đỗ Trạng nguyên.

Lời bàn

Chỉ biết làm việc thiện mà không tin Phật pháp, cách tu phước như vậy, bậc thức giả xem là đầu mối oan nghiệp của đời thứ ba. Vì sao vậy? Vì nhân việc làm thiện đó, trong hai đời được hưởng phước báo ắt không tránh khỏi tạo ra nhiều tội nghiệt, đến đời thứ ba hẳn phải nhận lãnh nghiệp báo khổ đau. Sử quân vốn là người trong Phật pháp, nên tuy được hưởng phú quý vinh hoa vẫn không vì thế mà đắm say mê muội.

CHÍNH TRỰC THAY TRỜI HÀNH ĐẠO, DẠY NGƯỜI

Giảng rộng

Nói "chính" tức là không có gì tà vạy, sai trái; nói "trực" tức không có gì yểm khúc, quanh co tránh né. Cho nên, chính trực là chuẩn tắc của đạo trời.

---

[1] Tức là năm 1655. Niên hiệu Thuận Trị của nhà Thanh bắt đầu từ năm 1644 đến năm 1661.

Người tầm thường mà có thể hành xử chính trực, đó chính là thuận theo lòng trời mà dạy dỗ người khác, đâu cần phải là kẻ ngồi ở ngôi cao soi xuống muôn dân? Nếu muốn thay trời hành đạo, không cần phải là kẻ nắm quyền cai trị hoặc có nhiều thế lực, vì dẫu muốn cũng không thể có được. Thay trời hành đạo dạy người, chính là thuận theo trời đất mà cải hóa vạn vật, cùng dự vào với trời đất mà thành một trong ba thành tố của vũ trụ: *thiên, địa, nhân*. Muốn vậy thì trước hết phải chú tâm nỗ lực ở một chữ "hành". Trong chữ "hành" đó, tất nhiên đã bao hàm hết thảy những việc kinh doanh, trù tính, kế hoạch, tùy thời mà biết sắp xếp, ứng dụng cho thích hợp. Bình tâm xét kỹ ý nghĩa của câu tiếp theo bên dưới: *"mở rộng lòng từ, vì nước cứu dân"*, thì đó cũng chính thật là thay trời hành đạo dạy người, nhưng lại có vẻ như chỉ muốn nói riêng với hàng quan gia khanh tướng đang giữ chức quyền.

Những người khi sống thông minh chính trực, sau khi chết ắt sẽ là bậc thần linh, lý lẽ ấy đối với thế gian là chắc chắn. Lại nói theo thế tục thì đó gọi là siêu thăng, nhưng dùng sự thấu hiểu sáng suốt mà quán xét thì đó chính là đọa lạc. Ấy là vì người thế tục chỉ biết đời thứ hai mà không biết được đến đời thứ ba sau đó. Một khi đã là thần linh, tất phải thọ hưởng những phẩm vật cúng tế, mà phần nhiều là do người đời sát sinh hại vật mà dâng cúng. Đã thọ hưởng những thứ ấy, ắt đời sau không tránh khỏi đọa vào các cảnh giới địa ngục, súc sinh, chỉ là việc đến ngay trong khoảng chớp mắt mà thôi. Cho nên, trong lúc thay trời hành đạo dạy người, phải luôn cảnh giác với mối nguy hiểm tiềm tàng là tái sinh vào cảnh giới thần linh, phải gấp rút cầu sinh Tịnh độ, xác lập rõ ràng định hướng cho đời mình. Phải thường xuyên phát khởi thệ nguyện rộng sâu, dựa vào đó mà làm kiên cố thêm nền tảng tâm đạo Bồ-đề, có như vậy thì mới tránh được mối nguy đọa lạc vào cảnh giới xấu ác.

Ngày ngày đều mong cho người khác làm được nhiều việc thiện, tích âm đức, đó là thuận lòng trời. Một lòng lo lắng, chỉ sợ người khác rơi vào lầm lạc, tạo tác những nghiệp xấu ác, đó cũng là thuận theo lòng trời. Người ngu mê chỉ nhìn thấy khoảng không gian xanh thẳm trên cao kia mà cho đó là trời, đâu biết thật có những vị trời như ở các cõi Tứ vương thiên, Đao-lợi thiên, mỗi ngày đều quan sát theo dõi những việc làm thiện, ác của người thế gian. Việc thay trời hành đạo dạy người như thế, đâu dễ có lúc chấm dứt được sao?

Trưng dẫn sự tích

SOÁT XÉT VIỆC THIỆN ÁC[1]

Các vị Đế Thích, Thiên vương cùng nhau lên Thiện pháp đường, có chư thiên cùng theo hầu chung

---

[1] Trích từ Lập thế A-tỳ-đàm luận - 立世阿毗曇論. (Chú giải của soạn giả) Bản luận này gọi tên đầy đủ là Phật Thuyết Lập Thế A-tì-đàm luận(佛說立世阿毘曇論), được xếp vào Đại Chánh tân tu Đại tạng kinh thuộc tập 32, kinh số 1644, tổng cộng 10 quyển, do ngài Chơn Đế dịch sang Hán ngữ vào đời Trần. Đoạn trích này bắt đầu từ dòng thứ 25, trang 184, tờ a, quyển 2.

quanh cung kính. Vào Thiện pháp đường rồi, Đế Thích lên ngồi trên tòa sư tử, hai bên tả hữu mỗi bên có 16 vị thiên vương cùng an tọa, ngoài ra tất cả chư thiên cũng đều phân theo ngôi thứ mà ngồi xuống. Có hai vị thái tử, một vị tên là Chiên-đàn, một vị tên là Tu-tỳ-la, chính là hai vị Đại tướng quân của cung trời Đao-lợi, chia nhau ngồi hai bên tả hữu của 32 vị thiên vương. Bốn vị thiên vương chia nhau ngồi nơi bốn cửa.

Bấy giờ, bốn vị thiên vương mang những việc thiện ác của người thế gian mà tấu trình lên Đế Thích. Nếu nghe biết thế gian có nhiều người thọ trì Ngũ giới,[1] Bát giới,[2] hoặc đối đãi cung kính với cha mẹ, với các vị sa môn, các bậc sư trưởng, thực hành bố thí, tu phước, Đế Thích liền hết sức hoan hỷ, biết rằng như vậy tương lai sẽ có nhiều người sinh về các cõi trời, mà ít người sinh vào cảnh giới a-tu-la.[3] Nếu không được như vậy,

---

[1] Ngũ giới hay Năm giới, là những giới căn bản của người cư sĩ thọ trì sau khi quy y Tam bảo, bao gồm các giới: (1) không giết hại, (2) không trộm cướp, (3) không tà dâm, (4) không nói dối và (5) không uống rượu.

[2] Bát giới hay Bát trai giới, Tám giới, bao gồm Năm giới như trên cộng thêm ba giới nữa là: (6) Không sử dụng các loại dầu thơm, phấn sáp thoa phết lên thân thể, (7) Không xem, nghe các trò ca nhạc, múa hát, (8) Không ngồi nằm trên giường ghế cao rộng. Tám giới này thường được người cư sĩ phát nguyện thọ trì trọn vẹn trong thời gian một ngày, gọi là ngày Bát quan trai.

[3] Cảnh giới a-tu-la còn gọi là bán thần, gồm những chúng sinh ít phước hơn chư thiên nên tuy cũng có thần thông biến hóa mà sự thọ hưởng an lạc không bằng chư thiên. Chúng sinh cảnh giới này đa phần nặng tâm sân hận nên thường gây sự đánh nhau với chư thiên, khiến cho Đế Thích cũng bị quấy nhiễu. Vì thế, khi thấy chúng sinh làm việc thiện sinh về cõi trời nhiều hơn vào cõi a-tu-la thì Đế Thích vui mừng.

Đế Thích liền buồn rầu không vui. Vì thế, mỗi tháng vào những ngày lục trai,[1] thập trai[2] đều sai khiến các vị phi thiên thần tướng thường xuyên tuần du trong chốn nhân gian, xem xét theo dõi các việc thiện ác của người đời.

Lời bàn

Người thế gian cho rằng Ngọc Đế có khi giáng trần, điều đó không đúng. Dưới mắt nhìn của chư thiên thì cõi thế gian này thật vô cùng ô uế, dẫu cách xa hàng trăm do-tuần cũng bốc mùi hôi thối đối với chư thiên, thật khó đến gần. Những vị tuần sát việc thiện ác chốn nhân gian chỉ riêng là những bậc quỷ thần nhiều phúc đức mà thôi. Tuy nhiên, việc thưởng điều lành, phạt điều ác luôn chính xác, không một mảy may sai lầm. Đến như những cõi trời Dạ Ma, Đâu-suất trở lên nữa, chư thiên đều vô cùng tôn quý, chẳng hề lưu tâm đến những việc của thế tục.

---

[1] Lục trai: giữ gìn trai giới thanh tịnh mỗi tháng 6 ngày, là các ngày 8, 14, 15, 23, 29 và 30.

[2] Thập trai: giữ gìn trai giới thanh tịnh mỗi tháng 10 ngày, là các ngày mồng 1, 8, 14, 15, 18, 23, 24, 28, 29 và 30.

MỞ RỘNG LÒNG TỪ, VÌ NƯỚC CỨU DÂN

Giảng rộng

Dân là gốc của đất nước. Gốc có vững thì nước mới yên, cho nên muốn cứu giúp nhân dân phải có lòng yêu nước; vì yêu nước nên phải tận trung với minh quân. Câu văn trước là nêu tổng quát để giáo huấn người đời, đến câu này là muốn răn nhắc riêng những kẻ đang nắm trong tay quyền chính.

Người đời đều tôn kính gọi quan phủ là Lão gia, điều đó có ý nghĩa gì? Ấy là muốn dùng cách xưng hô để nhắc nhở thức tỉnh kẻ làm quan, phải đối đãi với dân như bậc cha mẹ đối với con cái.

Cha mẹ đối với con cái có bệnh thì lo âu. Sưu dịch thuế má nặng nề, ấy là bệnh của dân. Trộm cướp côn đồ ngày càng lộng hành, ấy là bệnh của dân. Mưa nắng trái thời, mùa màng thất bát, ấy là bệnh của dân. Kẻ giàu có bất lương thẳng tay bóc lột, bọn quan chức gian xảo lạm quyền hại dân, ấy là bệnh của dân.

Khi dân phải gánh chịu một bệnh, kẻ làm quan phải có ngay một phương pháp cứu giúp, chữa bệnh. Phải hết lòng tận lực lo lắng, tìm mọi phương cách chữa dứt bệnh cho dân, có như vậy thì trên mới không phụ lòng người đứng đầu đất nước, dưới không phụ lòng muôn dân, mà tự bản thân mình cũng chẳng luống công học hành trau dồi tri thức. Được như thế thì "mở rộng lòng từ" đâu có gì là khó?

Trưng dẫn sự tích

TÌM CÁCH CỨU DÂN[1]

Đời vua Tuyên Tông triều Minh,[2] quan tuần phủ Nam Trực là Chu Thầm (sau có thụy hiệu là Văn Tương) yêu dân như con, quản lý việc chi tiêu công thật chặt chẽ minh bạch không ai bằng. Lúc vừa mới đến nhậm chức liền soát xét những chỗ khó khăn khổ sở của dân tình, hết sức quan tâm lo lắng về việc thuế má ở hai vùng Tô Châu và Tùng Giang quá nặng. Đến một năm được mùa, thu hoạch của dân chúng rất nhiều, ông liền xuất công quỹ mua lúa vào, tích trữ trong kho để phòng khi cần dùng cho việc cứu tế. Niên hiệu Tuyên Đức năm thứ 8,[3] vào mùa đông dâng biểu xin chế định phương thức lập kho lúa cứu tế cho nông dân. Hoàng đế có lệnh chuẩn y, ông liền cùng với các vị thái thú Tô Châu là Huống Chung, tri phủ Tùng Giang là Triệu Dự, tri phủ Thường Châu là Mạc Ngu, cùng nhau bàn tính, nỗ lực thực hiện. Vùng Tô Châu thu mua vào được 300.000 thạch lúa, cùng với Tùng Giang, Thường Châu cũng thu vào rất nhiều, đều chia ra tích trữ trong kho lương thực.

Năm sau đó vùng Giang Nam bị hạn hán, số dân đói thiếu ở Tô Châu và Tùng Giang lên đến hơn 3 triệu người, lúa cứu tế đã phân phát hết ra mà không đủ. Nhân đó, Chu Thầm lại nỗ lực suy nghĩ tìm cách làm

---

[1] Trích từ sách Hoàng Minh thông kỷ - 皇明通紀. (Chú giải của soạn giả)

[2] Tức trong khoảng thời gian từ năm 1425 đến năm 1435.

[3] Tức là năm 1433.

sao để tích trữ dự phòng được nhiều lương thực hơn nữa. Xét lại trước đó, các phủ khi thu lương thực vào mùa lúa chín đều giao cho bọn lý trưởng ở các hương thôn, đa phần họ chỉ thu lương thực từ dân thường, không thu của những người có chức sắc trong làng. Do đó dân phải nộp nhiều hơn, khiến cho mỗi năm đều có rất nhiều người dân không đủ khả năng nộp thuế phải bỏ trốn đi sinh sống nơi khác.

Chu Thầm liền thay đổi phương thức, ngay tại các phủ khắp nơi đều thiết lập những điểm thu lương thực, chọn người phụ trách từ việc thu vào cho đến vận chuyển về kho. Nông dân trực tiếp mang lúa thóc đến giao nộp tại các điểm thu, không còn thông qua bọn lý trưởng các hương thôn, nhờ đó giảm hẳn chi phí đến một phần ba so với trước kia.

Ngoài ra, xem lại quy định trước đây thì hằng năm cả ba phủ đều phải vận chuyển 1.000.000 thạch lương thực về kho ở Nam Kinh, sau đó dùng vào việc chi phí cũng như lương bổng hàng tháng cho quân binh quan chức tại Bắc Kinh. Như vậy, chi phí cho việc vận chuyển lương thực qua lại tính ra mỗi thạch lúa phải mất đến 6 đấu.[1] Chu Thầm liền mời các ông Hứa Chung v.v... đến cùng họp bàn, nói rằng: "Quan chức tại Bắc Kinh nhận lương bổng sở phí đến từ Nam Kinh, tại sao không thể để lại ở đây mà tự cung cấp? Nếu để lương thực tại đây mà dùng vào việc cung cấp thì khỏi nhọc sức dân, lại còn giảm được chi phí đến 600.000 thạch lúa, có thể đưa nhập vào kho lúa cứu tế cho nông dân, giúp dân thoát

---

[1] Mỗi thạch bằng 10 đấu, nếu tính toán ở đây là đúng thì chi phí vận chuyển và hao hụt lên đến 60% là quá lớn.

được hoạn nạn." Các ông Hứa Chung v.v... đều khen là ý kiến hay. Chu Thầm lập tức dâng biểu lên triều đình xin chuẩn y thực hiện như vậy.

Riêng tại phủ Tô Châu, trước đó đã thu được 400.000 thạch lúa, cộng thêm số lúa mua vào lúc dân được mùa, lên đến hơn 600.000 thạch. Chu Thầm lệnh rằng: "Lúa ấy không chỉ dùng riêng cho việc cứu tế nông dân. Trong việc thu và vận chuyển lương thực, nếu có xảy ra thất thoát, thiếu sót thì có thể tạm mượn từ kho ấy mà điều tiết vào để giao nộp cho đủ số, đến mùa lúa chín lại y số đó mà trả lại vào kho công. Trong những trường hợp nông dân phải tu sửa đê điều, khai thông kinh rạch, dẫn nước tưới tiêu, thì có thể căn cứ vào số nhân khẩu của từng hộ mà cấp phát lương thực." Triều đình phê chuẩn y theo tất cả những kiến nghị của Chu Thầm.

Năm sau, Giang Nam lại bị hạn hán lần nữa. Chu Thầm lệnh cho tất cả các quận đồng loạt mở kho lúa cứu tế cấp phát cho dân. Nhờ đó, tuy đồng ruộng không thu được lúa mà nông dân không phải chịu cảnh đói thiếu, trước sau cứu sống đến hơn triệu mạng người.

Vào năm đầu niên hiệu Chính Thống,[1] Chu Thầm đặc biệt thẩm tra kiểm định việc quản lý ruộng đất cũng như tiêu chuẩn thu giao lương thực vùng Nam Kinh. Riêng một phủ Tô Châu, phát hiện việc thu lương thực vào kho trong mùa lúa chín đã giảm đến

---

[1] Tức năm 1436. Niên hiệu Chính Thống là vào đời vua Minh Anh Tông, kéo dài từ năm 1436 đến năm 1449.

hơn 800.000 thạch so với quy định. Các địa phương khác cũng đều có sai biệt thất thoát.

Vùng Tô Châu, Tùng Giang trong khoảng 300 năm trở lại đây, số quan chức có thể ban ân trạch đến cho muôn dân chỉ đếm được trên đầu ngón tay, trong đó phải thừa nhận Chu Thầm là bậc nhất. Dù vậy, Chu Thầm không tự hài lòng với những gì đã làm được, thường đối xử hòa nhã, gần gũi với mọi người. Bản tính ông ưa thích việc bố thí giúp người, mỗi khi chư vị tăng ni các nơi có việc tu sửa, kiến tạo chùa chiền, tự viện hay tô đắp tượng Phật, đều tìm đến ông quyên góp. Ông chưa một lần từ nan, thậm chí có nhiều khi quyên góp nhiều hơn cả số mà người ta mong đợi. Dù vậy, tiền tài chi dụng của ông vẫn thường luôn được sung túc. Người Giang Nam trong hơn 20 năm xem ông như vị cứu tinh, giúp đỡ muôn dân. Người dân được sống trong địa phương do ông cai quản thật may mắn biết bao!

ĐẾ QUÂN BAN SẮC THƯ

Vùng Giang Tô, ở huyện Thái Thương có Hoàng Kiến An, tên húy là Lập Đức. Ông nhìn thấy nhân dân hai địa phương là Tô Châu và Tùng Giang phải khốn khổ rất nhiều vì sưu thuế quá nặng nên ngày ngày buồn khổ, lo nghĩ không yên. Mỗi buổi sáng ông đều thức dậy sớm lễ Phật, sau đó hướng lên trời cao mà cầu khấn, nguyện cho nhân dân hai quận này sớm thoát nạn sưu cao thuế nặng. Ông cũng đem nguyện vọng viết đầy đủ thành văn bản gửi lên quan nha đương thời, không một phương cách nào còn có thể mà không cố sức làm. Mọi người thấy ông như vậy đều cười nhạo.

Vào mùa thu năm Canh Dần, Hoàng Kiến An ngã bệnh. Sang mùa đông, bệnh tình càng thêm nghiêm trọng. Đến ngày cuối tháng 11 thì Kiến An đã bỏ ăn bỏ uống trong nhiều ngày rồi. Đêm đó, vào khoảng canh năm, Kiến An hốt nhiên mộng thấy Đế Quân truyền ông đến dưới điện mà dạy rằng: "Số mạng của ông lẽ ra đã dứt rồi, nhưng nhờ ông một lòng cầu mong việc giảm sưu thuế cho dân, nên nay tuổi thọ được kéo dài thêm." Nói rồi truyền cho một đạo sắc thư, Kiến An đọc lại ba lần thì nhớ hết.

Kiến An khi ấy bỗng giật mình tỉnh giấc, mở mắt nhìn thấy thân đang nằm trên giường bệnh nhưng tinh thần tự nhiên sảng khoái mạnh mẽ, cơn bệnh vừa qua bỗng như đã hoàn toàn tiêu tan hết. Kiến An lập tức vùng dậy rửa tay rửa mặt, thắp đèn lên, lấy nghiên mực ra mài rồi cầm bút viết. Lúc ấy, người em gái Kiến An là Hoàng Tiết Mẫu vừa qua đời, người trong nhà đều theo đưa đám tang, chỉ còn duy nhất một bà cụ già giúp việc ở lại giữ nhà. Bà cụ nhìn thấy ông chủ nhà từ cả tháng qua nằm liệt trên giường bệnh, giờ bỗng nhiên ngồi ngay ngắn trước bàn, thắp đèn cầm bút viết, không khỏi một phen kinh ngạc đến sững người.

Sáng hôm sau, có người em họ của Kiến An là Quách Nhĩ Tiên cùng đi với Khổng Nhĩ Trung đến thăm bệnh, nhìn thấy Kiến An hốt nhiên khỏe mạnh thì hết sức kinh hãi. Sau đó, Kiến An lại ngồi kiệu đến

244

nhà cô em gái để dự đám tang, cùng ngồi vào bàn thù tạc với quan khách, bằng hữu. Trên đường đi phải trải qua nhiều nơi vất vả nhưng ông không một chút gì tỏ ra mệt mỏi, mà việc ăn uống cũng hoàn toàn bình thường như trước đây. Những người biết chuyện, ai nấy đều cho là một chuyện tốt đẹp lạ lùng đáng nói.

Đến năm 77 tuổi, Hoàng Kiến An dứt bỏ hết mọi việc thế tục, chuyên tâm ăn chay niệm Phật, học hỏi kinh điển trong nhiều năm nữa. Về sau không bệnh, an nhiên qua đời.

Lời bàn

Đọc qua bản cáo sắc của Đế Quân, đại ý dạy rằng: "Xét trường hợp của Hoàng Lập Đức, bất quá chỉ là một kẻ thứ dân đơn độc, lại đang lúc tuổi già bóng xế, nhưng phát tâm muốn giải cứu mối nguy khốn đã tích lũy từ 300 năm qua, thề nguyện mong cầu sự lợi lạc cho hàng vạn hộ dân cùng khổ, khác nào như đem sức con phù du muốn lay động núi cao,[1] như chim tinh vệ muốn lấp đầy biển lớn?[2]

"Tuy nhiên, muốn đắp thành gò cao muôn trượng cũng phải dựa vào từng sọt đất nhỏ, kiên trì quyết sẽ thành công. Đạo lớn của trời đất quan trọng ở sự chí thành không gián đoạn, ắt làm nên công hạnh của bậc thánh hiền, chỉ tiến lên mà không thối

---

[1] Nguyên bản dùng Thái Hoa (泰華) để chỉ Thái sơn và Hoa sơn, hai ngọn núi lớn.

[2] Theo truyền thuyết thì con gái vua Viêm Đế bị chết đuối ở biển Đông, hóa thành loài chim tinh vệ ngày ngày bay đến núi Tây ngậm đá tha về muốn lấp cho đầy biển.

chí. Phải nên gắng sức kiên trì, đừng để thối thất chỗ phát tâm ban đầu."

Xét kỹ thì hiểu rằng, việc sưu thuế nặng nề có thể giảm được hay không cũng là do sức người tác động, nhưng giống như việc leo núi, muốn thành tựu thì mỗi người đều phải tự nỗ lực, chẳng ai có thể thay cho người khác được.

ĐỐI XỬ VỚI NGƯỜI PHẢI GIỮ LÒNG TRUNG

Giảng rộng

Chữ "trung" đó là do nơi trong lòng người, không thể xem dáng vẻ cung kính bên ngoài mà biết được. Cho nên giúp người hạn chế tai ương, ngăn ngừa hoạn nạn, đó là trung. Giúp người phô bày điều thiện, ngăn cấm sự tà vạy sai trái, đó cũng là trung. Vì người bôn ba xuôi ngược, đó là trung. Đem hết sức mình phụng sự người lãnh đạo đất nước, đó cũng là trung.

Bằng như kẻ giúp việc điều hành đất nước mà chỉ biết trên nói sao dưới nghe theo vậy, bất kể đúng sai đều phụ họa, dua nịnh; nhân dân có điều khổ sở oán thán thì êm nhẹm không trình báo lên; chính sách có điều tốt đẹp, lợi lạc cho nhân dân cũng tránh né không mang ra thi hành; chỉ biết quan tâm riêng việc thôi thúc giao nộp thuế má, gọi đó là chấp hành pháp luật; lấy sự khắt khe soi mói người dân để gọi là công minh sáng suốt; đó chính là trường hợp mà Mạnh tử từng hết lời phản bác đối với những kẻ luôn ngụy biện rằng "vua của ta không thể làm được như thế". Như vậy sao có thể gọi là trung?

Đối tượng của "lòng trung" không hẳn chỉ là riêng với người lãnh đạo đất nước. Như quan hệ cấp dưới đối với cấp trên, người giúp việc đối với chủ thuê, cho đến mọi quan hệ ứng xử giữa người với người, đều phải giữ lòng trung. Dưới đây lược cử hai trường hợp để nêu lên ý nghĩa của lòng trung.

Trưng dẫn sự tích

TẬN TỤY BÁO ƠN CHỦ[1]

Vào đời nhà Minh, huyện Thuần An thuộc tỉnh Chiết Giang có nhà họ Từ, anh em trong nhà cùng phân chia tài sản. Người anh cả được một con ngựa, anh kế được một con trâu. Người em út đã mất để lại vợ góa, chỉ được hai anh chia cho một người nô bộc tên A Ký.

A Ký khi ấy đã hơn 50 tuổi. Người vợ góa liền khóc mà nói rằng: "Ngựa có thể dùng để cưỡi, trâu có thể dùng để cày ruộng, phần tôi nhận lão bộc này chỉ tốn cơm nuôi thôi."

A Ký liền hỏi lại: "Bà chủ nói như thế là cho rằng tôi đây không được bằng như trâu, như ngựa chăng?"

---

[1] Trích từ sách A Ký truyện (阿寄傳) của Điền Thúc Hòa. (Chú giải của soạn giả)

Từ đó, ông liền thay bà chủ nghĩ cách làm ăn sinh sống. Người vợ góa mang hết những đồ trang sức của mình bán đi, được cả thảy 12 lượng bạc. A Ký mang số bạc ấy đi lên vùng núi mua nhựa cây sơn về bán lại, chỉ trong một năm số vốn ấy đã tăng gấp 3 lần. Lại buôn bán trong 20 năm nữa, tích lũy gia sản cho người vợ góa lên đến hàng vạn lượng bạc. A Ký thay bà chủ gả chồng cho ba người con gái, lại mời thầy giỏi về dạy học cho hai người con trai, về sau đều kết thông gia với các gia đình có danh vọng, sính lễ lên đến hàng ngàn lượng bạc, lại dựa theo thông lệ xin được cho vào Thái học.

A Ký mỗi khi gặp người trong họ Từ, dù nhỏ tuổi cũng kính trọng chắp tay thi lễ. Suốt đời luôn giữ cung cách nghiêm trang, không bao giờ liếc nhìn bà chủ. Đối với những cô con gái của chủ, cho dù nhỏ tuổi nhưng ông vẫn giữ lễ không bao giờ đứng chung ngang hàng. Đến khi lâm bệnh nặng biết mình không qua khỏi, ông mang hết sổ sách quản lý giao lại cho bà chủ, nói rằng: "Hai vị tiểu chủ giờ đã có thể thay thế cai quản gia nghiệp, lão già này đem hết sức trâu ngựa báo đền ơn chủ, đến nay xem như đã xong."

A Ký qua đời, xem lại nơi ông sống tuyệt nhiên không một chút tiền bạc của cải gì của nhà chủ. Vợ ông với một người con trai cũng chỉ vừa đủ y phục che thân mà thôi.

Lời bàn

Giữ được tấm lòng như A Ký, làm tròn bổn phận như A Ký, vì chủ nhân mà mưu tính việc làm ăn sinh sống như A Ký, cho dẫu là bậc đại hiền cũng không thể làm hơn thế. Người như vậy mà rốt lại chỉ là một kẻ dân thường nơi xóm thôn vắng vẻ, quả thật đáng kinh ngạc lắm thay!

CHỦ NHÂN VẼ TƯỢNG LỄ BÁI[1]

Đời nhà Thanh, vào niên hiệu Thuận Trị năm thứ nhất,[2] vùng An Huy, huyện Thanh Dương, nhà Ngô Lục Phòng có người giúp việc tên là Ngô Mao, thường giữ Năm giới, làm nhiều việc thiện, niệm Phật không gián đoạn. Gặp lúc Tả Lương Ngọc đưa quân vượt Trường giang, cả nhà Ngô Lục Phòng đều phải đi lánh nạn, chỉ để lại một mình Ngô Mao thay chủ giữ nhà, rốt lại bị quân giặc bắt gặp đâm vào người 7 nhát mà chết. Vừa khi ấy có người em của Ngô Mao đến, Ngô Mao chợt tỉnh lại nói với em: "Anh đời trước tạo nhiều tội nghiệp, lẽ ra phải thọ sinh làm thân lợn trong 7 kiếp. Nay nhờ công đức trì giới niệm Phật nên chịu 7 nhát dao đâm mà giải trừ hết sạch oan nghiệp đời trước. Từ nay anh được vãng sinh về thế giới Tây phương Cực Lạc."

Về sau, người chủ là Ngô Lục Phòng có lần hốt nhiên nhìn thấy Ngô Mao trên đường thẳng đến, phía trước phía sau đều có cờ xí trang nghiêm che rợp. Ngô Mao đến trước Ngô Lục Phòng thi lễ rồi nói

---

[1] Trích từ sách Công quá cách - 功过格. (Chú giải của soạn giả)
[2] Tức là năm 1644.

rằng: "Tôi là Ngô Mao, nhân có việc phải đến cõi trời, tình cờ ngang qua đây." Nói xong thì biến mất.

Ngô Lục Phòng liền cho người vẽ lại hình tượng Ngô Mao, mỗi ngày đều cung kính lễ bái.

Lời bàn

Chịu 7 nhát dao đâm thay đổi được 7 kiếp làm thân lợn, đó gọi là nghiệp báo nặng mà thọ báo nhẹ, dứt được tội đời trước. Nhờ công đức niệm Phật mà được vãng sinh, đó gọi là chuyển đổi thân phàm phu nhập vào dòng thánh, do nền tảng tu tập chân chánh mà được hưởng quả siêu việt.

VỚI CHA MẸ ÔNG BÀ PHẢI HIẾU THẢO

Giảng rộng

Chỉ một chữ "hiếu thảo" đó, thật khó nói cho hết ý nghĩa! Kinh Thi có câu rằng: *"Muốn báo đáp hết ân đức của cha mẹ, nhưng ân đức ấy thật mênh mông rộng lớn như trời cao không cùng tận."* Quả thật, con cái báo đáp công ơn cha mẹ, bất luận như thế nào, liệu có thể vượt quá trời cao được chăng? Sách vở từ xưa nay khuyên dạy, khuyến khích sự hiếu thảo thì hiện có rất nhiều, nay chỉ đơn cử những trường hợp ít thấy, hiếm nghe nói đến mà thôi.

Người ta nếu không biết có đời sau, không tin nhân quả, thật cũng giống như người mù không thể nhìn thấy, người điếc không thể nghe được âm thanh. Người như vậy quả thật là hạng thứ dân cùng khổ mà không thể kêu cầu với ai được cả. Vì sao vậy? Tự mình không biết có đời sau, tất nhiên cũng không biết cha mẹ mình còn có đời sau, nên dù có hết lòng thương yêu báo đáp song thân, chẳng qua cũng chỉ là trong một thời gian tạm thời, ngắn ngủi mà thôi. Tự mình không tin nhân quả, đương nhiên cũng không biết rằng cha mẹ sau này còn có nhân quả, nên dù có muốn vì cha mẹ mà dứt trừ khổ não, chẳng qua cũng chỉ làm được đôi điều nhỏ nhặt, giới hạn mà thôi.

Có lần tôi nhìn thấy gà mẹ che chở cho đàn con mà thường lấy đó làm bài học nhắc nhở, tự cảnh tỉnh mình. Khi gà mẹ giương cánh che chở bảo vệ đàn con, quả thật tình cảm mẹ con lúc ấy sâu đậm lắm. Thế mà trải qua một thời gian rồi thì lần lượt bị người giết hại, khiến cho mẹ con chẳng còn có dịp gặp lại nhau.

Chúng ta làm người thật ra cũng không khác mấy. Cha con, vợ chồng đang lúc cùng nhau sum họp, quả thật rất khó lòng chia cắt, lìa xa nhau. Nhưng một khi đến lúc sinh tử phân ly, thân mang bệnh khổ đớn đau, thì dù là người thân thiết nhất cũng không thể thay mình chịu đựng; cho đến bao nhiêu nghiệp ác đã tạo, cũng không ai có thể thay mình gánh chịu. Thậm chí đến lúc xả bỏ thân này đi vào cảnh giới trung ấm, đối mặt với ngàn vạn điều thống khổ, thì nơi chốn dương gian có thể là những người thân của ta trong gia đình lại đang cùng nhau mừng vui yến ẩm. Chăn mền còn đó, dẫu có muốn sớm chiều tận tâm chăm sóc cũng không còn được nữa; món ngon vật lạ không biết dâng ai, dù học theo Vương Tường "nằm băng bắt cá"[1] nào có ích gì? Người xưa nói rằng: "Người con hiếu không thể chịu được việc cha mẹ chết mất." Như thế chính là cha mẹ của ta thật ra chưa từng chết mất. Nói như thế lẽ đâu lại chỉ là chuyện hư dối sao?

Đức Phật dạy rằng: "Công ơn sinh thành dưỡng dục của cha mẹ, người thế gian không thể báo đáp hết được. Ví như có người đặt cha lên vai trái, đặt mẹ lên vai phải, rồi đi như thế trong trăm năm, lại dâng lên cha mẹ đủ mọi nhu cầu, cũng không báo đáp hết được công ơn cha mẹ."[2] Như vậy, nếu chỉ theo những phương cách của thế tục thì dù có nỗ lực đến đâu cũng không thể báo đáp được hết công ơn cha mẹ! Do đây mà suy xét, có thể biết chắc rằng trong đạo Phật nhất định phải có phương cách hoàn hảo để giúp người báo đáp công ơn cha mẹ.

---

[1] Xưa có người con hiếu là Vương Tường. Mẹ ông thích ăn cá tươi, năm ấy trời lạnh quá nước đóng thành băng không sao bắt được cá. Vương Tường muốn có cá dâng lên mẹ, nên ra sông cởi áo nằm lên băng, muốn lấy hơi nóng của thân thể mà làm cho băng tan để bắt cá. Lòng hiếu thảo của ông cảm động thấu trời, khiến băng giá tự nhiên tan ra, có một cặp cá từ dưới sông nhảy vọt lên cho ông bắt về dâng mẹ.

[2] Vì đây là trích dẫn Phật ngôn nên chúng tôi đã thận trọng tìm được nội dung đoạn trích này trong Tạp bảo tạng kinh (雜寶藏經), ở quyển 2, bắt đầu từ dòng thứ 22, trang 455, tờ c (Đại Chánh tân tu Đại tạng kinh, tập 4, kinh số 203). Chúng tôi căn cứ kinh văn để dịch đoạn này hơi khác với nguyên bản của An Sĩ toàn thư. Đây là nội dung kinh văn: 假使左肩擔父右肩擔母,行至百年復種種供養,猶不能報父母之恩。(Giả sử tả kiên đam phụ, hữu kiên đam mẫu, hành chí bá niên, phục chủng chủng cung dưỡng, do bất năng báo phụ mẫu chi ân.)

Trưng dẫn sự tích

NĂM NGƯỜI MẸ BỊ THƯƠNG[1]

Xưa có chú sa-di, năm 7 tuổi đã xin mẹ xuất gia học đạo. Chuyên cần tu tập, đến năm 8 tuổi chứng được đạo quả, thấy biết việc đời trước. Nhân khi nhìn thấy việc đời trước liền than rằng: "Chỉ một thân này của ta mà làm khổ lụy đến 5 người mẹ! Trong đời thứ nhất, khi ta ra đời thì bên nhà hàng xóm cũng có người sinh con. Ta lại chết sớm, mẹ ta nhìn thấy con của người hàng xóm trưởng thành mà đau buồn khổ sở. Qua đời thứ hai ta sinh ra chưa được bao lâu thì chết, mẹ ta mỗi khi nhìn thấy người khác cho con bú thì lại nhớ đến ta, đau buồn khôn xiết. Sang đời thứ ba, ta được 10 tuổi thì chết.[2] Mẹ ta mỗi khi thấy những đứa trẻ cùng tuổi ăn uống thì lại nhớ đến ta, đau khổ vô cùng. Sang đời thứ tư, ta chưa đến tuổi lấy vợ thì đã chết. Mẹ ta mỗi khi nhìn thấy những người bằng tuổi ta cưới vợ thì lại nhớ ta mà sinh tâm đau buồn. Nay là đời thứ năm, ta vừa được 7 tuổi đã xin xuất gia học đạo, mẹ ta ở nhà nhớ mong, lại cũng sinh tâm đau buồn. Cả năm người mẹ đều giống nhau ở một điểm

---

[1] Trích từ kinh Ngũ mẫu tử - 五母子經. (Chú giải của soạn giả) Kinh này được xếp vào Đại Chánh tân tu Đại tạng kinh, thuộc tập 14, kinh số 555, hiện có 2 dị bản là 555a và 555b, đều là bản dịch của cư sĩ Chi Khiêm vào đời Ngô. Nội dung chuyện này bắt đầu từ dòng 24 trang 907, tờ a trong bản 555a và từ dòng 29 trang 906, tờ b trong bản 555b. Đoạn này chỉ lược kể nội dung, không trích nguyên văn kinh.

[2] Theo bản 555b thì không có chi tiết 10 tuổi, chỉ nói là chết sớm. Căn cứ theo đây có thể biết là tiên sinh An Sĩ đã sử dụng bản kinh 555a.

là đau buồn sầu khổ vì mong nhớ *'con của tôi'*,[1] đều nói rằng mình bị *"mất con"* mà sinh tâm bi thương buồn khổ không thôi. Ta quán xét cõi luân hồi sinh tử thật mê lầm như thế, phải chuyên cần tinh tấn tu tập Chánh đạo để thoát ra."

Lời bàn

Tinh lực khí huyết một đời của cha mẹ, quá nửa đều là vì con cái mà hao tổn. Nhưng nếu xét theo những nỗi khổ như chín tháng cưu mang, ba năm bú mớm, cho đến bên ướt mẹ nằm chỗ ráo con lăn, thì sự khó nhọc chịu đựng của người mẹ lại có phần nhiều hơn. Tự xét lại hình hài này quả thật đáng trách, mang đến hệ lụy khó nhọc cho cha mẹ quá nhiều, mà báo đáp lo lắng cho cha mẹ lại quá ít.

Chúng ta từ vô số kiếp đến nay, nếu đong lường lượng sữa mẹ đã dùng ắt là nhiều hơn nước trong biển cả; cho đến đại tiểu tiện làm nhơ nhớp trên thân cha mẹ, thật cũng nhiều hơn nước trong biển cả; thậm chí những khi sinh ra rồi chết sớm khiến cho cha mẹ phải buồn đau than khóc, nước mắt ấy cũng lại nhiều hơn nước trong biển cả.

---

[1] Chỗ này trong An Sĩ toàn thư chép là "五母聚會" (ngũ mẫu tụ hội - năm người mẹ cùng hội lại) tương tự như trong bản 555b là "今五母共會" (kim ngũ mẫu cộng hội - nay năm người mẹ cùng hội lại), đều không chính xác và cũng không hợp lý. Bản 555a chép là "愁毒言念我子是五母適共一會" (sầu độc ngôn niệm ngã tử, thị ngũ mẫu đích cộng nhất hội - sầu khổ nói rằng nhớ mong 'con tôi' chính là chỗ mà 5 bà mẹ đều giống nhau). Chỉ với ý nghĩa này thì đoạn tiếp theo mới hợp nghĩa. Như chi tiết ở đoạn trên thì tiên sinh An Sĩ đã sử dụng bản 555a, không biết vì sao ở đoạn này lại ghi sai theo bản 555b?

Hết thảy những việc ấy, thảy đều do nơi sinh tử luân hồi, khiến chúng ta luân chuyển đầu thai qua nhiều kiếp sống. Ví như đời này sang đời khác đều có thể hết lòng hiếu thảo, đều có thể khiến cho cha mẹ vui lòng, cũng chẳng bằng là không làm khổ lụy đến cha mẹ.[1] Khổng tử nói rằng: "Phân xử việc tranh tụng của người đạt đến sự công minh, cũng không bằng khiến cho người không khởi việc tranh tụng." Chẳng phải cũng là cùng một ý nghĩa như vậy đó sao?

CẢ NƯỚC ĐỀU BIẾT HIẾU DƯỠNG[2]

Cách đây vô số kiếp về trước, có một vương quốc nhiều điều tệ ác tên là Khí Lão. Theo luật của vua nước ấy, người ta đến tuổi già nua đều bị xua đuổi đi xa, không được sống trong nước nữa. Có một vị đại thần cực kỳ hiếu thảo, người cha đến tuổi già không nỡ đuổi đi, liền làm một gian mật thất để giấu cha nơi đó, hết lòng cung phụng nuôi dưỡng.

Ngày kia, có một vị thiên thần mang đến hai con rắn, hỏi quốc vương nước ấy rằng: "Nếu ông phân biệt được giữa hai con rắn này, con nào là rắn đực, con nào là rắn cái thì ta sẽ bảo vệ cho đất nước này được an ổn. Bằng không, ta sẽ hủy diệt cả nước."

---

[1] Ý nói cố gắng tu tập thoát khỏi luân hồi, không còn trở lại tái sinh, tất nhiên không làm khổ lụy đến cha mẹ nào nữa.

[2] Trích từ kinh Tạp bảo tạng - 雜寶藏經. (Chú giải của soạn giả) Kinh Tạp bảo tạng được xếp vào Đại Chánh tân tu Đại tạng kinh, thuộc tập 4, kinh số 203, tổng cộng có 10 quyển, do ngài Kiết-ca-dạ và ngài Đàm Diệu dịch sang Hán ngữ vào đời Bắc Ngụy. Đoạn trích này bắt đầu từ dòng thứ 4, trang 449, tờ b, quyển 1.

Nhà vua hết sức lo lắng, hỏi khắp trong triều không ai biết được câu trả lời. Vị đại thần kia liền mang câu hỏi ấy đến mật thất hỏi cha. Người cha bảo: "Hãy thả hai con rắn ấy lên trên một tấm thảm thật mềm mại rồi quan sát. Con nào co duỗi nhanh gấp, đó là rắn đực; con nào chịu nằm yên, chỉ cử động chậm chạp là rắn cái." Đại thần liền y theo lời ấy trả lời với thiên thần.

Thiên thần lại hỏi: "Người nào trong lúc mê mà gọi là tỉnh, trong lúc tỉnh mà gọi là mê?" Vị đại thần lại về hỏi cha, người cha nói: "Đó là vị tỳ-kheo đang tu tập. So với kẻ phàm phu, vị ấy là người tỉnh; so với vị A-la-hán, tỳ-kheo ấy là người còn mê." Liền đáp với thiên thần như vậy.

Thiên thần lại chỉ vào con voi của quốc vương, hỏi voi ấy nặng bao nhiêu cân. Cả triều đình đều mù mịt không nói được. Đại thần lại đến hỏi cha, người cha dạy: "Cho voi ấy lên thuyền rồi đánh dấu mức nước bên mạn thuyền. Sau đó cho đá lên cùng thuyền ấy cho đến khi thuyền chìm xuống đến đúng mức đã đánh dấu. Cân số đá ấy thì biết voi nặng bao nhiêu cân."[1] Liền dùng cách ấy đáp với thiên thần.

____

[1] Kinh này được dịch sang Hán ngữ vào đời Bắc Ngụy, tức khoảng cuối thế kỷ 4, đầu thế kỷ 5. Nước ta có lưu truyền câu chuyện Trạng nguyên Lương Thế Vinh (1441-1496) cân voi bằng cách giống như trong câu chuyện này. Người Trung Hoa lại có truyền thuyết rằng Tào Xung, con của Tào Tháo cũng từng dùng cách này để cân voi vào năm mới được 6 tuổi, nhưng điều đó chưa xác thực, nhiều người không tin. Nay xét thấy chuyện này có nguồn gốc trong kinh Phật, mới biết đạo Phật đã đi vào đời sống từ xa xưa, và có rất nhiều câu chuyện trong kinh Phật được truyền rộng lâu đời đến mức người ta không còn biết đến xuất xứ của nó nữa. Như câu chuyện "người mù sờ voi" đã trở thành một điển cố rất nổi tiếng, nhưng rất ít người biết nó có xuất xứ từ kinh Đại Bát Niết-bàn.

Thiên thần lại hỏi: "Làm thế nào để một chén nước có thể nhiều hơn nước trong biển cả?" Đại thần lại hỏi cha, người cha đáp: "Nếu có thể khởi tâm chí thành đem một chén nước ấy cúng dường lên đức Phật, hoặc chư tăng, hoặc cha mẹ, hoặc người đang bị bệnh khổ nguy khốn, ắt sẽ được thọ hưởng phước báo không cùng tận. Biển cả tuy nhiều nước, bất quá cũng chỉ tồn tại trong một kiếp,[1] so ra không bằng phước ấy." Nhà vua y theo như vậy trả lời với thiên thần.

Thiên thần liền hóa thành một người ốm đói gầy còm chỉ còn da bọc lấy xương rồi hỏi: "Trong đời còn có người nào thê thảm hơn ta nữa chăng?" Mọi người lại không ai biết câu trả lời. Đại thần về hỏi cha, người cha dạy phải trả lời với thiên thần rằng: "Nếu có người tham lam bủn xỉn, ganh ghét đố kỵ với người khác, đời sau ắt sẽ đọa vào cảnh giới ngạ quỷ, trong trăm ngàn vạn năm không được nghe đến tên gọi các loại nước, huống hồ là được uống, mỗi khi cử động thì các đốt xương đều sinh ra lửa nóng tự thiêu đốt. Người chịu cảnh đói khổ lửa thiêu như thế, tất nhiên còn thê thảm hơn ông gấp trăm ngàn vạn lần."

Thiên thần lại hóa thành một người tay chân đều bị xiềng xích cùm khóa, trên cổ đeo gông nặng khóa chặt, trong thân hình bốc ra lửa nóng tự thiêu cháy toàn thân đỏ rực, đến hỏi quốc vương: "Thế gian này có người nào khổ sở đến mức như ta đây chăng?" Đại thần lại theo lời cha mà trả lời rằng: "Nếu ai bất hiếu

---

[1] Mỗi một thế giới khi trải qua trọn một kiếp đều có đủ 4 giai đoạn là thành, trụ, hoại, diệt. Biển cả nằm trong thế giới ấy nên đến giai đoạn diệt thì cũng không còn nữa.

với cha mẹ, ngỗ nghịch làm hại bậc sư trưởng, khinh chê báng bổ Tam bảo, đời sau ắt phải đọa vào địa ngục, trong mỗi một ngày đêm chết đi sống lại đến vạn lần, cảnh ấy còn khổ sở hơn ông đến trăm ngàn vạn lần."

Thiên thần lại hóa thành một người con gái đoan trang xinh đẹp không ai bằng, đến hỏi quốc vương: "Thế gian này có ai xinh đẹp hơn ta chăng?" Đại thần lại theo lời cha mà đáp rằng: "Nếu có người cung kính tin theo Tam bảo, hiếu thuận với cha mẹ, thường thực hành các pháp bố thí, nhẫn nhục, tinh tấn, trì giới, ắt sẽ được sinh lên cõi trời, thân hình đoan nghiêm thù thắng, vượt xa hơn cô trăm ngàn vạn lần. Nếu lấy hình thể của cô thế này mà so sánh với người ấy thì chẳng qua chỉ như con khỉ chột mắt mà thôi."

Thiên thần lại đưa ra một cây gỗ chiên-đàn đã đẽo gọt bốn bề vuông vức bằng nhau rồi hỏi: "Phần nào là gốc, phần nào là ngọn?" Người cha của đại thần liền đưa ra câu trả lời rằng: "Chỉ cần thả cây xuống nước, phần chìm xuống thấp hơn là gốc, phần nổi cao hơn là ngọn."

Thiên thần liền mang đến hai con ngựa cái hình dáng giống hệt như nhau, hỏi rằng: "Trong hai con ngựa này, con nào là ngựa mẹ, con nào là ngựa con?" Đại thần lại đến hỏi cha, người cha trả lời rằng: "Hãy mang cỏ đến cho ăn. Ngựa mẹ sẽ nhường cho con nó ăn trước."

Cứ như vậy lại đưa ra rất nhiều câu hỏi, quan đại thần đều nhờ có sự hướng dẫn của người cha mà đối đáp thông suốt tất cả. Thiên thần hài lòng, hứa sẽ bảo vệ cho đất nước này. Nhà vua khi ấy rất vui mừng, liền hỏi vị đại thần: "Ông tự biết được những điều ấy chăng? Hay có ai dạy cho ông biết?"

Vị đại thần liền nói thật mọi điều. Vua lập tức cho đón người cha của vị đại thần đến để phụng dưỡng, tôn làm bậc thầy. Đại thần liền tâu lên rằng: "Bệ hạ nên truyền lệnh cho người khắp nước từ nay không được xua đuổi người già nữa. Những kẻ bất hiếu với cha mẹ nên xử tội nặng."

Vua chuẩn y theo lời ấy. Từ đó điều luật xấu ác kia được xóa bỏ, người trong khắp nước ấy đều biết hiếu thảo phụng dưỡng cha mẹ.

Lời bàn

Đức Phật kể lại chuyện này rồi nói rằng: "Người cha của đại thần thuở ấy, nay chính là ta. Đại thần thuở ấy, nay là Xá-lợi-phất. Quốc vương thuở ấy, nay là vua A-xà-thế. Vị thiên thần thuở ấy, nay chính là A-nan."

HƯƠNG LẠ BAY XA[1]

Đời nhà Đường, quan thứ sử Từ Châu là Vương Thiên Thạch, tính tình nhân ái, từ hòa, hiếu thuận, nổi tiếng là người điềm tĩnh, thận trọng, lại tinh thông kinh điển Phật giáo. Niên hiệu Trinh Quán năm thứ 6,[2] người cha của ông qua đời, ông buồn thương đau đớn quá độ. Sau khi lập phần mộ, ông dựng một lều

---

[1] Trích từ sách Pháp uyển châu lâm - 法苑珠林. (Chú giải của soạn giả)
[2] Tức năm 632.

tranh nhỏ bên trái phần mộ, mỗi đêm đều ở đó tụng kinh Phật, hồi hướng phước báo cho cha. Người trong vùng ấy thường nghe có tiếng gõ khánh ngân vang, âm thanh cực kỳ trong trẻo êm tai, lại có hương thơm lạ lùng bay xa ra quanh đó rất nhiều dặm.

Lời bàn

Những người vừa mới qua đời, thần thức trong trạng thái trung ấm giống như hôn mê, phía trước không thấy ánh sáng, nhìn quanh không có ai là bạn bè thân thích. Trong khoảng thời gian 7 tuần thất, mỗi tuần thất là 7 ngày, cả thảy 49 ngày, luôn ở trong tâm trạng kinh khiếp sợ hãi, nỗi khổ ấy thật khôn lường, lúc nào cũng hướng đến những người thân nơi dương thế, cầu mong họ làm điều phước thiện hồi hướng cho mình để giảm bớt tội lỗi. Vì thế, con cháu hiếu thảo với ông bà cha mẹ, không chỉ lo cho thi hài được có nơi an táng chu đáo, mà còn phải lo sao cho thần thức người quá cố được có chỗ quay về nương dựa an ổn nữa. Ví như hạt đào hạt mận, có thể dùng để tiếp nối sinh sản không dứt chính là nhờ nơi cái nhân bên trong. Người đời nay chỉ biết lo việc chí thành phụng dưỡng cha mẹ lúc sinh tiền, an táng chu đáo lúc qua đời, nhưng không biết đến việc lo cho thần thức cha mẹ có chỗ quay về nương dựa an ổn, như vậy há chẳng phải là chỉ lo giữ gìn bảo vệ phần vỏ bên ngoài mà lại vứt bỏ đi cái nhân bên trong rồi sao?

XUẤT GIA BÁO ĐÁP ƠN CHA[1]

Vào đời Đường, có người họ Tạ, cha làm nghề đánh cá, một hôm rơi xuống nước mà chết. Người ấy nghĩ, cha mình tạo nghiệp giết hại quá nhiều, nay chết chắc chắn phải đọa vào đường dữ. Nghĩ vậy liền xuống tóc xuất gia làm một vị tăng, pháp danh là Sư Bị. Ông dốc lòng tu tập chuyên cần khó nhọc, giữ hạnh đầu đà.

Một hôm, Sư Bị cùng chúng tăng có việc ra khỏi núi, rủi ro vấp phải cục đá cắt thành vết thương nơi chân, máu tuôn lênh láng, ngay khi nhìn thấy máu chảy hốt nhiên đại ngộ. Sau đó, ngài mộng thấy người cha hiện về tạ ơn, nói rằng: "Nhờ có con xuất gia, liễu ngộ tâm tánh, nên ta đã được sinh về cõi trời, nay đến đây để báo cho con được biết."

Lời bàn

Trong kinh Hiền ngu nhân duyên (賢愚因緣經)[2] có dạy rằng: "Ví như có một thầy thuốc giỏi, chữa

---

[1] Trích từ sách Truy môn sùng hành lục - 緇門崇行錄. (Chú giải của soạn giả)

[2] Chúng tôi không tìm thấy đoạn này trong kinh Hiền ngu (賢愚經), thuộc Đại Chánh tân tu Đại tạng kinh, tập 4, kinh số 202, do nhóm của ngài Huệ Giác dịch sang Hán ngữ vào đời Bắc Ngụy. Tuy nhiên, nguyên văn đoạn này lại được tìm thấy trong sách Pháp Uyển Châu Lâm (法苑珠林), thuộc tập 53, kinh số 2122 trong Đại Chánh tân tu Đại tạng kinh (tổng cộng 100 quyển, do ngài Đạo Thế soạn vào đời Đường. Đoạn trích này bắt đầu từ dòng thứ 18, trang 448, tờ a, quyển 22, với câu mở đầu là "Hựu Hiền ngu kinh vân" (又賢愚經云 - Trong Kinh Hiền ngu lại có nói rằng). Như vậy, tiên sinh An Sĩ đã trích lại từ sách Pháp uyển châu lâm và do đó mà nguồn dẫn chú cũng bị sai theo.

trị cho 100 người mù đều được sáng mắt. Lại có một người đủ thế lực, ra sức cứu thoát cho 100 người khỏi tội móc mắt, không bị mù lòa. Tuy rằng cả hai người ấy đều được phước báo vô lượng, nhưng vẫn không bằng phước báo của người tạo điều kiện cho người khác xuất gia hoặc tự mình xuất gia tu tập."

Như vậy, việc con cái xuất gia tu tập mà cha mẹ nhờ phước ấy được sinh cõi trời thật không có gì phải nghi ngờ cả.

TU SÁM PHÁP TÌM ĐƯỢC MẸ[1]

Đời nhà Tống có người tên Chu Thọ Xương, là con của quan Hình bộ Thị Lang Chu Tốn. Mẹ ông xuất thân từ gia tộc thấp hèn. Năm Thọ Xương lên 7 tuổi, Chu Tốn đến trấn nhậm vùng Ung châu, sắp đặt cho mẹ ông kết hôn với người khác trong dân gian. Đến khi ông lớn lên không có mẹ, buồn thương không dứt, cuối cùng từ bỏ chức quan để đi tìm mẹ. Tìm khắp bốn phương, trải qua nhiều gian khổ mà vẫn không gặp được mẹ.

Chu Thọ Xương trích huyết chép một bộ Thủy Sám, lại khắc bản in lưu hành khắp nơi, ngày đêm thường trì tụng bộ sám ấy không ngừng nghỉ. Sau ông đi đến Đồng Châu, bỗng nhiên được gặp lại mẹ. Mẹ con ôm nhau khóc, người đi đường ai nấy nhìn thấy đều cảm động. Ông liền

---

[1] Trích từ sách Mộng khê bút đàm - 夢溪筆談. (Chú giải của soạn giả) Sách này do Thẩm Quát biên soạn hoàn tất vào khoảng năm 1088, được xem như một bộ từ điển bách khoa đầu tiên của Trung Quốc về lĩnh vực khoa học tự nhiên, triết học và khoa học thường thức.

đón mẹ về nhà phụng dưỡng. Không bao lâu sau ông lại ra làm quan, nhận chức Tư nông Thiếu khanh. Hàng trí thức đương thời rất nhiều người đem chuyện của ông viết lại thành truyện để lưu truyền.

Lời bàn

Trích huyết chép sám pháp, lại ngày đêm trì tụng, thật chí thành biết bao! Nhờ việc ấy mà mẹ con được gặp lại nhau, đó cũng là lẽ đương nhiên. Chu Hy sau này khi biên soạn sách Tiểu học có đưa vào sự tích Chu Thọ Xương tìm mẹ, nhưng lại lược bỏ mất chi tiết này, khiến cho người đọc không thể hiểu được nguyên nhân vì sao?

TÍCH ÂM ĐỨC CHO CHA MẸ[1]

Lâm Thừa Mỹ người ở Phúc Kiến, mồ côi cha từ thuở bé, người mẹ ở vậy thủ tiết thờ chồng, vất vả nuôi con. Thừa Mỹ lớn khôn ngày đêm buồn khổ than khóc, không biết làm cách nào để báo đáp công ơn cha mẹ.

Nhân có một vị thiền sư bảo ông rằng: "Người con hiếu thảo nghĩ đến công ơn cha mẹ, buồn khổ khóc lóc cũng chỉ vô ích thôi. Phải tìm cách báo đáp mới được."

Rồi lại dạy rằng: "Làm việc thiện thì cha mẹ được lợi lạc, làm việc xấu ác thì cha mẹ phải buồn lo. Kẻ làm con muốn báo đáp công ơn cha mẹ, nên tự mình

---

[1] Trích từ sách Cảm ứng thiên quảng sớ - 感應篇廣疏. (Chú giải của soạn giả)

tránh việc giết hại, cứu vật phóng sinh, rộng tích âm đức, như vậy có thể báo đáp được công ơn cha mẹ."

Thừa Mỹ nghe lời tỉnh ngộ, từ đó phát nguyện giới sát phóng sanh, rộng làm nhiều điều phước thiện. Sau ông sống thọ đến 96 tuổi, bình sinh trong việc khoa bảng cũng từng đỗ đầu ở Phúc Kiến.

Lời bàn

Ở đời có người khéo biết cách hiếu thuận, lại cũng có người không biết cách hiếu thuận. Nếu mình hết sức chí thành và có thể làm cho cha mẹ thật sự nhận được sự lợi lạc, như vậy gọi là khéo biết cách hiếu thuận. Nếu mình cũng hết sức chí thành nhưng không thể làm cho cha mẹ thật sự nhận được sự lợi lạc, như vậy gọi là không biết cách hiếu thuận.

Nếu lấy sự buồn đau khóc lóc mà gọi là hiếu thuận, thì ví như có khóc đến hai mắt tuôn lệ thành sông, liệu có ích lợi gì cho cha mẹ chăng? Nếu lấy việc mặc áo vải thô để tang cha mẹ mà gọi là hiếu thuận, thì ví như có gom những tang phục bằng vải thô đó thành núi lớn, nằm ngồi đều ở trong đó, liệu có ích lợi gì cho cha mẹ chăng?

Cho nên, những việc như khóc thương hay để tang cha mẹ chỉ là phương cách để người con hiếu biểu lộ tình cảm đối với cha mẹ, còn nếu thực sự muốn báo đáp công ơn trời biển của cha mẹ, ắt phải dùng theo cách thiền sư đã chỉ dạy như trên, chứ không thể dựa vào những hình thức thường tình của thế tục.

VỚI ANH EM PHẢI GIỮ LÒNG KÍNH TRỌNG, THƯƠNG YÊU LẪN NHAU

Giảng rộng

Anh em trong một nhà, tuy hình hài có khác biệt, nhưng nếu xét theo tình thương của cha mẹ thì không khác gì nhau. Cho nên, anh em có chuyện bất hòa, chia cách, ắt không khỏi làm cho cha mẹ đau buồn, khổ tâm. Nếu anh em biết tương trợ giúp đỡ, thương yêu lẫn nhau, đó gọi là thuận theo đạo, vốn cũng là một yếu tố nằm trong đạo hiếu. Nguyên văn chỉ nói "em phải kính anh", không nói đến "anh phải thương yêu em", ấy chỉ là vì cách nói giản lược, thật ra vẫn hàm ý trong đó.

Anh em tình thân như chân với tay, nhưng xưa nay thường bị chia cách, tình nghĩa tổn thương, phần nhiều là khi có thêm người vợ. Người phụ nữ hiền thục đức hạnh tuy vẫn có, nhưng những người hẹp hòi kém đức cũng không phải ít. Những người ấy thường chỉ thấy biết việc nhỏ nhen mà không hiểu thấu ý nghĩa lớn lao, chỉ biết thu vén điều lợi về mình mà không biết đến người khác, do đó mà sự tranh chấp, xung đột rất dễ xảy ra. Lại thêm khuynh hướng thường gặp ở người đàn ông là rất dễ tin theo lời vợ. Anh em dù có trăm tiếng ngàn lời hết sức giải bày, thường cũng không bằng một vài lời tỉ tê bên tai của vợ. Ấy thế nên có nhiều người tính tình cứng rắn nóng nảy, mà trước mặt vợ thì mềm mỏng yếu ớt; có nhiều người mạnh mẽ cương cường, mà trước mặt vợ thì nhút nhát sợ sệt; có nhiều người hết sức sáng suốt khôn ngoan, mà trước mặt vợ thì hóa ra hôn ám mê muội; có nhiều người hết sức sang cả tôn quý, mà trước mặt vợ bỗng hóa thành người sai vặt; có nhiều người hết sức quyết đoán tự tin, nhưng trước mặt vợ bỗng trở thành do dự, trù trừ; có nhiều người hết sức keo kiệt bủn xỉn, mà trước mặt vợ bỗng trở nên hào phóng rộng rãi; có nhiều người hết sức cao ngạo bướng bỉnh, mà trước mặt vợ bỗng trở thành ngoan ngoãn khuất phục; có nhiều người hết sức công minh chính trực, mà trước mặt vợ bỗng trở nên tà vạy, dua nịnh.

Cho nên, có những người dẫu vẫn biết tôn trọng việc nước đạo nhà, nhưng không thể hết lòng giữ theo trung, hiếu. Ấy là vì trong chốn khuê phòng có kẻ ngày đêm tỉ tê to nhỏ những chuyện khác hơn, cứ dần dần nghe mãi mà thành bị khuất phục. Thật đáng thương thay! Tình anh em trong cõi đời có năm sự ô trược[1] xấu ác này, biết làm sao để nhà nhà đều có được những người con dâu hiền thảo đức hạnh, giúp cho anh em đều biết hòa thuận thương yêu đối xử tốt đẹp, không oán thù xung đột với nhau.

---

[1] Cõi đời có năm sự ô trược xấu ác (ngũ trược ác thế): tức thế giới Ta-bà chúng ta đang sống. Năm sự ô trược đó là: kiếp trược, kiến trược, chúng sinh trược, mạng trược và phiền não trược.

Trưng dẫn sự tích

CUNG KÍNH CHUYỂN GIAO TÀI SẢN[1]

Đời nhà Minh có người tên Triệu Ngạn Tiêu, sau khi cha mẹ mất rồi, cùng với người anh là Triệu Ngạn Vân làm ăn sinh sống với nhau đến 12 năm. Sau đó, Ngạn Vân thường ăn chơi lười nhác, bỏ phế cơ nghiệp, Ngạn Tiêu liền xin với anh phân chia gia sản để mỗi người tự lập.

Vừa qua được 5 năm, gia sản của Ngạn Vân đã hết sạch. Một hôm, Ngạn Tiêu bày tiệc rượu mời anh đến chơi rồi nói: "Em trước đây vốn không có ý muốn phân chia gia sản, chỉ vì anh không biết tự kiềm chế lo việc làm ăn, nên em vì thương anh mà buộc phải phân chia ra để tự mình có thể giữ gìn được phân nửa sản nghiệp cha mẹ để lại, dẫu có bề gì cũng còn có thể tạm duy trì sự sống cho anh em mình. Nay mời anh quay trở lại nhà, xin giao quyền làm chủ gia đình này cho anh."

Ngạn Vân nói rồi đem chứng từ phân chia gia sản ngày trước ra đốt sạch, lấy chìa khóa nhà kho giao hết cho anh, lại hỏi tất cả các khoản nợ nần hiện nay của anh rồi thay anh thanh toán hết. Ngạn Vân hết sức xấu hổ, nhận lời em rồi từ đó nỗ lực hối cải, chí thú lo việc làm ăn, không còn ham chơi như ngày trước.

Năm sau, cả hai cha con Triệu Ngạn Tiêu cùng lúc thi đỗ Tiến sĩ.

---

[1] Trích từ sách Cảm ứng thiên giải - 感應篇解. (Chú giải của soạn giả)

Lời bàn

Khi chạm đến vấn đề phân chia tài sản, anh em trong một nhà thường rất dễ trở nên chia cách, ly tán. Khi còn sống dựa vào cha mẹ, nhờ cậy qua lại mọi việc rồi cũng qua; đến lúc thực sự phân chia tài sản riêng tư, mới thường nảy sinh chuyện tranh chấp, giành giật lẫn nhau.

Lành thay, sách Công quá cách (功過格) có câu rằng: "Phận làm con trong khi nuôi dưỡng cha mẹ, hoặc lo việc tang ma, nên nghĩ tưởng rằng cha mẹ chỉ sinh ra được mỗi một mình ta; đến lúc phân chia gia sản, nên nghĩ tưởng rằng cha mẹ sinh ra anh em đông đúc, chẳng riêng gì mình ta."

Đến như quán xét việc làm của Triệu Ngạn Tiêu, nào thấy ông ta có nghĩ tưởng gì đến việc tranh giành tài sản đâu?

TÌNH CẢM CHÍ THÀNH CẢM HÓA ĐƯỢC NGƯỜI[1]

Đời nhà Minh, tại Quy An thuộc vùng Chiết Giang[2] có người tên Nghiêm Phụng, tánh tình hiếu thuận, luôn thương yêu đối xử tốt với anh em bằng hữu, người đời thường tôn xưng là Khê Đình Tiên sinh. Một hôm cùng với người bạn đồng hương là Thí Dực đi thuyền dạo chơi. Thí Dực than phiền với ông rằng người anh phân chia tài sản cho mình chẳng công bằng. Nghiêm Phụng nghe rồi buồn bã nói: "Tôi

---

[1] Trích từ sách Công quá cách - 功過格. (Chú giải của soạn giả)

[2] Nay thuộc thành phố Hồ Châu.

268

có người anh sức khỏe yếu kém, đó là điều làm tôi khổ tâm nhất. Giá như anh tôi mà được mạnh mẽ như anh của ông, dẫu có đoạt hết ruộng đất tài sản, tôi cũng không buồn." Nói dứt lời, nước mắt tuôn tràn không dứt. Thí Dực nghe vậy hết sức cảm động, nhân đó trong lòng có chút tỉnh ngộ.

Nguyên Thí Dực có người anh là Thí Tương Chi. Cả hai đều là bậc nhân sĩ trí thức vùng Tri Châu, chỉ do việc phân chia tài sản ruộng đất mà anh em hóa ra hiềm khích với nhau đã nhiều năm rồi. Kể từ sau lần đó, anh em nhà họ Thí quay lại làm hòa, nhường nhịn lẫn nhau, suốt đời không một lời nào phân cách nữa.

Lời bàn

Khê Đình Tiên sinh khi từ quan về quê, có người anh rất nghèo khổ lại già yếu, liền đón về nhà mình nuôi dưỡng. Mỗi khi có dịp đãi khách tại nhà, đều cung kính mời anh ngồi trên, còn bản thân mình cầm đũa đứng hầu phía sau anh. Một hôm nhân bước tới trước gắp chút thức ăn, anh cho là vô lễ, giận tát vào mặt, ông vui vẻ đón chịu, suốt bữa tiệc ấy lại tỏ ra vẻ vô cùng hứng khởi, hân hoan. Tan tiệc, ông cung kính đưa anh vào phòng nghỉ. Hôm sau, trời chưa sáng đã đến bên giường anh đứng chờ vấn an. Chẳng bao lâu sau người anh mất. Ông than khóc, chu toàn việc tống táng theo đúng lễ nghi.

Qua việc tiên sinh đối với anh tận tình như thế, có thể biết rằng những lời tiên sinh đã nói với Thí Dực thảy đều là xuất phát từ nội tâm chân thật.

269

VỚI BẠN BÈ PHẢI GIỮ LÒNG TIN CẬY

Giảng rộng

Cứ y theo ý nghĩa của chữ "bằng hữu" vẫn thường dùng, thì một nhóm bạn cùng chơi với ta sẽ gọi là "bằng", nếu chỉ một người bạn thì gọi là "hữu", [cũng có thể xem là tương đương với cách nói "bạn bè" trong tiếng thuần Việt.] Tuy nhiên, ở đây không cần thiết phải gượng ép phân tích, nói chung hết thảy những ai cùng ta chung lý tưởng phụng sự, hoặc cùng chung công việc, hoặc cùng chung lớp học v.v... đều có thể xem là bạn.

Nói "giữ lòng tin cậy" cũng hàm nghĩa đối xử với nhau tương kính, không có sự khinh khi, chứ không chỉ hạn hẹp trong ý nghĩa giữ đúng lời đã hứa. Cho nên, lo việc giúp bạn mà không tận tâm hết sức, ấy là không giữ lòng tin cậy. Vay mượn của bạn không hoàn trả đủ, ấy cũng là không giữ lòng tin cậy. Trước mặt bạn ngợi khen xưng tán, lúc vắng mặt thì chê bai phỉ báng, ấy là không giữ lòng tin cậy. Gặp lúc bạn nguy cấp không cùng chia sẻ giúp đỡ, ấy cũng là không giữ lòng tin cậy. Thấy bạn có lỗi lầm sai trái mà không chỉ ra để khuyên bạn cải hối, ấy là không giữ lòng tin cậy... Tránh được tất cả những điều "không tin cậy" như trên, đó chính là giữ được lòng tin cậy với bạn bè.

Trưng dẫn sự tích

VƯỢT NGÀN DẶM ĐỂ GIỮ LỜI HỨA[1]

Thời Tam quốc,[2] nước Ngô có người tên Trác Thứ. Nhân lúc từ Kiến Khang[3] sắp về Hội Kê,[4] đến từ biệt Thái phó là Gia Cát Khác. Thái phó hỏi khi nào trở lại, Trác Thứ nói đến ngày ấy tháng ấy... ... sẽ trở lại.

Đúng ngày hẹn, Thái phó bày tiệc đãi khách. Quan khách đều đến đủ nhưng vẫn chưa đãi ăn uống, có ý muốn đợi Trác Thứ. Mọi người đều nói: "Đường từ Kiến Khang đến Hội Kê, đi về cả ngàn dặm, lại thêm sông hồ cách trở gian nan, chắc gì ông ấy trở lại kịp?" Bỗng nhiên thấy Trác Thứ đột ngột xuất hiện, tất cả mọi người trong tiệc đều kinh ngạc.

Lời bàn

Đây chỉ là một trong các khía cạnh của việc giữ lòng tin cậy. Tuy nhiên, vượt đường xa ngàn dặm mà không để sai lời đã hẹn, đủ biết người xưa giữ tín như thế nào.

GIỮ LỜI HỨA HÓA ĐỘ BẠN[5]

Thời Đông Hán, ở Lạc Dương có vị cao tăng là An Thế Cao, vốn là thái tử của quốc vương nước An

---

[1] Trích từ sách Sử lâm - 史林. (Chú giải của soạn giả)

[2] Thời Tam quốc: là giai đoạn lãnh thổ Trung Hoa bị phân chia chủ yếu bởi 3 phe là Ngô, Thục và Ngụy, kéo dài trong khoảng từ năm 220 đến năm 263.

[3] Nay là Nam Kinh.

[4] Nay là vùng Thiệu Hưng thuộc tỉnh Chiết Giang.

[5] Trích từ sách Lương Cao tăng truyện - 梁高僧傳. (Chú giải của soạn giả)

Tức,[1] từ thuở nhỏ đã nổi tiếng là người chí hiếu. Ngài thông minh trí tuệ hơn người, đọc hiểu thấu suốt sách vở trong thiên hạ, thông thiên văn, hiểu rành y học, có khả năng thông hiểu được ý nghĩa trong âm thanh của các loài chim thú...

Ngài An Thế Cao tự kể lại rằng, trong đời trước ngài cũng xuất gia học đạo, có người bạn đồng tu tính tình nóng nảy sân hận, can ngăn nhiều lần nhưng không thay đổi. Ngài có lời hứa đến đời này sẽ hóa độ cho người ấy.

Khoảng cuối đời Hán Linh Đế, ngài quyết định đến Giang Nam hoằng hóa, cũng là để hóa độ cho người bạn đời trước. Ngài đi đến một cái miếu ở hồ Cung Đình, nổi tiếng rất linh thiêng, khách buôn vãng lai đến đó cầu khấn đều có thể biết trước được hướng gió thuận hay nghịch, vì thế nên người cầu đảo cúng tế ở đây không lúc nào ngớt. Khi ngài An Thế Cao còn chưa đến, người giữ miếu nghe tiếng thần giữa hư không bảo rằng: "Trên thuyền sắp đến kia có một vị cao tăng, nên thỉnh vào miếu."

Người giữ miếu theo lời mách bảo của thần, đón thuyền mời ngài An Thế Cao vào miếu. Cùng đi trên thuyền có hơn 30 người cũng đều đi theo. Khi vào miếu liền nghe tiếng thần nói rằng: "Tôi ngày trước ở đất nước khác, cùng với thầy học đạo, nay tôi làm thần ở miếu này. Trong phạm vi ngàn dặm quanh đây đều do tôi cai quản. Nhờ đời trước tu hạnh bố

---

[1] Ngày nay chính là nước Iran.

thí nên đời này được hưởng phước rất lớn, nhưng do tâm nhiều sân hận nên phải đọa trong cảnh giới quỷ thần. Mạng tôi nay sắp dứt, chỉ còn trong sớm tối. Do những người vì tôi cúng tế cầu đảo thường giết hại sinh linh rất nhiều nên tôi sợ rằng sau khi chết không khỏi đọa vào địa ngục, xin thầy từ bi cứu độ. Tôi có được ngàn cây vải lụa cùng nhiều đồ vật quý báu ở đây, xin thầy vì tôi dùng những thứ ấy lo việc phụng sự Phật pháp."

Ngài An Thế Cao bảo thần hiện thân gặp mặt, thần nói: "Thân hình tôi cực kỳ xấu xí, nếu hiện ra nhất định sẽ làm hại mọi người ở đây vì kinh sợ."

Ngài Thế Cao nói: "Không sao, mọi người đã biết, sẽ không lấy làm sợ hãi đâu."

Thần liền từ phía sau điện thờ hiện thân, đưa phần đầu ra, thật là một con mãng xà cực lớn, không biết được phần thân với đuôi dài đến mức nào. Mãng xà bò đến sát bên gối của ngài An Thế Cao. Ngài hướng về phía mãng xà tụng chú nhiều lần, rồi dặn dò dạy bảo nhiều điều. Mãng xà lắng nghe rồi rơi lệ như mưa, thân hình sau đó dần dần biến mất.

Ngài An Thế Cao nhận lấy vải lụa và những vật quý của thần miếu đã gửi gắm rồi từ biệt ra đi, mang những thứ ấy vì thần miếu mà xây dựng ngôi chùa Đông Tự, hồi hướng phước báo cho thần miếu trong cảnh giới tái sinh.

Chẳng bao lâu sau, ngày nọ bỗng thấy có một thiếu niên đến quỳ gối lễ tạ trước mặt ngài Thế Cao, sau đó biến mất. Ngài Thế Cao bảo người chung quanh rằng: "Đó là thần miếu hôm trước, nay đã thoát được hình thể xấu xí rồi."

Sau đó có người nhìn thấy trong một cái đầm rộng lớn nổi lên xác con mãng xà cực lớn, thân dài nhiều dặm. Chỗ ấy nay chính là Xà thôn thuộc quận Tầm Dương.[1]

Lời bàn

Những quỷ thần trên cạn dưới nước, nói chung nếu thọ hưởng những vật thực do người đời sát hại sinh linh mà dâng cúng, đều không khỏi đọa vào địa ngục. Người thế tục không biết điều này, mỗi khi gặp phải tật bệnh liền bói toán cầu thần, buông thả làm việc giết hại sinh linh, càng gây hại thêm cho người bệnh, khiến tội nghiệt chất chồng tội nghiệt, từ khổ càng thêm khổ. Hạng quỷ thần này chính thật chỉ là những quỷ quái yêu tinh, nếu nhờ đến bọn họ ban phước, bảo vệ hay giúp tăng thêm tuổi thọ, rốt cùng đều là chuyện không thể được.

Vào khoảng trước đời Đường, Đông Nhạc Thánh Đế cũng từng vô tình thọ hưởng tế vật sát sinh, liền phải gấp rút khẩn cầu thiền sư Nguyên Khuê truyền giới,[2] huống chi là vị thần miếu này.

Chuyện này cũng chỉ nói lên một khía cạnh của việc giữ lòng tin cậy, nhưng có thể giữ được lời hứa từ

---

[1] Ngày nay là quận Cửu Giang, thuộc vùng Giang Tây.

[2] Chuyện này có chép trong Đường Cao tăng truyện - 唐高僧傳. (Chú giải của soạn giả) Tuy nhiên, thật ra câu chuyện này nằm trong Cảnh Đức Truyền Đăng Lục (景德傳燈錄), được xếp vào Đại Chánh tạng, thuộc Tập 51, kinh số 2076, tổng cộng 30 quyển. Nội dung trích dẫn này thuộc quyển 4, trang 233, tờ b, bắt đầu từ dòng thứ 7.

kiếp trước, đủ thấy các vị cao tăng thời xưa xem trọng việc giữ chữ tín đến như thế nào.

HOẶC PHỤNG CHÂN TRIỀU ĐẨU

Giảng rộng

Chân, là nói đến các bậc thiên tiên; *đẩu*, là danh xưng tinh tú. Ấy là những vị thường ghi chép việc thiện ác, theo dõi số mạng sống chết của con người, sao có thể không cung kính phụng thờ lễ bái? Nếu như muốn truy tìm đến tận chỗ ban sơ, ắt các vị thiên tiên là trước, tinh tú phải đặt sau. Vì thuở ban đầu thế giới hình thành chưa có các vị tinh tú, Phạm thiên Đế Thích nhân theo lời cầu thỉnh của Lư Thần Đại tiên nên sau đó mới tạo lập 28 vị tinh tú ở 4 cửa trời đông, tây, nam, bắc. Đẩu là tinh tú thứ năm ở cửa tây, thuộc sao Đẩu, nên dùng các loại lúa gạo, hương hoa, mật ong... mà cúng tế mới thích hợp.

Kinh Lâu Thán Chánh Pháp (樓炭正法經)[1] có nói rằng: "Tinh tú lớn thì chu vi bảy trăm dặm, tinh tú hạng vừa thì chu vi bốn trăm tám mươi dặm, tinh tú nhỏ thì chu vi một trăm hai mươi dặm, bên trong đều có các vị thiên nhân cư trú." Người thế gian gọi là sao rơi, thật ra chỉ là những tảng thiên thạch lớn, chẳng

---

[1] Hiện được đưa vào Đại Chánh tân tu Đại tạng kinh với tên Đại Lâu Thán Kinh (大樓炭經), thuộc tập 1, kinh số 23, tổng cộng 6 quyển, do các ngài Pháp Lập và Pháp Cự dịch sang Hán ngữ vào đời Tây Tấn.

phải tinh tú; thậm chí có người còn vẽ ra hình tượng bảy con lợn bên dưới tượng đẩu mẫu, như thế thật là vô cùng bất kính.

Các vị chân nhân, đẩu mẫu, đều là những người đời trước kính tin Tam bảo, tu theo Mười điều lành,[1] nên ngày nay mới được hưởng phước cõi trời, có khả năng bay lượn tự do giữa không trung, sống trong cung điện tốt đẹp của cõi trời, chiếu soi xuống chốn nhân gian. Cho nên, những người ngày nay tin theo Đạo giáo mà quay lại phỉ báng Phật pháp thì làm sao có thể phụng chân triều đẩu?

Đời Hán, Ngụy trở về trước, người ta thường tôn xưng đức Phật là Thiên Tôn, gọi các vị tăng là đạo sĩ, còn những đạo sĩ của Đạo gia chỉ gọi là tế tửu, tức là người giữ lễ dâng rượu cúng mà thôi. Kể từ Khấu Khiêm đời Bắc Ngụy trở về sau, Đạo giáo mới tiếm xưng các danh hiệu Thiên Tôn và đạo sĩ, nên từ đó không còn xưng Phật là Thiên Tôn, mà các vị tăng cũng gọi là tỳ-kheo, không gọi là đạo sĩ nữa. Riêng danh xưng "tế tửu" trước dùng để gọi đạo sĩ, sau đi vào thế tục mà đổi lại là "đại tư thành".

---

[1] Mười điều lành (Thập thiện), tức trái ngược với Mười điều ác (Thập ác, bao gồm: 1. Giới sát phóng sanh, 2. Bố thí, không trộm cắp, 3. Giữ phạm hạnh thanh tịnh, không tà dâm, 4. Nói lời chân thật, không dối trá, 5. Nói lời mang lại lợi lạc, không nói lời trau chuốt, vô nghĩa, 6. Nói lời hòa giải, không gây chia rẽ, ly tán, 7. Nói lời hiền thiện, ôn hòa, không nói lời hung dữ, độc ác, 8. Không khởi tâm tham dục, 9. Không khởi tâm sân hận, 10. Không khởi tâm si mê, tà kiến.

Trưng dẫn sự tích

BẢY VỊ TINH QUÂN CỨU LỬA[1]

Vào đời nhà Minh, ở Hề Phố, Thường Thục thuộc vùng Giang Tô có họ Tiền, người trong họ cùng sống với nhau trong một vùng riêng biệt. Có một gia đình 4 người, mẹ chồng với nàng dâu đều góa bụa, thường ngày kính phụng Đẩu quân. Vào năm Bính Dần niên hiệu Chánh Đức,[2] nhà kế bên rủi ro phát hỏa, đám cháy kéo dài đến 3 ngày đêm. Trong lúc ấy bỗng mơ hồ nhìn thấy có 7 người mặc áo đỏ, đứng phía trước mái nhà phất ống tay áo, ngọn lửa theo đó bỗng tắt, chung quanh bốn phía nhà đều hóa thành tro lạnh.

Lời bàn

Kinh Diệu pháp liên hoa, phẩm Phổ môn[3] dạy rằng: "Dù có vào trong lửa dữ, lửa cũng không thiêu đốt được."[4] Cứ theo sự việc trên mà xét thì câu kinh này thật rất đáng tin.

KÍNH LỄ ĐẤU MẪU THOÁT NẠN TRỘM CƯỚP[5]

Vào đời nhà Thanh, ở huyện Cú Dung thuộc tỉnh Giang Tô có người tên Nghiêm Cận Sơn. Năm Khang

---

[1] Trích từ sách Khuyến trừng tập - 勸懲集. (Chú giải của soạn giả)

[2] Tức là năm 1506.

[3] Kinh Diệu Pháp Liên Hoa (妙法蓮華經), được xếp vào Đại Chánh tân tu Đại tạng kinh, thuộc tập 9, kinh số 262, tổng cộng 7 quyển, do ngài Cưu-ma-la-thập dịch sang Hán ngữ. Phẩm Phổ môn là phẩm thứ 25 trong kinh, bắt đầu từ dòng thứ 7, trang 198, tờ b, quyển thứ 7.

[4] Kinh văn: 設入大火, 火不能燒。- Thiết nhập đại hỏa, hỏa bất năng thiêu.

[5] Trích từ sách Lăng tử chánh thuật - 凌子正述. (Chú giải của soạn giả)

Hy thứ nhất,[1] Cận Sơn đi đến các quận Kinh Châu, Tương Dương thuộc Hồ Bắc, gặp một vị đạo nhân dạy nên kính lễ Đẩu mẫu. Cận Sơn tin tưởng làm theo trong suốt 3 năm.

Một hôm, Nghiêm Cận Sơn đang đi thuyền dọc theo ven sông, bỗng trời kéo mây đen tối sầm, lại gặp phải thuyền bọn giặc cướp. Cận Sơn sợ hãi quá liền chí thành niệm Đẩu mẫu tâm chú. Chẳng bao lâu, bỗng thấy như có một đám mây đen kịt trùm xuống bao bọc lấy thuyền của ông. Lần ấy Nghiêm Cận Sơn được an toàn vô sự, mà tất cả các thuyền cùng đi đều bị bọn cướp làm hại.

Lời bàn

Có người cho rằng Đẩu mẫu chính là đức Bồ Tát Quán Âm, như vậy là không đúng. Bồ Tát tuy tùy theo chủng loại chúng sinh mà hóa thân cứu độ, nhưng thông thường đều ẩn tàng kín đáo chứ không lộ liễu. Nếu cho đó là Bồ Tát Quán Thế Âm mà lại xếp vào vai vế thấp hơn Ngọc đế, quả thật là vô cùng điên đảo. Lại có người cho rằng Đẩu mẫu chính là chư thiên cõi trời Ma-lợi-chi,[2] chẳng thể biết được là có đúng hay không?

---

[1] Tức là năm 1662.

[2] Ma-lợi-chi thiên (摩利支天), Phạn ngữ là Marīci-deva, Hán dịch là Uy Quang thiên hay Dương Diệm thiên, được tin là một vị trời thường cứu hộ nhân gian, có được nhắc đến trong kinh Ma-lợi-chi Bồ Tát Đà-la-ni (摩利支菩薩陀羅尼經).

Phụ đính trích dẫn

Nguồn gốc kinh sách của Đạo giáo

Đạo giáo vốn thật không có kinh sách đủ gọi là "tạng", duy nhất chỉ có một quyển Đạo Đức kinh (道德經) gồm 5.000 chữ của Lão tử là xác thật mà thôi. Khi khảo cứu sách *Nguyên đô mục lục* (元都目錄), tôi thấy hết thảy đều do người đời sau giả tạo, mượn từ nội dung của sách *Nghệ văn chí* (藝文志) rồi thêm vào các chú giải, thành ra 884 quyển, gọi đó là tạng kinh sách của Đạo giáo.

Lại như việc tuyển chọn sai lầm các sách của Đạo giáo qua các triều đại thật khó nói ra cho hết. Nay chỉ xin lược cử một số trường hợp, như vào đời Tiền Hán có Vương Mậu làm ra sách Động nguyễn kinh (洞元經); đời Hậu Hán có Trương Lăng làm ra sách *Linh bảo kinh* (靈寶經) cùng với các nghi lễ cúng tế, cả thảy 40 quyển. Thời Tam quốc, nước Ngô có Cát Hiếu Tiên làm ra sách *Thượng thanh kinh* (上清經). Đời Tấn có đạo sĩ là Vương Phù làm ra sách *Tam hoàng kinh* (三皇經), đạo sĩ nước Tề là Trần Hiển Minh làm ra sách *Lục thập tứ chân bộ hư phẩm kinh* (六十四真步虛品經). Đời nhà Lương có Đào Hoành Cảnh làm ra sách *Thái thanh kinh* (太清經).

Vào đời Vũ Đế thời Bắc Chu lại có đạo sĩ ở Hoa Châu là Trương Tân vâng chiếu nhận chức thứ sử Hoa Châu, đạo sĩ ở Trường An là Trương Tử Thuận được tuyển làm chức Khai phủ, quận Phù Phong có Mã Dặc đỗ Tiến sĩ, Ung châu có quan Biệt giá là Lý Thông, cả thảy 4 người này vào niên hiệu Thiên Hòa thứ 5[1] họp lại tại chùa Thủ Chân ở Cố thành, cùng sao chép tuyển soạn từ kinh điển nhà Phật mà làm thành những kinh giả của Đạo giáo gồm đến hơn ngàn quyển.[2]

Đời nhà Tùy, năm cuối niên hiệu Đại Nghiệp,[3] có đạo sĩ Ngũ Thông Quán là Phụ Huệ Tường sửa đổi kinh *Niết-bàn* (涅槃經) thành *Trường An kinh* (長安經). Quan Thượng thư là Vệ Văn Thăng tâu việc này lên triều đình, vua lập tức hạ lệnh bắt giải đến bên ngoài Kim quang môn chém đầu răn chúng.

Vào năm đầu niên hiệu Lân Đức,[4] đạo sĩ Tây Kinh là Quách Hành Chân, đạo sĩ Đông Minh Quán là Lý Vinh, đạo sĩ Hội Thánh Quán là Điền Nhân Huệ, lại cùng nhau mang những ngụy kinh từ trước ra thêm thắt sửa chữa, lấy thêm nội dung từ kinh điển của Phật giáo mà tráo đổi đưa vào, từ đó trong Đạo giáo mới có thêm các danh từ như *tam giới* (ba cõi), *lục đạo* (sáu đường), *ngũ ấm* (năm ấm), *thập nhị nhập* (mười hai nhập), *thập bát giới* (mười tám giới), *tam thập thất trợ đạo phẩm* (ba mươi bảy phẩm trợ đạo) cùng với các danh xưng như *đại tiểu pháp môn, ưu-bà-tắc, ưu-bà-di...*

---

[1] Tức là năm 570.

[2] Việc trang trí trình bày số kinh giả này do một người ở huyện Vạn Niên tên là Tác Hiệu (索皎) thực hiện. (Chú giải của soạn giả)

[3] Tức là năm 618.

[4] Tức là năm 664.

Đây quả thật đúng như lời Khổng tử nói: "Chư hầu tế lễ nên hướng đến thiên tử nghiêm trang kính cẩn, sao lại nhận lấy nơi tế tự của hàng quan tước Tam công mà cho đó là tôn kính nhất?" Xét cho cùng, chỗ thâm trọng nhất của Đạo gia bất quá cũng chỉ đến cõi trời, cõi tiên là hết, sao có thể đạt được đến như pháp môn tu hành của hàng Bồ Tát?

Trích dẫn kinh sách Đạo gia

Pháp luân kinh của Đạo giáo nói: "Đức Thiên Tôn ban sắc dạy hàng đạo sĩ rằng: Nếu thấy hình tượng Phật, khởi tâm vô lượng, nên nguyện cho hết thảy chúng sinh cùng thể nhập pháp môn."

Kinh Thái thượng thanh tĩnh nói: "Nếu thấy bậc sa-môn, nên nguyện cho tất cả chúng sinh thấu rõ được pháp môn giáo hóa, cùng đắc đạo như Phật."

Kinh Lão tử thăng nguyên nói: "Đạo sĩ thiết lễ cúng thanh tịnh, nếu có các vị tỳ-kheo hoặc tỳ-kheo ni đến, phải mời lên tòa cao ngồi."

Sách Phù tử nói rằng: "Bậc thầy của Lão tử chính là đức Thích-ca Văn Phật."

Kinh Linh bảo tiêu ma an chí nói: "Đạo lấy sự thanh tịnh trai giới làm đầu, chuyên cần thực hiện ắt sẽ thành Phật."[1]

---

[1] Kinh này trước đây chép rằng: 勤行當作佛 - cần hành đương tác Phật, về sau thấy sửa lại là: 勤行登金闕 - cần hành đăng kim khuyết (chuyên cần thực hiện được lên đài vàng).

Kinh Thượng phẩm đại giới nói rằng: "Cúng dường nơi tháp miếu của Phật, được phước báo gấp ngàn lần. Cúng dường các vị sa-môn, được phước báo gấp trăm lần."

Kinh Lão tử đại quyền Bồ Tát nói rằng: "Lão tử chính là Bồ Tát Ca-diếp, đến giáo hóa nơi đất Trung Hoa."

Lời bàn

Thời xưa Đạo giáo cúng tế thường dùng thịt nai khô, rượu trắng, nay đã thay đổi dùng táo khô với nước thơm.

HOẶC THỜ PHẬT HỌC KINH, THƯỜNG NHỚ NGHĨ LÀM THEO LỜI PHẬT DẠY

Giảng rộng

Danh xưng Phật mang ý nghĩa giác ngộ. Tự mình đã giác ngộ rồi, lại giáo hóa người khác giúp cho cũng được giác ngộ, đạt đến chỗ giác ngộ và giáo hóa đều rốt ráo viên mãn thì được tôn xưng là Phật. Vì trong tự tâm mỗi người đều sẵn có phẩm tính giác ngộ, nên đều sẵn có tánh Phật.

Nếu nói rằng những tượng đất tượng gỗ mà người đang lễ bái kia là Phật, ắt đó chỉ là Phật của hạng phàm nhân ngu muội. Nếu nói thánh thần ban phước giáng họa là Phật, thì đó chỉ là Phật của một số nhà Nho thời Đường, Tống.

Hạng phàm nhân ngu muội suốt ngày nói đến Phật, nhưng thật ra Phật chưa từng được cung kính; các nhà Nho thời Đường Tống suốt ngày báng bổ Phật, nhưng thật ra Phật chưa từng bị hủy báng; ấy là vì những hạng người như thế đều không hề biết rằng trong tự thân mình thật sự có Phật.

Phật là bậc thầy lớn của Ba cõi, tất nhiên hết thảy hàng chư thiên, thần tiên, Phạm vương, Đế Thích, đều phải cung kính lễ bái, huống chi là hạng phàm phu đang chìm đắm trong vòng trói buộc?

Kính lễ một vị Phật, nên quán tưởng như đang kính lễ vô số Phật; kính lễ đức Phật trong hiện tại, nên quán tưởng như đang lễ bái chư Phật quá khứ cùng chư Phật trong đời vị lai; ví như đối trước chư Phật ba đời trong khắp mười phương nhiều như số hạt bụi nhỏ, đều nguyện đem thân mình cúng dường đến hết thảy các vị, được như thế mới có thể gọi là khéo tu pháp lễ kính Phật.

Kinh điển của chư Phật so với các sách khuyến thiện của thế gian có chỗ không giống nhau. Thế gian chỉ biết mưu cầu lợi lạc cho bản thân, gia đình mình; kinh Phật lại nhắm thẳng đến việc cứu độ, khai mở trí tuệ cho hết thảy chúng sinh. Thế gian chỉ có khả năng luận bàn việc trong hiện tại, kinh Phật lại nhắm thẳng đến những phước báo lợi lạc cho nhiều đời nhiều kiếp. Thế gian này nếu không có kinh điển của chư Phật, ắt là khắp hai cõi trời người, thiên hạ đều phải chìm trong đêm dài tăm tối. Cho nên, kinh Thắng Thiên

Vương dạy rằng: "Nếu như có bậc thầy thuyết giảng Phật pháp đi qua nơi nào, hàng thiện nam tín nữ nên phát nguyện đem thân xác mình trải lót trên đường đi, không để chút bụi bặm nào bay lên làm bẩn chân Pháp sư."[1] Chí thành cúng dường đến mức như vậy cũng chưa đủ gọi là nhiều.

Tụng đọc kinh Phật, nghĩ nhớ và thấu hiểu ý nghĩa sâu xa, lại có thể y theo lời dạy trong kinh mà thực hành tu tập, đó là cao quý nhất. Nếu như không hiểu được ý nghĩa sâu xa, chỉ giữ lòng cung kính ngưỡng mộ, cũng được hưởng vô lượng phước báo. Giống như đứa trẻ ngây thơ dùng thuốc, tuy chưa hiểu gì về phương thuốc ấy, nhưng vẫn có thể trị được bệnh tật.

Phụ đính về sự sâu xa uyên áo của Phật pháp

NGÀI A-NAN KẾT TẬP KINH ĐIỂN[2]

Sau khi đức Phật nhập Niết-bàn, vì muốn kết tập lại tất cả những lời thuyết giảng của Phật trong 49 năm, nên hai cõi trời, người cùng nhau hội tập. Ngài

---

[1] Tên gọi đầy đủ của kinh này trong Đại Chánh tân tu Đại tạng kinh là Thắng Thiên Vương Bát Nhã Ba La Mật Kinh (勝天王般若波羅蜜經), được xếp vào tập 8, kinh số 231, tổng cộng 7 quyển, do ngài Nguyệt-bà-thủ-na dịch sang Hán ngữ. Đoạn trích này bắt đầu từ dòng thứ 5, trang 725, tờ c của quyển thứ 7.

[2] Trích từ sách Pháp uyển châu lâm - 法苑珠林. (Chú giải của soạn giả) Sách này thuộc Đại Chánh tân tu Đại tạng kinh, tập 53, kinh số 2122, tổng cộng 100 quyển, do ngài Đạo Thế soạn vào đời Đường. Đoạn này lược thuật dựa theo sách, không phải trích nguyên văn. Xem phần nội dung này tại quyển 12, bắt đầu từ dòng thứ 15, trang 376, tờ a, phần Thất bách kết tập bộ - đệ tứ.

A-nan lên tòa cao ngồi, thân đắp y của Như Lai, Đại Phạm Thiên vương cầm lọng làm bằng bảy món báu theo hầu che bên trên. Thiên Đế Thích dâng lên bàn bảy báu, bày trước mặt ngài A-nan. Vua La-hầu của loài a-tu-la hai tay bưng lò hương bảy báu đến trước ngài A-nan. Thiên vương cõi trời Tha hóa tự tại cũng dâng lên bảy món báu, số lượng rất nhiều. Ma vương Ba-tuần cầm cây phất trần bằng bảy báu dâng cho ngài A-nan, sau đó cùng với Đế Thích đứng hầu hai bên tả hữu. Bốn vị Đại thiên vương đứng hầu quanh bốn chân tòa báu.

Sau khi kết tập kinh điển thành tựu, vua A-xà-thế sao chép được 5 bản, Phạm vương sao chép 3 bản, Đế Thích sao chép 7 bản, Long vương Bà-kiệt-la sao chép được 80.000 bản, tất cả đều dùng vàng bạc, bảy báu in ấn lưu truyền.

Lời bàn

Đức Phật dạy rằng: "Ở châu Diêm-phù này, chỉ có 32 nước[1] chúng sinh đủ căn lành lớn, có khả năng lưu hành giáo pháp do Phật truyền lại. Châu Phất-bà-đề phương đông có 260 nước, châu Cù-da-ni phương tây có 130 nước, chúng sinh ở đó cũng có khả năng thực hành theo giáo pháp do Phật truyền lại. Còn hết thảy chúng sinh ở những nơi khác đều bạc phước,[2] không đủ sức để nghe và nhận lãnh Phật pháp."

---

[1] Tổng cộng trong cõi Diêm-phù-đề có 16 nước lớn, 500 nước trung bình và 100.000 nước nhỏ. (Chú giải của soạn giả)

[2] Chỉ chúng sinh ở châu Câu-lô ở phương bắc, (Chú giải của soạn giả) và một số nước khác còn lại thuộc các châu đã kể.

KINH PHẬT ĐẾN TRUNG HOA[1]

Triều Đông Hán, Minh Đế sai nhóm các ông Thái Âm, Tần Cảnh, Vương Tuân... cả thảy 18 người, sang nước Thiên Trúc,[2] khi trở về cung thỉnh được các vị tăng người Thiên Trúc là Ma Đằng, Trúc Pháp Lan, cùng với nhiều tranh tượng Phật và Kinh điển.

Hán Minh Đế hỏi: "Đấng Pháp vương ra đời, vì sao giáo pháp không đến xứ này?" Ngài Ma Đằng đáp: "Nước Thiên Trúc nằm giữa cõi Đại thiên thế giới, nên chư Phật ra đời đều chọn nơi ấy. Ngoài ra những nơi khác xa xôi thiên lệch nên Phật không ra đời. Tuy nhiên, sau khi Phật nhập diệt trăm, ngàn năm, sẽ có các vị thánh nhân truyền giáo pháp đến để hóa độ chúng sinh." Bấy giờ, Hán Minh Đế hết sức vui mừng.

Vào sáng sớm ngày mồng một tháng giêng niên hiệu Vĩnh Bình năm thứ 14,[3] có một nhóm các đạo sĩ từ năm ngọn núi lớn[4] như Chử Thiện Tín v.v... gồm 690 người, dâng biểu lên hoàng đế xin được cùng các vị tăng sĩ Thiên Trúc tranh tài biện luận để phân biệt những điểm đúng sai tốt xấu của Phật giáo và Đạo giáo. Hán Minh Đế sai quan Thượng thư lệnh là Tống Tường vào ngày rằm tháng giêng năm ấy mở đại hội nơi cửa phía nam chùa Bạch Mã.

---

[1] Trích từ sách Pháp bản nội truyện - 法本內傳 đời Hán. (Chú giải của soạn giả)

[2] Tức tên gọi người Trung Hoa xưa dùng để gọi Ấn Độ.

[3] Tức là năm 71 theo Tây lịch.

[4] Tức Ngũ nhạc danh sơn của Trung Hoa, bao gồm 5 ngọn núi lớn là: Hoa sơn, Thái sơn, Tung sơn, Hằng sơn và Hành sơn.

Các đạo sĩ thiết lập 3 đàn tràng, mang kinh sách Đạo giáo gồm 369 quyển đặt lên đàn tràng phía tây, mang các sách được biên soạn bởi 27 vị danh gia đạo sĩ gồm 235 quyển đặt ở đàn tràng trung tâm, bày biện phẩm vật cúng tế trăm vị thần ở đàn tràng phía đông.

Hán Minh Đế cho lập hành cung,[1] đích thân ngự tại phía tây chùa Bạch Mã, tôn trí xá-lợi Phật cùng với Kinh điển Phật giáo tại đây.

Các đạo sĩ cho dùng cỏ khô, lau sậy chất kín quanh đàn tràng có bày kinh sách của họ, rồi đứng trước kinh sách khóc tế rằng: "Hoàng đế hiện nay tin theo tà giáo, thế đạo suy vi sắp mất. Nay chúng tôi xin đặt kinh sách Đạo gia tại đàn tràng này, dùng sức lửa để chứng minh thật giả." Khấn vái như vậy rồi liền nổi lửa đốt kinh sách. Kết quả tất cả đều cháy rụi thành tro, dù cả bọn thi nhau niệm chú nhưng chẳng thấy hiệu nghiệm gì. Các đạo sĩ đều hốt hoảng nhìn nhau tái mặt. Quan Thái phó là Trương Diễn liền nói với bọn họ: "Chú thuật của các ông hoàn toàn không linh nghiệm, nay các ông nên xuống tóc xuất gia theo Phật." Nhóm đạo sĩ Chử Thiện Tín v.v... xấu hổ quá đành lặng thinh không đối đáp gì được.

Lúc bấy giờ, xá-lợi Phật bỗng nhiên tỏa hào quang năm sắc, phóng chiếu lên không trung hình thành một quầng sáng như cái lọng, che khuất ánh mặt trời, chiếu ánh sáng năm sắc từ đó xuống trùm khắp mọi người trong đại hội, thật là việc xưa nay chưa từng có. Thiền

---

[1] Hành cung: cung điện tạm thời để đức vua cư ngụ khi không ở trong cung điện chính.

sư Ma Đằng khi ấy hóa thân bay lên không trung, hiện các phép thần biến tự tại. Pháp sư Trúc Pháp Lan lên tòa thuyết pháp, giảng dạy những điều mà đại chúng từ trước đến nay chưa từng được nghe.

Khi ấy có Âm Phu nhân ở hậu cung, quan Tư không Lưu Tuấn, nhóm các ông đạo sĩ Lữ Huệ Thông v.v... cộng cả thảy hơn ngàn người, đều xin xuất gia tu hành theo đạo Phật. Hán Minh Đế chuẩn thuận tất cả. Sau đó vua cho xây mới 10 ngôi chùa, rộng truyền Phật pháp.[1]

Lời bàn

Vào triều Tấn, trong khoảng niên hiệu Kiến An, Đinh Đức Thận làm huyện lệnh ở huyện Ngưng Âm, có một người phụ nữ ở Bắc Giới bỗng nhiên nói ra toàn một thứ ngôn ngữ lạ như tiếng nước ngoài, người đến xem vây quanh đông như họp chợ. Sau đó người này lại yêu cầu mang giấy bút đến, rồi viết lên giấy cũng bằng loại chữ viết lạ, thoắt chốc đã viết được 5 trang giấy. Đưa cho mọi người đọc, nhưng không ai đọc hiểu được gì. Có một đứa trẻ khi ấy đang tình cờ đứng gần, người phụ nữ bỗng chỉ tay vào đứa trẻ mà nói: "Đứa trẻ này có thể đọc hiểu." Liền đưa mấy trang giấy cho đứa bé, nó vừa xem bỗng đọc lên thành tiếng nước ngoài. Những người chung quanh thấy vậy ai nấy đều kinh ngạc.

Đinh Đức Thận liền sai người thu lấy 5 trang giấy ấy, mang đến chùa Hứa Hạ, đưa cho một vị tăng

---

[1] Cho đến nay tại Lạc Dương vẫn còn lưu lại di tích Phần kinh đài - 燔經台 (tức phần nền của đàn tràng nơi Đạo gia đốt kinh sách thuở trước). (Chú giải của soạn giả)

người Ấn Độ xem. Vị tăng xem qua kinh ngạc nói: "Đây chính là những lời trong kinh Phật. Khi Kinh điển truyền đến xứ này, ngẫu nhiên bị mất đi một số dòng, tôi đang lo lắng vì đường quá xa e là không thể trở về Ấn Độ chép lại những trang kinh bị mất." Liền lưu lại những trang giấy ấy rồi sao chép bổ sung vào chỗ bị thiếu mất trong kinh Phật.

THOÁT KHỎI VÀO THAI LỪA[1]

Xưa có vị Thiên Đế Thích, khi năm đức tốt mất dần[2] không còn nơi thân, liền tự biết thọ mạng của mình sắp hết, sau khi chết sẽ thác sinh làm con lừa ở nhà một người thợ làm đồ gốm, vì thế nên hết sức lo buồn. Đế Thích lại suy nghĩ rằng, trong Ba cõi chỉ có đức Phật là bậc duy nhất cứu thoát mọi khổ ách cho chúng sinh. Nghĩ như vậy rồi, liền tìm đến chỗ đức Phật, cúi đầu quỳ lạy sát đất, cung kính đánh lễ quy y Phật, quy y Chánh pháp, quy y thánh chúng Tăng-già.

Trong lúc quỳ lạy còn chưa đứng dậy thì đột nhiên mạng sống chấm dứt, thần thức lập tức nhập vào thai lừa. Ngay lúc ấy, con lừa mẹ lại giẫm chân lên làm hư hỏng một số đồ gốm chưa nung khiến người chủ nổi giận đánh nó rất mạnh, liền bị sẩy thai. Thần thức Đế Thích do đó lại rời khỏi thai lừa, quay về nhập

---

[1] Trích từ kinh Pháp cú dụ - 法句喻經. (Chú giải của soạn giả)

[2] Năm đức tốt mất dần, có nghĩa là năm tướng suy của một vị thiên nhân bắt đầu hiển lộ. Năm tướng suy ấy là: 1. Quần áo thường dơ bẩn; 2. Đầu tóc rối bời, hoa trên đầu tàn tạ; 3. Thân thể hôi hám và nhơ nhớp; 4. Dưới nách thường ra mồ hôi; 5. Không thấy ưa thích ngai vị, chỗ ngồi của mình.

vào thân cũ, trở thành Thiên Đế Thích như trước. Đức Phật dạy: "Lành thay, ông có thể ngay trong lúc sắp chết biết quy y nương về Tam bảo." Phật liền vì Đế Thích mà thuyết pháp. Nghe xong, Thiên Đế Thích chứng quả Tu-đà-hoàn.[1]

Lời bàn

Kinh Đại Bát Niết-bàn dạy rằng: "Tuy được sinh làm Phạm thiên, cho đến sinh vào các cõi trời Phi tưởng phi phi tưởng, nhưng đến lúc mạng chung vẫn có thể đọa vào ba đường dữ."[2]

THOÁT KHỎI VÀO THAI LỢN[3]

Tại cung trời Đao-lợi có một vị trời thọ mạng sắp hết, năm tướng suy đã hiện, tự biết mình sau khi chết sẽ thác sinh vào thai của một con heo nái đang bị ghẻ lở, tại nước Câu-di-na-khát. Vị trời này hết sức buồn khổ nhưng không biết phải làm gì để thoát khổ nạn. Có một vị trời khác liền nói: "Hiện nay đức Phật đang ở cung trời này vì mẹ[4] thuyết pháp, sao ngài không đến cầu Phật cứu độ?"

---

[1] Tu-đà-hoàn là quả vị đầu tiên trong bốn thánh quả: 1. Tu-đà-hoàn, 2. Tư-đà-hàm, 3. A-na-hàm, 4. A-la-hán. Vì thế cũng thường gọi là Sơ quả (quả vị đầu tiên) hay quả Nhập lưu (bắt đầu nhập vào dòng thánh).

[2] Kinh Đại Bát Niết-bàn, quyển 38, phẩm thứ 26 - Ca-diếp Bồ Tát. Xem nguyên bản Hán văn trong Đại Chánh tân tu Đại tạng kinh, tập 12, kinh số 374, các dòng 14, 15, 16, trang 589, tờ b. Xem bản Việt dịch của Đoàn Trung Còn và Nguyễn Minh Tiến (NXB Tôn giáo, Hà Nội - 2009), Tập 7, trang 180, dòng thứ 24 -30.

[3] Trích từ kinh Chiết phục La-hán - 折伏羅漢經. (Chú giải của soạn giả)

[4] Chỉ Hoàng hậu Ma-da, sau khi sinh thái tử Tất-đạt-đa 7 ngày thì mạng chung, sinh về cõi trời Đao-lợi. Đức Phật từng hóa hiện lên cung trời Đao-lợi thuyết pháp cho bà nghe.

Vị trời sắp chết kia lập tức tìm đến chỗ đức Phật, cúi đầu sát đất chí thành kính lễ. Đức Phật liền vì vị ấy mà truyền thọ Tam quy. Vị này lại y theo lời Phật dạy mà chí thành thực hiện trong 7 ngày. Khi ấy, thọ mạng cõi trời đã hết, mạng chung liền tái sinh làm con một vị trưởng giả ở nước Duy-da-ly.

Lời bàn

Những người giàu sang phú quý tột cùng, đến lúc lâm chung sắp phải từ bỏ quan tước, tiền tài, báu vật, ruộng đất, vợ con... liền thấy đau đớn khó khăn như cắt bỏ da thịt trên thân thể. Nỗi khổ ấy thật là vô cùng!

Chư thiên đến lúc thọ mạng sắp dứt cũng khổ sở giống như vậy. Kinh Chánh pháp niệm dạy rằng: "Nếu trong đời trước một vị trời có tạo nghiệp trộm cướp, khi lâm chung liền thấy có các vị thiên nữ hiện ra cướp đoạt hết những thứ trang nghiêm quý báu của mình, trao cho các vị trời khác. Nếu trong đời trước có tạo nghiệp nói dối, các vị thiên nữ liền nghe hiểu những lời vị trời ấy nói ra một cách sai lệch, rồi buông lời thóa mạ, mắng nhiếc. Nếu đời trước từng nhục mạ người trì giới, hoặc tự mình phá giới, uống rượu, khi lâm chung liền rơi vào trạng thái mê loạn, đánh mất chánh niệm, đọa vào địa ngục. Nếu đời trước có tạo nghiệp giết hại chúng sinh, thọ mạng liền ngắn ngủi, chẳng mấy chốc đã phải qua đời. Nếu đời trước có tạo nghiệp tà dâm, liền thấy các vị thiên nữ đều xa lánh mình mà đến với các vị trời khác, cùng họ vui đùa thỏa thích. Những điều hiện ra như thế gọi là năm tướng suy của chư thiên."[1]

QUYỂN KINH CỨU THOÁT DÂN TRONG MỘT THÀNH[2]

Vào triều Tấn, có Lưu Độ là người Liêu Thành, Bình Nguyên, thuộc Sơn Đông. Trong làng ấy có đến hơn một ngàn gia đình, thảy đều cung kính thờ phụng Phật pháp, cúng dường chư tăng ni. Bấy giờ người của một bộ tộc từ phương bắc bỏ xứ trốn đến nơi ấy rất nhiều, đa số đều trốn trong nội thành. Thủ lãnh của bộ tộc ấy giận lắm, muốn kéo quân đến vây giết hết cả thành. Lưu Độ vừa nghe biết việc ấy, liền chủ xướng tất cả nhân dân già trẻ lớn bé trong thành, cùng nhau đồng thanh niệm thánh hiệu đức Bồ Tát Quán Thế Âm.

Niệm như vậy chưa bao lâu thì viên thủ lãnh của bộ tộc ấy bỗng nhìn thấy một vật gì đó từ trên không trung rơi xuống, bay thẳng vào trong cung điện rồi xoay quanh cây cột chính. Ông ta lập tức cho người đến xem đó là vật gì, liền thấy đó là một quyển kinh Phật, chính là phẩm Quán Thế Âm Bồ Tát Phổ Môn trong kinh Pháp Hoa. Viên thủ lãnh gặp được việc này thì trong lòng hết sức vui mừng, nhân đó bỏ ý định cũ, nhân dân cả thành nhờ vậy mà được thoát chết.

---

[1] Đoạn trích này được tìm thấy trong sách Pháp uyển châu lâm -法苑珠林, quyển 5, thuộc Đại Chánh tân tu Đại tạng kinh tập 53, kinh số 2122, bắt đầu từ dòng thứ 10, trang 302, tờ c. Sách này ghi rõ là trích từ kinh Chánh pháp niệm - 正法念經, nên có lẽ tiên sinh An Sĩ căn cứ vào đây mà ghi xuất xứ như vậy. Tuy nhiên, chúng tôi không tìm thấy nội dung tương tự trong chánh văn kinh này hiện nay.

[2] Trích từ sách Pháp uyển châu lâm - 法苑珠林. (Chú giải của soạn giả)

Lời bàn

Lúc bình thường đã biết gieo trồng phước đức, khi nguy nan lại có thể chí thành cầu khẩn Bồ Tát, viên thủ lãnh kia hồi tâm chuyển ý cũng là lẽ đương nhiên phải vậy.

GÔNG CÙM TỰ THOÁT[1]

Triều Tấn, đất Hà Nội có người tên là Đậu Truyền. Trong khoảng niên hiệu Vĩnh Hòa đời Tấn Mục Đế, ông làm chức bộ khúc trong quân đội dưới quyền quan thứ sử Tịnh châu,[2] bị Lữ Hộ bắt làm tù binh cùng với đồng đội khoảng 6, 7 người khác, giam chung trong một nhà ngục, ấn định ngày rồi sẽ mang ra giết.

Đậu Truyền nhất tâm niệm Bồ Tát Quán Thế Âm cầu cứu giúp, trong suốt 3 ngày 3 đêm không hề mỏi mệt. Khi ấy, gông cùm trên thân thể bỗng tự nhiên dần dần nới rộng, cho đến lúc rơi cả xuống, toàn thân được tự do. Đậu Truyền tuy trong lòng hết sức mừng rỡ, nhưng nhìn lại các bạn đồng ngục vẫn còn bị giam, không nỡ một mình bỏ trốn. Liền khuyên bảo rồi cùng với những người đồng ngục chí thành cầu nguyện. Đột nhiên, gông cùm trên thân của mọi người khác cũng nối nhau rơi xuống hết. Cả bọn liền mở cửa ngục cùng nhau thoát ra, vượt thành đang đêm chạy trốn. Chạy xa được khoảng 4, 5 dặm đường rồi mới tìm vào một đám cây cối rậm rạp mà trốn.

---

[1] Trích từ sách Pháp uyển châu lâm - 法苑珠林. (Chú giải của soạn giả)

[2] Nay là Thái Nguyên thuộc tỉnh Sơn Đông.

Sáng hôm sau, Lữ Hộ cho người ngựa truy đuổi lùng sục khắp nơi, lại nổi lửa đốt hết những chỗ cây cối hoang dã rậm rạp, nhưng chỉ riêng bao quanh chỗ Đậu Truyền đang trốn ước chừng một mẫu đất là không người ngựa nào tìm đến, mà lửa cũng không cháy tới.

Lời bàn

Đây chính như lời kinh đã dạy: *"Nhờ sức niệm Quán Âm cứu độ, liền tự nhiên được thoát ngục tù."*[1] Đến như những trường hợp rơi xuống nước mà chẳng chết chìm, gặp lửa dữ mà không chết thiêu, đủ điều linh nghiệm, có thể xem trong các sách khác ghi chép rất nhiều, ở đây không sao kể hết.

VỊ TĂNG LÀM THIÊN VƯƠNG[2]

Đời Tùy, ở Tương Châu có Pháp sư Thích Huyền Cảnh, tên Thạch, vốn là người Thương Châu thuộc Hà Bắc. Sư ngưỡng mộ kinh điển Đại thừa, tụng đọc không ngừng nghỉ. Sau, sư có bệnh nằm trên giường suốt ba ngày, bỗng nói với người thị giả:[3] "Ý ta muốn được gặp Phật Di-lặc, sao nay lại phải làm Thiên vương Dạ-ma?" Rồi lại tự nói rằng: "Khách đến đông lắm, việc tiếp đãi phải lo chu đáo." Tăng chúng thưa hỏi là chuyện gì, liền nói: "Không phải việc các ông biết được. Hiện có

---

[1] Nguyên văn kinh: "念彼觀音力，釋然得解脫." - Niệm bỉ Quán Âm lực, thích nhiên đắc giải thoát. Xem bản Việt dịch của Nguyễn Minh Tiến, NXB Tôn giáo, Hà Nội - 2010, trang 46.

[2] Trích từ sách Đường Cao tăng truyện - 唐高僧傳. (Chú giải của soạn giả)

[3] Thị giả: vị tăng hay sa-di theo hầu cận một bậc thầy.

các vị thiên chúng đến đây nghênh đón rồi." Liền có mùi hương thơm lạ xông tỏa khắp phòng, lưu lại rất lâu. Lúc ấy là vào tháng sáu, niên hiệu Đại Nghiệp thứ hai.[1]

Đại sư có để lại di ngôn, bảo mang thi hài ngài táng vào sông Tử Bách, ở nơi nước sâu nhất. Ba ngày sau trở lại xem, bỗng thấy giữa dòng nước nổi lên một gò đất cao, khiến con sông phải chảy phân đôi thành hai dòng.

Lời bàn

Các vị Bồ Tát ở Phát quang địa[2] vẫn thường hiện thân làm Thiên vương Dạ-ma. Đã như vậy, chúng ta làm sao biết được mà dám đo lường chỗ tu chứng của Pháp sư?

NGƯỜI MÙ ĐƯỢC THẤY[3]

Vào đời Hậu Chu có Trương Nguyên, tên tự là Hiếu Thủy, năm lên 16 tuổi thì ông nội bị mù mắt. Trong suốt 3 năm, Trương Nguyên ngày đêm lễ Phật, cầu phước đức. Một hôm đọc kinh Dược Sư, thấy trong đó có nói đến việc "người mù được thấy", liền y theo trong kinh dạy, thỉnh 7 vị tăng, thắp 7 ngọn đèn, trong 7 ngày 7 đêm liên tục tụng đọc kinh Dược Sư, vừa bái lạy vừa khóc, khấn nguyện rằng: "Lạy đấng

---

[1] Tức là năm 606.

[2] Phát quang địa (發光地) là địa vị tu chứng thứ ba trong Thập địa của hàng Bồ Tát.

[3] Trích từ sách Bắc sử - 北史. (Chú giải của soạn giả)

Thiên Nhân Sư,[1] Trương Nguyên này làm đứa cháu bất hiếu, khiến cho ông nội phải mù lòa. Nay nguyện mang ánh sáng đèn rộng thí khắp cõi pháp giới, nguyện cho chính con chịu mù lòa thay, để mắt ông nội được sáng." Tha thiết ân cần lễ bái khẩn nguyện như vậy trải qua 7 ngày, đêm ấy nằm mộng thấy có một ông lão dùng kim vàng khơi vào tròng mắt cho ông nội mình, lại bảo Trương Nguyên: "Con đừng lo, sau 3 ngày mắt ông nội con sẽ sáng lại."

Trương Nguyên trong mộng vui mừng phấn khích vô cùng. Lúc tỉnh giấc liền đem sự việc kể lại với mọi người trong nhà. Ba ngày sau, ông nội Trương Nguyên quả nhiên được sáng mắt.

Lời bàn

Thầy thuốc giỏi ra tay trị bệnh, không ngoài việc tùy bệnh chứng mà cho thuốc. Người bị mù lòa, phần lớn đều là do đời trước phỉ báng Phật, phỉ báng Chánh pháp. Cho nên, muốn cứu độ người mù quáng không tin Phật pháp, ắt phải vì người ấy mà chỉ bày chánh kiến, chánh tín. Kinh Đại tập (大集經)[2] dạy rằng: "Nếu có chúng

---

[1] Thiên Nhân Sư: bậc thầy dạy của cả hai cõi trời, người. Đây là một trong Thập hiệu của Phật: Như Lai, Ứng Cúng, Chánh Biến Tri, Minh Hạnh Túc, Thiện Thệ, Thế Gian Giải, Vô Thượng Sĩ Điều Ngự Trượng Phu, Thiên Nhân Sư, Phật, Thế Tôn.

[2] Đối chiếu nguồn trích dẫn là kinh Đại tập không có nguyên đoạn trích này, nhưng tìm thấy trong sách Pháp uyển châu lâm (Đại Chánh tạng tập 53, kinh số 2122), quyển 17, trang 415, tờ c, bắt đầu từ dòng thứ 4, lại mở đầu bằng câu: "Lại như trong kinh Đại tập có nói rằng" (又大集經云 - hựu Đại tập kinh vân). Chắc chắn là An Sĩ toàn thư dựa vào câu này để ghi lại nguồn trích dẫn.

sinh trong đời quá khứ hủy báng Chánh pháp, hoặc hủy báng bậc thánh nhân; hoặc gây chướng ngại khó khăn cho người thuyết giảng Chánh pháp; hoặc khi sao chép kinh văn lại cẩu thả hay cố tình làm mất mát câu chữ, sai lệch văn nghĩa; hoặc làm mất mát hư hỏng những sách vở ghi chép giáo pháp, hoặc cố tình che giấu những quyển kinh văn của người khác;[1] do những nghiệp đã tạo như thế, trong đời này sẽ bị mù lòa."

Ngoài ra, trong kinh Phó pháp tạng[2] cũng nói rằng: "Nếu gây trở ngại cho việc xuất gia tu hành của người khác, ắt phải đọa vào các đường dữ. Chịu đựng xong tội nghiệp trong các đường dữ rồi, khi được sinh trở lại vào cõi người lại phải chịu kiếp mù lòa."[3]

Trong trường hợp này, có thể nói là Trương Hiếu Thủy đã tùy theo bệnh chứng mà cho đúng thuốc rồi vậy.

---

[1] Dựa vào nguyên bản sách Pháp uyển châu lâm để khảo đính thì thấy câu này nguyên văn An Sĩ toàn thư đã chép sai là: "或損壞他法, 或暗藏他法." (Hoặc tổn hoại tha pháp, hoặc ẩn tàng tha **pháp**) - sai lệch chữ cuối cùng, vì trong Pháp uyển châu lâm chép là: "或損壞他法, 或闇藏他經." (Hoặc tổn hoại tha pháp, hoặc ẩn tàng tha **kinh**.) Bản Việt dịch căn cứ nội dung đã khảo đính.

[2] Thật ra đây không phải một bản kinh, mà là một quyển sách có tên đầy đủ là Phó pháp tạng nhân duyên truyện - 付法藏因緣傳, được đưa vào Đại Chánh tân tu Đại tạng kinh, thuộc tập 50, kinh số 2058, tổng cộng có 6 quyển, do các ngài Kiết-ca-dạ và Đàm Diệu cùng dịch.

[3] Chúng tôi không tìm thấy đoạn trích này trong sách Phó pháp tạng nhân duyên truyện như dẫn chú, nhưng lại tìm được nội dung tương tự trong Chư kinh yếu tập, quyển 4 (Đại Chánh tạng tập 54, kinh số 2123), do ngài Đạo Thế soạn vào đời Đường. Nội dung này bắt đầu từ dòng thứ 23, trang 31, tờ a như sau: "若復有人障他出家。此人罪報常在惡道, 受極苦痛無得解脫。惡道罪畢, 若生人中生盲無目." An Sĩ toàn thư rõ ràng là đã tóm gọn câu văn này thành: "障人出家, 必墮惡道。惡道罪畢, 得生人中, 生盲無目." Tuy nhiên, không rõ tiên sinh An Sĩ đã dựa vào đâu mà ghi nguồn trích dẫn bị sai lệch, không thể tìm thấy.

BÁO ĐÁP BỐN ƠN SÂU NẶNG

Giảng rộng

Bốn ơn sâu là: ơn cha, ơn mẹ, ơn Phật, ơn thầy thuyết giảng pháp Phật. Cha mẹ sinh ra và nuôi dưỡng ta để có được hình hài này; đức Phật và bậc thầy thuyết giảng Phật pháp đã nuôi dưỡng trí tuệ chân chánh của ta; đó đều là những ơn sâu nặng nhất, thật khó báo đáp hết được. Kinh Quán Phật tướng hải[1] dạy rằng: "Nếu có ơn mà không báo đáp, đó chính là nhân đọa vào địa ngục A-tỳ." Thế nhưng, việc báo đáp bốn ơn sâu nặng, há có thể nhanh chóng sơ sài được sao?

Báo đáp ơn cha mẹ, phải hết lòng hết sức phụng dưỡng, làm cho cha mẹ được vui lòng, lại phải dẫn dắt cha mẹ vào đường tu tập giáo pháp xuất thế, thoát khỏi luân hồi, được như vậy mới có thể xem là trọn vẹn.

Báo đáp ơn thầy truyền dạy Chánh pháp, phải nỗ lực làm đúng theo lời thầy dạy, lại phải cung kính

---

[1] Chúng tôi không tìm thấy kinh điển nào mang tên này, chỉ có kinh Phật Thuyết Quán Phật Tam Muội Hải - 佛說觀佛三昧海經 - được xếp vào Đại Chánh tân tu Đại tạng kinh thuộc tập 15, kinh số 643, tổng cộng 10 quyển, do ngài Phật-đà-bạt-đà-la dịch vào đời Đông Tấn. Truy tìm nội dung được trích dẫn thì thấy xuất hiện trong một bản sớ giải là Phật thuyết Vu Lan Bồn kinh sớ (佛說盂蘭盆經疏), do ngài Tông Mật soạn vào đời Đường, được đưa vào Đại Chánh tạng tập 39, kinh số 1792. Nội dung trích dẫn được tìm thấy ở quyển 2, từ dòng thứ 27, trang 508, tờ a, mở đầu bằng câu: Kinh Quán Phật tướng hải dạy rằng (觀佛相海經云 - Quán Phật tướng hải kinh vân). Do đó, có thể khẳng định An Sĩ toàn thư dựa theo đây để ghi nguồn trích dẫn.

cúng dường hết thảy mọi nhu yếu như thực phẩm, y phục, thuốc men, chỗ ở... được như vậy mới có thể xem là trọn vẹn.

Đến như ân đức của Phật, thật khó có thể nói đến việc báo đáp cho trọn, chỉ biết phải nên phát tâm Bồ-đề, lập nguyện sâu rộng cứu độ chúng sinh, cung kính học theo hạnh nguyện của hàng Bồ Tát.

Đại sư Liên Trì dạy rằng: "Cha mẹ thoát ly được sinh tử luân hồi thì đạo hiếu của người con mới có thể được xem là thành tựu."

Kinh Lăng nghiêm dạy rằng: "Đem tấm lòng thành sâu xa này phụng sự hết thảy chúng sinh trong vô số thế giới nhiều như số hạt bụi nhỏ, như vậy gọi là báo đáp ơn Phật."[1]

Trưng dẫn sự tích

LỄ THÁP PHẬT CỨU ĐỘ MẸ[2]

Đời Đường có một người họ Phạm, mẹ là Vương thị vốn hoàn toàn không tin Tam bảo. Tuy ông đã nhiều lần khuyên giải nhưng mẹ ông không chịu nghe theo. Sau ông đến Đông Đô theo Luật sư[3] Chỉ

---

[1] Nguyên văn kinh là: 將此深心奉塵刹, 是則名為報佛恩 。- Tương thử thâm tâm phụng trần sát, thị tắc danh vi báo Phật ân.

[2] Trích từ sách Truy môn sùng hành lục - 緇門崇行錄. (Chú giải của soạn giả)

[3] Luật sư: danh xưng này trong Phật giáo được dùng để gọi các vị thầy theo Luật tông, trong sự tu học chú trọng nhiều đến Giới luật và trong sự tu tập lấy việc trì giới là quan trọng nhất.

Khánh ở chùa Quảng Ái xuất gia tu hành, pháp hiệu là Tử Lân.[1]

Khi thầy Tử Lân trở lại quê nhà, người mẹ đã mất trước đó 3 năm rồi. Nhân khi có đến miếu thờ Đông Nhạc Đại Đế, thầy Tử Lân ở đó chí thành tụng kinh Pháp Hoa, nguyện cho gặp được Nhạc Đế để hỏi xem mẹ mình sau khi chết sinh về cõi nào. Một đêm nằm mộng thấy Nhạc Đế hiện đến nói rằng: "Mẹ thầy hiện ở trong địa ngục, chịu khổ vô cùng. Thầy nên đến Mậu sơn[2] lễ bái tháp vua A-dục[3] ở đó, có thể nhờ công đức ấy cứu thoát được mẹ." Thầy Tử Lân liền y lời đến lễ tháp vua A-dục. Tại đó, thầy rơi nước mắt mà khấn nguyện, lễ bái rất lâu. Bỗng nghe có tiếng người mẹ tạ ơn rằng: "Nhờ sức con cầu nguyện, nay mẹ đã được sinh lên cõi trời Đao-lợi."

Lời bàn

Sau khi đức Phật nhập Niết-bàn hơn trăm năm, vua A-dục ra đời, là vị Thiết luân vương cai quản một cõi Diêm-phù-đề, có khả năng sai sử được quỷ thần. Nhà vua đã tạo 84.000 bảo tháp để tôn trí phụng thờ 84.000 phần xá-lợi của đức Phật để lại. Theo sự phân

---

[1] Xem trong nguyên bản sách Truy môn sùng hành lục thì Vương thị không đồng ý cho họ Phạm xuất gia, ông phải bỏ nhà trốn đi đến Đông Đô để xuất gia. Điều này hợp lý với đoạn sau là mẹ ông mất mà ông không được biết, đến 3 năm sau mới về. Chính vì ông bỏ nhà trốn đi nên mới không giữ được liên lạc với gia đình.

[2] Thuộc huyện Ngân, tỉnh Chiết Giang.

[3] Tháp vua A-dục (A-dục vương tháp), thật ra là tháp thờ Xá-lợi Phật, tương truyền do vua A-dục xây dựng. Các tháp ở Trung Hoa (19 tháp) có nhiều khả năng hơn là được xây dựng dựa theo mô thức các tháp thực sự do vua A-dục đã xây ở Ấn Độ.

chia của vua thì cứ nơi nào có 100.000 dân sẽ xây dựng một tháp. Tại Trung Hoa, theo những ghi chép được thấy trong sách vở thì có cả thảy 19 tháp. Tháp ở Mậu sơn là một trong số đó.

LÒNG THÀNH CẢM ĐỘNG DI CỐT CỦA CHA[1]

Vào đời Hậu Chu, tại làng Quý Trụ ở Trường An có một người họ Lý, vốn thật là người thuộc hoàng triều tông thất đời Đường. Người này lên 7 tuổi đã xuất gia tu hành, pháp danh là Đạo Phi. Năm lên 19 tuổi, gặp lúc vua Đường Trang Tông dời đô về Lạc Dương, Trường An lửa cháy khắp nơi, làng Quý Trụ bị thiêu sạch. Ông liền cõng mẹ chạy vào Hoa sơn. Bấy giờ là lúc lương thực khan hiếm đắt đỏ, Đạo Phi khất thực được rất ít, tự mình không ăn chỉ mang về dâng lên nuôi dưỡng mẹ. Khi mẹ hỏi đã ăn chưa, ông luôn nói là đã ăn rồi.

Mẹ ông thường nói: "Cha con đi đánh trận chết ở Hoắc sơn, hài cốt phơi giữa sương gió, con có thể tìm đem về an táng được chăng?" Vì thế, về sau ông liền tìm đến Hoắc sơn, thu nhặt những hài cốt nơi ấy gom về một chỗ rất nhiều, rồi ngày đêm tụng kinh, vì cha mà sám hối nghiệp giết hại. Ông lại đứng trước số hài cốt đã thu nhặt được mà khấn rằng: "Trong số rất nhiều hài cốt này, nếu quả có di cốt của cha ta thì xin chuyển động." Khấn như vậy rồi lại nhất tâm trì tụng kinh điển, mắt nhìn vào đống hài cốt không lúc nào xao lãng. Trải qua nhiều ngày như vậy, đến một

---

[1] Trích từ sách Cao tăng truyện - 高僧傳. (Chú giải của soạn giả)

hôm bỗng có một cái sọ khô nảy vọt ra từ đống xương cốt, rồi lay động rất lâu. Đạo Phi nhìn thấy đầu lâu ấy, đau đớn thống thiết, liền thu nhặt đúng bộ hài cốt từ chỗ đầu lâu nảy ra, rồi mang về. Đêm ấy, người mẹ nằm mộng thấy chồng quay về, đến sáng ra quả nhiên Đạo Phi mang hài cốt về tới.

Về sau, pháp sư Đạo Phi được Hoàng đế ban chiếu triệu thỉnh vào kinh đô thuyết pháp hoằng hóa, danh tiếng ngài vang dội khắp trong triều ngoài nội.

Lời bàn

Sự hiếu thảo có thể phân chia hai loại, hiếu thảo theo pháp thế gian và hiếu thảo theo pháp xuất thế gian. Trường hợp của Pháp sư Đạo Phi là đã bao gồm cả hai loại đó. Đến như pháp sư Đạo Kỷ đời Bắc Tề mỗi lần giảng pháp đưa mẹ đi theo nghe, pháp sư Pháp Vân đời Lương để tang mẹ hình hài gầy ốm suy kiệt, pháp sư Giám Tông đời Đường, vì trị bệnh cho cha mà tự cắt thịt ở hai bắp đùi mình, pháp sư Trí Tụ đời Tùy trong 3 năm để tang mẹ, khóc thương đến nỗi nước mắt chảy ra toàn là máu... những trường hợp hiếu thảo như thế thật rất nhiều, sách vở xưa nay không thể nào ghi chép hết. Nếu nói rằng sau khi đã xuất gia tu hành rồi thì không cần phải lo việc phụng dưỡng cha mẹ, như vậy sao gọi là hiểu được ý nghĩa của câu "hiếu với cha mẹ là trì giới" như trong kinh Phạm Võng đã dạy?

BẢO VỆ CHÁNH PHÁP ĐỂ BÁO ÂN[1]

Đời nhà Tống có người tên Lữ Mông Chánh, tên tự là Thánh Công. Vào thời Tống Thái Tông, dự thi đỗ tiến sĩ, đứng đầu khoa ấy. Sau làm quan trải qua nhiều lần thay đổi, thăng đến chức Tham tri chính sự, được phong tước Hứa Quốc công.

Lữ công vào thuở thiếu thời hàn vi từng đến nương náu trong tự viện, nhờ đó mới được chuyên tâm đọc kinh thư sách sử. Sau khi đã ra làm quan trong vòng mười năm, những lúc triều đình cấp cho bổng lộc phí tổn để lo việc tế tự ông đều không nhận mà tự mình bỏ tiền ra lo. Hoàng đế hỏi nguyên nhân, ông đáp: "Hạ thần có chút ơn riêng còn chưa báo đáp." Hoàng đế lại muốn biết rõ nên gạn hỏi tiếp, ông liền đem sự thật trình bày. Hoàng đế nói: "Trẫm thật không ngờ từ nơi tự viện có thể phát xuất được bậc nhân tài như thế này." Liền truyền ban cho ông áo bào màu tía để tuyên dương tưởng thưởng.

Lữ công nhận được bao nhiêu bổng lộc ân thưởng của triều đình đều mang cúng dường tăng chúng trong chùa để báo đáp ân đức ngày trước. Mỗi ngày ông đều dậy sớm lễ Phật, khấn nguyện rằng: "Nếu là người không tin Phật pháp, xin đừng sinh vào nhà tôi. Nguyện cho con cháu tôi đời đời thọ hưởng bổng lộc phước đức đều sử dụng để hộ trì Tam bảo."

Về sau, cháu ông là Lữ Di Giản được phong đến tước Thân Quốc công, vào mỗi ngày đầu năm mới, sau khi

---

lễ bái trong nhà thờ gia tộc, đều không quên đốt hương khấu lễ thiền sư Quảng Huệ Nguyên Liễn. Con trai của Lữ Di Giản là Lữ Công Trước sau cũng được phong tước Thân Quốc công, cũng cung kính đối đãi với thiền sư Thiên Y Nghĩa Hoài giống như vậy. Sau đến Lữ Hảo Vấn làm quan Tả thừa, lại cũng đối đãi cung kính với thiền sư Viên Chiếu như vậy. Con trai của Hảo Vấn là Lữ Dụng Trung cũng cung kính đối với thiền sư Phật Chiếu như vậy... Quả đúng như lời nguyện của Lữ Mông Chánh, con cháu đều đời đời được phú quý vinh hiển, phụng sự Phật pháp.

Lời bàn

Kinh Phật dạy rằng: "Ơn đức chư Phật còn hơn cả ơn cha mẹ." Nhưng công ơn cha mẹ đã gọi là hết sức sâu nặng, nay lại nói ơn đức chư Phật còn hơn thế nữa là ý nghĩa gì?

Nói chung, công ơn cha mẹ tuy sâu nặng, nhưng chỉ giới hạn trong một kiếp sống. Trong khi đó, ơn đức của chư Phật còn xuyên suốt đến tất cả những kiếp sống trong tương lai. Công ơn cha mẹ chỉ là nuôi dưỡng thân thể này, còn ơn đức của chư Phật là cứu giúp sinh mạng trí tuệ, tâm linh của chúng ta. Lại như sự dạy dỗ giáo huấn của cha mẹ, bất quá cũng chỉ là dẫn dắt ta đi lên trên đường danh lợi, nếu mê lầm mà vận dụng sai lệch thì ngược lại tạo thêm nghiệp báo. Chư Phật, Bồ Tát có thể chỉ dạy cho chúng ta pháp môn giải thoát rốt ráo, chỉ cần làm theo lời dạy của các ngài ắt sẽ nhanh chóng thoát khỏi luân hồi. Cha mẹ nếu gặp phải đứa con ngỗ nghịch liền khởi tâm sân hận. Chư Phật, Bồ Tát tuy có gặp những kẻ hủy báng Phật, hủy báng Chánh pháp, vẫn khởi lòng từ bi thương xót vô cùng. Không chỉ là như thế, mà đến như cha mẹ thương yêu con cái cũng không tránh khỏi sự kỳ vọng mai sau sẽ nuôi dưỡng, lo việc hậu sự tống táng, tế tự cho mình. Còn chư Phật, Bồ Tát thì tuyệt nhiên không có chút mong cầu nào, dù cứu độ cho hết thảy chúng sinh, nhưng ngay từ đầu đã không hề thấy có tướng trạng chúng sinh được độ.

Cho nên, trong thế gian này thì bội ân bạc nghĩa nặng nề nhất không gì hơn những kẻ không tin Phật, hủy báng Phật pháp. Lữ Mông Chánh phát lời nguyện cho những kẻ như thế không sinh làm con cháu của ông, quả thật đã có được một nhận thức vô cùng sáng suốt sâu rộng hơn người.

THỰC HÀNH RỘNG KHẮP THEO TAM GIÁO

Giảng rộng

Hết thảy các bậc thánh nhân trong Tam giáo đều có tâm niệm cứu giúp người đời, chỉ là vận dụng các phương pháp khác nhau để thi hành tâm niệm cứu thế đó mà thôi. Nho giáo vận dụng theo những sự việc hòa nhập với thế tục, Phật giáo dạy người thực hành các pháp môn vượt thoát ra ngoài thế tục. Đạo giáo thì mới nhìn có vẻ như cũng theo con đường vượt thoát thế tục, nhưng thật ra thì chưa từng vượt thoát.

Khổng tử, Nhan Hồi tuy đều là các bậc thánh nhân, nhưng nếu dựa vào học thuyết của các vị ấy để trừ ma diệt quỷ, ắt chỉ là chuyện viển vông không thật. Phật giáo với Đạo giáo tuy là tôn quý cao minh, nhưng nếu muốn dùng vào việc khoa cử để tiến thân trên quan trường, ắt chỉ là chuyện hoang đường, không thể được. Chính vì thế mà Tam giáo tất yếu phải hình thành thế ba chân vạc, cùng hỗ trợ cho nhau trong việc cứu thế. Con người vốn chẳng thể chỉ dùng duy nhất một phương cách mà giáo hóa được, nên sự dạy dỗ của các bậc thánh mới phải phân thành ba đường. Ví như ba vị thầy thuốc giỏi, một người chuyên về nội khoa, một người chuyên về ngoại khoa, một người nữa lại chuyên về nhi khoa. Y thuật của 3 vị tuy khác nhau, nhưng mục đích trị bệnh cứu người đều giống nhau. Nếu như 3 vị này cùng học chuyên một ngành giống nhau, ắt việc trị bệnh cứu người không thể được rộng khắp. Cho nên, sách Thượng thư có nói rằng: "Mỗi người làm việc thiện theo cách khác nhau, nhưng tựu trung cũng đều giúp cho thiên hạ được an ổn."

Tôi từng đọc qua sách "Đồng Nhân phủ chí" (銅仁府志) của đất Quý Châu, được biết rằng tên đất ấy nguyên trước đây dùng chữ *nhân* (人) có nghĩa là con người, vì trong địa phương ấy có núi Đồng Nhân (銅人). Sau mới đổi chữ *nhân* (人) thành chữ *nhân* (仁) có nghĩa là lòng nhân ái, nhưng tên đất với tên núi ấy từ xa xưa vốn thật là Đồng Nhân (銅人).

Núi nằm giữa một cái đầm rất lớn, dưới chân núi toàn là nước. Có một năm trời hạn hán kéo dài rất lâu, nước khô sạch, người ta nhìn thấy bên dưới núi ấy là khoảng không, có ba tượng người bằng đồng rất lớn cùng đội tòa núi lên, sừng sững mà đứng thẳng như thế. Những trang phục nhìn thấy trên thân 3 pho tượng đồng ấy lại giống hệt như lễ phục phân biệt của Tam giáo. Thiết nghĩ, ngọn núi ấy phải có từ thời khai thiên lập địa, lúc đó cả Tam giáo thậm chí còn chưa có tên gọi. Nhưng các pho tượng đồng vĩ đại như thế quả thật sức người không thể đúc ra được. Thế mới biết rằng Tam giáo vốn thật đã sẵn có từ khi trời đất hình thành. Huống chi như vị thế của Đế Quân vốn siêu việt trên nhân loại, lẽ đâu không biết rằng đạo lớn luân thường của Khổng Nhan[1] vốn dĩ đã chói sáng như mặt trời, mặt trăng đi qua bầu trời, vậy tại sao vẫn muốn kiêm hợp gắn liền cả Phật giáo và Đạo giáo để giáo huấn, răn dạy hàng nho sĩ?

Lại xét rằng, cõi Nam Diêm-phù-đề tuy gọi tên chỉ là một châu, nhưng bao gồm rất nhiều đất nước khác nhau. Mỗi một đất nước đều có các bậc thánh hiền ra đời thiết lập giáo pháp để giáo hóa người đời. Cho nên, những bậc thánh hiền như Khổng tử, Lão tử... hẳn là nhiều không thể tính đếm hết, chỉ có điều ở mỗi nước đều dùng danh xưng khác nhau để

---

[1] Khổng Nhan: chỉ chung Khổng tử và Nhan Hồi, dùng biểu trưng cho học thuyết Nho giáo, vì đây được xem là hai vị thánh ban đầu khai sáng Nho giáo.

gọi mà thôi. Đến như văn tự chữ viết, chí ít cũng có đến 64 loại, nay những gì các nhà Nho đọc qua, bất quá cũng chỉ là những sách vở dùng trong khoa cử. Ngoài những thứ ấy ra, chỗ kiến giải của họ liệu có được bao nhiêu? Đến như Ba tạng mười hai bộ kinh trong Phật giáo, được cất giữ cẩn thận nơi cung điện của Long vương, chẳng những là nhà Nho không thể được thấy, mà nếu có thấy qua ắt cũng chỉ biết chê bai bài xích. Ấy chỉ vì nếu không chê bai bài xích thì sợ rằng không được xem là người noi theo và giữ gìn truyền thống Nho gia. Những kẻ bài xích như thế, cũng không chỉ dùng lời nói, mà còn trước tác, biên soạn thành sách vở, không khỏi có những lời xuyên tạc lệch lạc, báng bổ, đem thuyết *"ý, tất, cố, ngã"*[1] của Khổng tử mà giảng giải theo ý riêng sai lệch, quen thói cổ hủ chỉ biết công kích những ai khác biệt với mình. Nhưng xét kỹ hành vi mà những kẻ như thế ngày đêm thường làm, cho đến những tâm niệm ẩn khuất thường khởi sinh lúc ngồi một mình, thì tất thảy không ra ngoài chuyện tranh danh đoạt lợi, dối đời hại người. Thậm chí còn bôn ba xu nịnh kẻ quyền

---

[1] Thuyết "ý, tất, cố, ngã" (意, 必, 固, 我): các nhà Nho thời Hán, Tống đều cho rằng Khổng tử có 4 điều dứt tuyệt (子絕四 - Tử tuyệt tứ) là *ý* (chỉ ý nghĩ), *tất* (sự thiên lệch), *cố* (sự cố chấp) và *ngã* (bám chấp vào bản ngã). Tuy nhiên, Trịnh Như Hài trong sách Luận ngữ ý nguyên (論語意原) lại giải thích rằng Khổng tử không phải dứt tuyệt "ý, tất, cố, ngã", mà là dứt tuyệt "vô ý, vô tất, vô cố, vô ngã". Về sau, Trình Thụ Đức trong sách Luận ngữ tập thích (論語集釋) cũng tán thành, cho cách giải thích này là hợp lý hơn. Có thể thấy rằng, chỗ giảng giải của các nhà Nho mỗi nơi, mỗi thời một khác biệt nhau, nhưng vô hình chung khi các nhà Nho có chỗ nào nói ra hợp lý thì dường như lại càng đến gần hơn với giáo lý nhà Phật.

thế để mưu lợi danh, cờ gian bạc lận đủ việc xấu ác không gì không làm. Những kẻ ấy, đối với cái học sửa tâm chính đáng, rèn ý chân thành, cứu đời giúp người của Nho gia thì họ chẳng bao giờ nói đến, chỉ toàn làm tổn hại thanh danh tốt đẹp của Nho gia, như vậy sao có thể làm sáng tỏ học thuật của Nho gia? Lời dạy của Đế Quân về việc "thực hành rộng khắp theo Tam giáo" quả thật có thể xem như một tiếng chuông cảnh tỉnh giữa đêm dài mê muội.

Người đời có thể học làm đúng theo lời Khổng tử, ắt là Phật Thích-ca cũng lấy làm vui. Người đời có thể học làm theo lời dạy của Phật, ắt Khổng tử cũng lấy làm vui. Nếu như cứ nhất định cho rằng chỉ làm theo đúng như đạo của mình mà thành người hiền thiện thì mới vui lòng, bằng như không làm theo đúng như đạo của mình thì cho dù có thành người hiền thiện mình cũng không vui; như thế ắt chỉ giống như tôi tớ quy thuận chủ nhân, quân binh quy thuận tướng lãnh mà thôi, sao có thể gọi là làm đúng theo ý nguyện các bậc thánh nhân của Tam giáo?

Khi nói "thực hành rộng khắp", đó là nói về phương diện tâm ý, không phải nói về những biểu hiện hình thức nơi vẻ ngoài. Người nào đối với lẽ nhân nghĩa có thể luôn tu tập nghĩ nhớ đến, đó chính là thực hành theo đạo Nho, không nhất thiết phải dựa vào hình thức áo xanh đai mực mới gọi là nho sĩ. Người nào có thể chứng ngộ chân tâm, thấu triệt bản tánh, đó chính là thực hành theo đạo Phật, không nhất thiết phải dựa vào hình thức đầu tròn áo vuông mới gọi là tăng sĩ.

Những kẻ học Nho câu nệ theo cổ lệ, khi nghe đến khái niệm "thực hành rộng khắp" ắt sẽ không hài lòng mà cho rằng như thế là học vấn pha tạp, không tinh thuần, nhưng lại không biết rằng trong sự pha tạp cũng có những chỗ cần phân biệt rõ. Như trong lẽ trời có pha tạp ý muốn con người, trong vương đạo có pha tạp bá thuật, trong lúa gạo có pha tạp cám trấu... những điều ấy nhất định không thể gọi là hỗn tạp. Đến như những lời dạy của Tam giáo thì thảy đều nhằm mục đích mang lại lợi lạc cho thân tâm con người. Ví như Thái sơn không bỏ đất chọn đá, nên mới hợp thành ngọn núi cao lớn sừng sững; biển lớn không loại bỏ các dòng nước nhỏ, nên mới hình thành độ sâu thăm thẳm, há có thể chê bỏ cho rằng những điều ấy là pha tạp được sao? Xét trong một gia đình, ắt phải có cơm ăn áo mặc, có tiền tài vật báu, có người giúp việc, có ruộng vườn v.v... có thể nói là cực kỳ pha tạp. Thế nhưng nếu không có đủ những thứ pha tạp như thế thì nhà ấy chẳng thể gọi là giàu sang. Hoặc xét như những thứ ta ăn vào bụng, ắt là có cơm có cháo, có món canh món nướng, có giấm chua muối mặn, hẳn cũng có thể gọi là cực kỳ pha tạp. Nhưng nếu không có đủ những thứ pha tạp ấy, người ta không thể mạnh khỏe. Vậy sao lại riêng khởi tâm nghi ngờ việc thực hành rộng khắp theo Tam giáo mà cho là hỗn tạp?

Luận về lợi ích của sự thực hành rộng khắp

GIÚP VÀO SỰ GIÁO HÓA CỦA VUA

Trong sự cai trị đất nước, việc giữ cho dân tình yên ổn không dựa vào điều gì khác hơn là khen thưởng và trừng phạt. Muốn làm sáng rõ hình luật, trợ giúp việc giáo hóa nhân dân, ắt cần phải thực hành rộng khắp theo Nho giáo. Thế nhưng, phạm vi của sự thưởng phạt bất quá cũng chỉ giải quyết được một phần trăm, phần ngàn các vấn đề xã hội mà thôi. Như muốn trừ bỏ được những việc xấu ác trong chỗ ẩn khuất mà người khác không ai biết, hay những tâm niệm xấu ác vừa mống khởi, thì dẫu cho mỗi nhà đều có một Khổng tử, mỗi hộ giao cho một Cao Đào,[1] e rằng cũng không thể làm nổi. Cho nên, người đời thường chỉ sợ hình luật của quốc gia, phần lớn chẳng biết sợ sự trách phạt của lẽ trời. Nhưng nói chung thì hình luật của quốc gia còn có thể tìm cách lẩn trốn, tránh né, mà sự trách phạt của lẽ trời thì không cách gì trốn tránh được. Nếu người đời có thể thực hành rộng khắp theo Phật giáo, Đạo giáo, khiến cho thuyết nhân quả được tỏa sáng rực rỡ trong đời, ắt người thế gian từ nơi chỗ nhỏ nhiệm sâu thẳm trong tâm thức cũng tự nhiên có sự kiêng sợ không dám làm điều bất thiện. Được như vậy thì so với việc Khổng tử biên soạn sách Xuân Thu[2] khiến cho bọn loạn thần nghịch tử đều kinh sợ, ắt là hiệu quả cũng không hề thua kém.

---

[1] Cao Đào: vị quan tư pháp giữ việc xét xử vào thời vua Thuấn, vua Vũ.

[2] Xuân Thu là bộ sách do Khổng tử biên soạn, ghi chép sử nước Lỗ trong khoảng thời gian 42 năm, từ năm thứ 49 đời Chu Bình Vương đến năm thứ 39 đời Chu Kính Vương. Sách được Nho gia tôn trọng xếp vào một trong Ngũ kinh, gọi là Kinh Xuân Thu.

Lời bàn

Vào thời Lưu Tống, Tống Văn Đế có lần bảo Hà Thượng: "Phạm Thái, Tạ Linh Vận thường nói rằng Lục kinh[1] của Nho gia căn bản là nhằm cứu giúp thế tục, chính đính lòng người. Nếu muốn cầu đạt đến tâm tánh linh diệu sáng suốt, thấu rõ yếu nghĩa chân thật, thì nhất định phải nương theo sự chỉ dẫn của Phật giáo. Giá như nhân dân cả nước đều được Phật pháp cảm hóa, ắt trẫm sẽ có thể ngồi yên mà hưởng cảnh thiên hạ thái bình."

Hà Thượng đáp rằng: "Từ khi nhà Tấn dời đô qua sông về phương đông[2] đến nay, những người như Vương Đạo,[3] Chu Nghĩ, Dữu Lượng, Tạ An, Đới Quỳ, Hứa Tuân, Vương Mông, Hy Siêu, Vương Thản Chi,[4] cho đến các đời ông cha, anh em của thần không ai là không quy y theo đạo Phật. Xét như trong một làng trăm hộ, nếu có một người thọ trì Năm giới, tức là có một người làm việc thiện; 10 người giữ Năm giới tức có 10 người làm việc thiện. Có người làm một việc thiện tức là trừ bỏ được một việc xấu ác. Trừ bỏ được một việc xấu ác tức là bớt được một hình phạt trừng trị. Mỗi nhà giảm bớt một hình phạt, thì cả nước giảm được hàng vạn hình phạt. Bệ hạ nói rằng có thể ngồi

---

[1] Lục kinh: sáu pho sách quan trọng nhất của Nho gia, bao gồm kinh Thi, kinh Thư, kinh Lễ, kinh Nhạc, kinh Dịch và kinh Xuân Thu.

[2] Tức triều Đông Tấn, bắt đầu từ năm 317.

[3] Vương Đạo (276 -339), giữ chức Tế tướng của triều Đông Tấn trong 33 năm.

[4] Vương Thản Chi: con trai Vương Đạo, mất năm 375.

yên hưởng thái bình chính là như vậy. Các nhà Nho sau này do húy kỵ với Phật giáo nên thay dùng những khái niệm 'quân tử, tiểu nhân' để bổ trợ cho những chỗ mà sự thưởng phạt không thể đạt đến. Thần cho rằng cách làm như thế thật là thiển cận hẹp hòi."

PHÁT TRIỂN NHO HỌC CHÂN CHÁNH

Chúng ta đã có chí theo học Khổng Mạnh,[1] nên học lấy chỗ bản lĩnh sâu sắc nhất. Chẳng hạn như học theo quan điểm của Khổng tử là *"không có một bậc thầy cố định nào"*,[2] hoặc *"đạo của ta chỉ dùng một mối mà suốt thông vạn pháp"*,[3] hoặc như thuyết *"không ý, tất, cố, ngã"*,[4] đó chính là những chỗ sâu sắc nhất trong học thuyết của Khổng tử. Còn như việc nhận rõ và nêu ra

---

[1] Khổng tử và Mạnh tử, chỉ cái học Nho gia, bởi trước thuật của 2 người này chi phối phần lớn nội dung chủ yếu của Nho học.

[2] Nguyên văn: 無常師 – vô thường sư, ý nói nên học lấy những điều hay lẽ phải từ bất cứ ai, bất cứ nơi đâu. Cũng theo quan điểm tương tự, Khổng tử từng nói: "Tam nhân đồng hành tất hữu ngã sư." (Trong 3 người cùng đi, ắt phải có một người có thể làm thầy ta trong đó.)

[3] Nguyên văn: 吾道一貫 - Ngô đạo nhất quán.

[4] Nguyên văn: 無意必固我- vô ý tất cố ngã. Về thuyết "ý, tất, cố, ngã" (意, 必, 固, 我), xin xem lại chú giải trước ở trang 364. Tuy nhiên, theo cách hiểu với truyền thống "thế học" của Nho gia, hầu hết các nhà Nho ban đầu (khi chưa có nhiều ảnh hưởng của Phật giáo) thường hiểu về thuyết này như sau: vô ý, là không chủ quan suy diễn sự việc theo ý riêng của mình; vô tất, là không giữ theo quan điểm tuyệt đối về bất cứ vấn đề nào; vô cố, là không cố chấp câu nệ theo những khuôn mẫu hay quy ước cũ; vô ngã, là không tự nhận mình là đúng. Về sau, với ảnh hưởng của Phật giáo, các nhà Nho cũng dần dần có khuynh hướng giải thích thuyết này theo về gần với cách nhìn của đạo Phật hơn. Tuy nhiên, nếu xét kỹ thì rõ ràng cái "vô ngã" của Khổng tử không thể giống như giáo lý "vô ngã" của đức Phật.

các lẽ *"tự chế phục bản thân, quay về theo lễ nghĩa đạo lý"* hay *"chân thành và khoan thứ"*,[1] thì chính là chỗ bản lĩnh sâu sắc nhất của các vị Nhan Hồi, Tăng Tử.

Học thuyết của Trọng Ni[2] chuyên nhắm đến sự tự mình tu dưỡng, chế phục bản thân. Vì thế mới có những lời như: *"Đạo vốn ở tự tâm, lặng lẽ mà nhận hiểu"*, hoặc như: *"Ta thật không có thời gian nhàn rỗi để phê phán người khác"*, hoặc là: *"Thường nghiêm khắc với lỗi lầm của chính mình mà khoan thứ, giảm nhẹ sự trách cứ đối với người khác."* Những lời dạy đầy lòng nhân ái như thế, trong sách Nho lưu lại rất nhiều, một lần không thể kể ra được hết.

Vào thời của Mạnh tử, tuy vẫn có các thuyết khác của Dương Mặc,[3] nhưng Mạnh tử đều cương quyết bác bỏ, không chấp nhận. Đó chỉ là vì cho rằng chủ trương lấy sự thương yêu nhường nhịn thay cho hình phạt chế trị tuy rất tốt đẹp, lý tưởng, nhưng trong thực tế không phải điều mà tất cả mọi người đều có thể làm theo. Không giống như những kẻ đời sau đối với học thuyết nỗ lực tự hành của Trọng Ni thì tránh khó tìm dễ, muốn cầu an ổn, nhưng chỉ riêng lấy việc bài xích, chống lại Dương Mặc mà cho rằng như thế đã là hàng môn đệ của thánh nhân, liền phấn khích vỗ tay nhảy nhót; vốn thật đối với sự tu dưỡng thì

---

[1] Nguyên văn: 克復忠恕 - khắc phục trung thứ. Hai chữ khắc phục là nói tóm học thuyết khắc kỷ phục lễ (克己复礼). Trung và thứ chỉ hai đức tính: trung thực, chân thành; và khoan dung đại lượng, biết cảm thông tha thứ.

[2] Trọng Ni: tức Khổng tử.

[3] Tức Dương Chu (杨朱) và Mặc Địch (墨翟). Dương Chu chủ trương thuyết "vị ngã", còn Mặc Địch chủ trương thuyết "kiêm ái".

bỏ khó tìm dễ, ngược lại trong lòng tiếc hận rằng đời nay chẳng có Dương Mặc để cho mình bài xích. Nhân đó liền soi mói tìm kiếm những điều nhỏ nhặt, khiên cưỡng có đôi chút tương tợ thì lập tức cho đó là thuộc về học thuyết của Dương Mặc. Rồi lại mang những điều thật trong học thuyết của Dương Mặc mà gán cho Phật giáo, Đạo giáo. Những kẻ ấy quả là phí công chạy theo cái học giảng thuật, mà chỗ thực hành tu dưỡng đức hạnh tự thân lại quá sơ sài, cạn cợt. Thật chẳng bằng noi theo tâm lượng chí công vô tư của bậc thánh hiền, chỉ cần nỗ lực hết sức mình, dẹp bỏ những sự công kích đối với kẻ khác, như vậy ắt sẽ tự nhiên mà được thành tựu.

Lời bàn

Ngũ giới của đạo Phật, mới nhìn qua có vẻ như tương tợ với Ngũ thường của Nho gia, nhưng chỉ nên kết hợp để tán trợ cho nhau, không nên có sự công kích hủy báng nhau. Có những nhà Nho không có sự suy xét kỹ càng, vừa nghe giáo pháp "từ bi" xuất phát từ đạo Phật liền lập tức phản bác, công kích, hóa ra chính vì thế mà làm suy vi học thuyết về "đức nhân" của Nho giáo. Lại vừa nghe đến những giới "không trộm cắp, không tà dâm" là xuất phát từ đạo Phật, liền lập tức phản bác, hóa ra vì thế mà làm tiêu vong học thuyết về "nghĩa" của Nho giáo. Lại nghe nhà Phật răn cấm sự nói dối, liền lập tức phản bác, hóa ra vì thế mà làm diệt mất đạo "trung tín" của Nho gia. Như thế chẳng phải là muốn bảo vệ đạo mình, hóa ra lại làm tổn hại cho đạo đó sao?

Xưa có vị học giả cho rằng Phật giáo có hại, đem việc ấy hỏi tiên sinh Tượng Sơn. Tiên sinh liền hỏi lại:

"Nếu bảo là có hại, vậy thử nói xem có hại ở điểm nào?" Kỳ thật hiện nay gây tổn hại cho đạo lý chính là ở những lời nhàn rỗi công kích của đám người tự khoe mình là học giả đó thôi.

NGẦM NGẦM TRỪ DỨT TAI HỌA

Giữa vũ trụ mênh mông, thế nào cũng có lúc xuất phát những bậc anh hùng tài năng kiệt xuất. Điều quan trọng là phải biết vận dụng tài trí hơn người theo những khuynh hướng chân chánh, ắt sẽ thành những bậc cứu thế lưu danh như Trương Lương, Chu Bột, Trần Bình, Tiêu Hà...[1] Bằng như vận dụng vào chỗ tà vạy xấu ác, ắt sẽ trở thành những kẻ như Vương Mãng, Đổng Trác, Tư Mã Ý, Tào Tháo...[2]

Từ khi thiết đặt chế độ thi cử khoa bảng, tự nhiên khiến cho người ta ngay từ thuở thiếu thời đã lao vào những chuyện bút nghiên giấy mực, hết năm này sang năm khác, bỗng chốc nhìn lại đã đến lúc tóc bạc răng rụng. Trong suốt thời gian ấy, quả không ít người đè nén được tính khí gian hùng, trừ bỏ được tâm tánh giảo hoạt. Lại riêng có những bậc tài trí kiệt xuất hơn người, công danh lợi lộc chẳng động tâm, liền lui về những chốn tùng lâm tĩnh mịch, sớm chiều kinh kệ, cầu học đông tây, xem công danh như áng mây trôi, nhìn sống chết khác nào giấc mộng. Lại có

---

[1] Đây đều là những bậc tài trí hơn người, là khai quốc công thần của triều Hán, giúp Hán Cao Tổ bình định thiên hạ về một mối, chấm dứt một thời kỳ loạn lạc chiến tranh kéo dài rất lâu.

[2] Đây là những nhân vật tuy có tài mưu lược nhưng hành vi gian ác, xảo trá gây hại rất nhiều người.

những kẻ tính khí ngang bướng ngỗ nghịch, nhưng nhờ niệm Phật tu thiền mà được chuyển hóa, ngấm ngầm trừ dứt được những nguyên nhân mang đến tai họa. Chẳng thể biết được số người như thế đã lên đến hàng bao nhiêu ngàn vạn vạn người, liệu có thể nói những lợi lạc mang lại cho xã hội như thế là nhỏ nhặt được sao?

Lời bàn

Khổng tử soạn thành sách Xuân Thu, khiến cho bọn loạn thần nghịch tử khi xem đến đều rúng động kinh sợ. Thế thì bọn chúng sợ những gì? Đó là sợ tiếng xấu để lại muôn đời sau khi chết. Nhưng đó chỉ là chuyện của thời đạo đức văn minh hãy còn hưng thịnh. Nếu là bọn loạn thần nghịch tử của đời sau này, khi đạo đức đã suy thoái, ắt cũng chẳng sợ gì việc tiếng xấu truyền lưu. Hơn nữa, cũng chẳng riêng gì là kẻ loạn thần nghịch tử, đến như rất nhiều người được xưng là trí thức, đa phần cũng chẳng hề biết đến sách Xuân Thu!

Vậy nên phải nương theo giáo lý nhà Phật mà chỉ ra cho mọi người thấy rằng, đời sống này ngắn ngủi không thường còn, sau khi chết nhất định phải thọ lãnh nghiệp báo; những kẻ bất trung bất hiếu, tạo nhiều ác nghiệp ắt phải đọa làm súc sinh, ngạ quỷ. Khi ấy mới biết rằng suốt đời vất vả chạy theo bảo tâm niệm gian tà, lập nhiều mưu ma chước quỷ, rốt cuộc cũng chẳng được gì, nhưng đời sau phải chịu muôn điều khổ não, chung quy cũng chỉ do chính mình tự tạo. Hồi tưởng lại những khi đấu tranh giành giật, mưu bá đồ vương, nay hốt nhiên thảy đều tan nhanh như sương sớm.

Đáng mừng thay, từ khi có đạo Phật đến nay, biết bao kẻ loạn thần nghịch tử phải run sợ, biết bao kẻ gian trá xấu xa phải khiếp đảm, khiến cho người người ngày càng hướng thiện, nhưng lắm kẻ dường như chẳng biết nhờ ai mà được sự tốt đẹp như thế. Bản thân tôi xem trong giáo pháp vĩ đại của đức Như Lai mà nhận biết được hết thảy những điều ấy.

Trưng dẫn sự tích

QUẢ BÁO TỨC THỜI CỦA KẺ HỦY BÁNG GIÁO PHÁP[1]

Quan Tư đồ thời Bắc Ngụy là Thôi Hạo,[2] học nhiều biết rộng, tài trí hơn người, được Thái Vũ Đế[3] hết sức tin dùng, ưu ái. Nhưng ông vốn không tin Phật pháp, thường khuyên vua làm những việc hủy hoại giáo pháp, tiêu diệt Tăng-già. Ông thấy vợ là Quách thị tụng kinh Phật thì nổi giận đốt kinh.

Thôi Hạo có 2 người em là Thôi Di và Thôi Mô, hết sức kính tín Tam bảo. Mỗi khi nhìn thấy tượng Phật, cho dù đang ở chỗ đất bùn cũng nhất định quỳ xuống lễ lạy. Thôi Hạo thấy vậy thì cười nhạo, hết lời bài xích.

---

[1] Trích từ sách Ngụy thư - 魏書. (Chú giải của soạn giả)

[2] Thôi Hạo tên tự là Bá Uyên, quảng văn bác học, mưu trí hơn người, giữ nhiều chức vụ quan trọng thời Bắc Ngụy. Không rõ năm sinh của ông, nhưng mất vào năm 450.

[3] Tức Ngụy Thái Võ Đế, sinh năm 408 và mất năm 452.

Về sau, Thôi Hạo vì liên quan trong việc chép quốc sử mà làm cho Vũ Đế nổi giận, nhốt vào cũi trên xe đưa ra thành phía nam, bị đánh đập tra tấn cực kỳ tàn khốc. Lại cho 10 người vệ sĩ cùng lúc tiểu tiện lên người ông, nhục nhã đau đớn, than khóc rất thê thảm, người đi đường ai nấy đều nghe thấy. Từ xưa đến nay, thân làm đến trọng thần chấp chính mà cuối cùng phải chịu khổ nhục đến như Thôi Hạo thật là chưa từng có. Toàn gia tộc họ Thôi bất luận già trẻ đều bị mang ra xử tử hình, chỉ riêng Thôi Di và Thôi Mô do không cùng chí hướng với Thôi Hạo nên đặc biệt được miễn tội.[1]

Lời bàn

Sau khi Thái Vũ Đế hủy diệt Phật pháp, có vị sa môn là Đàm Thủy chống tích trượng đi thẳng vào hoàng cung. Thái Vũ Đế sai người bắt mang ra chém, nhưng đao chém không gây được thương tích gì cho ngài. Vua giận lắm, đích thân đến tận nơi rút đao chém, vị sa môn ấy cũng không hề hấn gì. Vua sai mang ném vào chuồng cọp. Cọp vừa nhìn thấy đại sư bỗng khiếp sợ nằm mọp xuống sát đất, bất động. Vua lại truyền đưa đạo sĩ Khấu Khiêm đến, bảo đi lại gần chuồng cọp. Cọp lập tức gầm lên, nhe răng muốn cắn. Vua kinh sợ, liền thỉnh Đại sư Đàm Thủy lên đại

---

[1] Về vụ án Thôi Hạo, không chỉ một họ Thôi bị tru diệt. Sách Ngụy thư (魏 書 - sách viết về lịch sử thời Bắc Ngụy) ghi lại rằng: "Tháng 6 năm Chân Quân thứ 11 (450) tru diệt Thôi Hạo, họ Thôi ở Thanh Hà, họ Lư ở Phạm Dương, họ Quách ở Thái Nguyên, họ Liễu ở Hà Đông, là thân nhân với Thôi Hạo nên đều bị giết hết cả tộc.

điện, lễ bái sám hối tội trước, xin hứa sẽ khôi phục lại Phật giáo.[1]

Than ôi! Các bậc thánh trong Tam giáo, vị nào cũng chỉ muốn giáo hóa con người đến chỗ hiền thiện mà thôi, lẽ nào lại có thể so sánh mà cho rằng chỗ lập giáo của mỗi đạo có sự hơn kém nhau? Tần Thủy Hoàng lầm tin mưu kế của Lý Tư, thực hiện chủ trương đốt hết sách vở, chôn sống Nho sĩ, rốt cùng bỏ mạng tại Sa Khâu, còn Lý Tư bị giết sạch cả họ. Các vua đời Đông Hán như Hoàn Đế, Linh Đế, đời Đường như Chiêu Tông, Tuyên Tông, đều do mê muội sủng ái tin lời bọn hoạn quan mà giết hại những bậc danh sĩ trong thiên hạ. Rốt cuộc những kẻ bày mưu đều gánh chịu tai họa mất mạng, các vua ấy thì chịu họa mất nước.[2]

Ngụy Thái Vũ Đế mê muội nghe lời Thôi Hạo, phá chùa chiền, đốt kinh Phật, chưa được 3, 4 năm thì Thôi Hạo mang họa cả họ bị tru diệt, cha con Thái Vũ Đế đều chết không an ổn.[3]

Chu Vũ Đế lầm nghe theo lời Vệ Nguyên Tung mà hủy diệt giáo pháp, chưa quá 3, 4 năm thì Nguyên Tung bị giáng tội chết, Chu Vũ Đế mắc bệnh lạ, toàn thân nóng nảy như lửa đốt, rốt lại chỉ mới 36 tuổi đã bỏ mạng, trước giờ chết nhìn thấy vô số điều xấu ác thảm thương, thật không nỡ kể ra đây.[4]

---

[1] Xem trong Bắc sơn lục -北山錄. (Chú giải của soạn giả)

[2] Xem những điều này trong sách Tư trị thông giám -資治通鑒. (Chú giải của soạn giả)

[3] Xem trong sách Ngụy thư - 魏書. (Chú giải của soạn giả)

[4] Xem trong sách Chu thư - 周書. (Chú giải của soạn giả)

Đường Vũ Tông tin theo Triệu Quy Chân, Lý Đức Dụ, phá bỏ chùa chiền khắp nơi. Chưa được một năm, Quy Chân bị tội chết, Đức Dụ cũng bị đày đến chết tại Nhai Châu. Đường Vũ Tông thì chết lúc mới 32 tuổi, không con nối dõi.[1]

Các vua đời Ngũ quý,[2] không ai tài trí hơn Chu Thế Tông, chỉ có điều là không biết tin kính Phật pháp, thậm chí về sau cho nấu chảy tượng Phật lấy đồng đúc tiền. Thế nên không quá 6 năm thì mất nước về tay Triệu Khuông Dận của Bắc Tống.[3]

Rốt cùng xem lại, nhà Tần hủy phá đạo Nho, chỉ sau 30 năm thì Nho giáo hưng thịnh trở lại; các triều Hán, Đường có những lúc khắt khe tàn hại các bậc danh sĩ trong thiên hạ, nhưng chẳng mấy năm sau thì giới sĩ phu cũng dần dần phát triển như trước. Đời Bắc Ngụy Thái Vũ Đế hủy phá Phật pháp, chỉ sau 7 năm thì đạo Phật được khôi phục; đời Chu Vũ Đế hủy phá Phật pháp, chỉ sau 6 năm thì đạo Phật cũng được khôi phục; Đường Vũ Tông hủy phá Phật pháp, không quá một năm sau thì đạo Phật lại khôi phục; đó chẳng phải là ngửa mặt lên trời phun nước bọt, hóa ra tự làm dơ mặt mình đó sao?

Lý Tư và Thôi Hạo là hai kẻ nặng tội nhất trong việc diệt Nho hủy Phật, nên ngay trong đời đã phải chịu quả báo diệt thân cực kỳ lạ lùng thảm khốc. Tống

---

[1] Xem trong sách Đường thư - 唐書. (Chú giải của soạn giả)

[2] Ngũ quý: chỉ năm triều đại gồm Hậu Lương, Hậu Đường, Hậu Tấn, Hậu Hán và Hậu Chu.

[3] Xem trong sách Thông giám -通鉴. (Chú giải của soạn giả)

Huy Tông tuy làm việc sửa đổi chùa chiền Phật giáo thành đạo quán của Đạo giáo, nhưng chưa đến nỗi hủy diệt Chánh pháp, nên tự thân ông ta tuy chịu sự nhục nhã, nhưng vận nước vẫn được nối dài. Đó đều là những chuyện đời trước hết sức rõ ràng, có thể khảo chứng được. Nguyện cho người người trong thiên hạ đều có thể nhận hiểu được ý nghĩa của việc thực hành rộng khắp theo Tam giáo, người theo Nho giáo, kẻ theo Đạo giáo hay người tin Phật giáo, thảy đều thực hành theo lời dạy của đạo mình, đồng tâm hiệp lực trong việc giáo hóa, mang lại sự an ổn cho xã hội, không còn xung khắc báng bổ lẫn nhau. Được như thế quả thật là vô cùng may mắn cho tất cả chúng sinh.

Phụ đính 2 mục hỏi đáp về tăng sĩ

Hỏi: Các vị tăng sĩ không bỏ công cày ruộng dệt vải, chỉ ngồi thọ hưởng cúng dường, thật là hao phí lương thực, vải vóc trong xã hội, như vậy mang lại những lợi ích gì?

Đáp: Trong xã hội có rất nhiều hạng người không cày ruộng mà vẫn có cơm ăn, đâu chỉ riêng các vị tăng sĩ? Ví như các vị ấy không xuất gia, chẳng lẽ lại không tiêu tốn lương thực, vải vóc? Nếu tiêu tốn lương thực, vải vóc, liệu có nhất định phải do các vị ấy tự cày ruộng, dệt vải mà có chăng? Huống chi, nếu họ làm người thế tục thì chẳng phải chỉ một thân một mình, ắt còn phải có thêm vợ con quyến thuộc, tôi tớ giúp việc... nên sự tổn phí còn hơn gấp nhiều lần, sao có thể so với cuộc sống tăng lữ chỉ một y một bát, rày đây mai đó giáo hóa người đời?

Người đời dùng da chồn lông cáo làm thành mão quan tôn quý; gấm vóc trang điểm làm thành y phục sang trọng; lên núi cao, xuống biển sâu tìm về đủ các món ngon vật lạ, mà những người thụ hưởng các thứ ấy, xét kỹ ra đều là những kẻ không cày mà có cơm ăn. Vậy thử hỏi những kẻ ấy là ai? Là tăng sĩ chăng? Là người thế tục chăng?

Trong chốn thế tục, những hầu thiếp được yêu mến khi trang sức trên người thật chẳng tiếc gì châu ngọc quý báu; những đào hát diễn viên chốn cung đình cũng dùng toàn đai ngọc mũ vàng; hoặc như những sòng bạc thâu đêm suốt sáng hoang phí bạc tiền; hoặc những kẻ kết thành bè đảng ăn chơi, rượu thịt ê hề... Những kẻ không làm mà ăn như thế quả thật nhiều đến mức lấy xe mà chở, lấy đấu mà đong cũng không hết được, sao không nhắm đến bọn họ mà trừ khử, lại chỉ biết quy lỗi vào hàng tăng sĩ?

Lẽ nào những kẻ phàm tục, xấu ác, hèn kém lại được thụ hưởng y phục gấm vóc, món ăn trân quý, còn bậc hiền nhân thấy thật tánh, rõ chân tâm lại không xứng đáng thọ dụng áo vải thô, cơm dưa muối hay sao?

Tôi thường nghe lắm kẻ chuyên đi công kích người không đồng quan điểm với mình, thật không khỏi có chút bất bình.

Hỏi: Xã hội ngày xưa có 4 thành phần là sĩ, nông, công, thương. Xã hội ngày nay lại thêm 2 thành phần nữa là tăng sĩ với đạo sĩ, thành cả thảy đến 6 thành phần. Một nhà làm ruộng mà đến sáu nhà ăn, một nhà sản xuất vật dụng mà đến sáu nhà dùng, như vậy làm sao khỏi đi đến chỗ nghèo đói rồi sinh ra trộm cắp khắp nơi?

Đáp: Nếu số người tiêu thụ lương thực giảm xuống, lúa thóc ắt không bán ra được, nông dân tất nhiên bị tổn hại. Nếu số người sử dụng vật dụng giảm đi, vật dụng làm ra không bán được, ắt công nhân cũng bị tổn hại. Cho nên, nguồn lợi của nông dân chính là ở chỗ có nhiều người tiêu thụ lúa thóc, nguồn lợi của công nhân chính là ở chỗ có nhiều người tiêu thụ vật dụng.

Thử hỏi, những người ăn lúa thóc của nông dân, dùng vật dụng của công nhân làm ra, lại ngang nhiên mà lấy không của họ được chăng? Hay là phải bỏ tiền ra mua? Giá như không mua mà có thể lấy dùng, tất nhiên số ấy càng đông càng tai hại. Còn nếu như người dùng đều bỏ tiền mua mà vẫn cứ cho là gây hại cho xã hội, thì lẽ nào như các nhà buôn bán lớn, mỗi ngày bán ra hàng hóa trị giá cả ngàn nén bạc, cha mẹ vợ con họ nhìn thấy như thế lại phải đau đớn khóc lóc chăng? Những người thắc mắc như thế quả là cổ hủ, chẳng hiểu gì việc đời, thật không đáng để nói đến.

GIÚP NGƯỜI KHẨN CẤP NHƯ CÁ MẮC CẠN; CỨU NGƯỜI NGUY NAN NHƯ CHIM BỊ LƯỚI SIẾT

Giảng rộng

Những khái niệm "nguy nan" với "khẩn cấp" mang ý nghĩa rất rộng, so với văn trước có nói "cứu người khi nguy nan" cũng đồng nghĩa. Tuy nhiên, trước là Đế Quân kể việc của ngài tự làm, còn ở đây là răn dạy, khuyên bảo người đời nên làm. Chữ "như" được dùng ở câu này mang 2 nghĩa. Một là dùng để so sánh hai sự việc tương tự nhau, hai là dùng để so sánh tâm ý cấp thiết trong hai trường hợp cũng giống nhau.

Trưng dẫn sự tích

THOÁT NẠN, CỨU NGƯỜI[1]

Triều Đông Tấn, trong khoảng niên hiệu Thái Nguyên,[2] tại kinh thành Trường An có một người tên Trương Sùng, ngày thường vẫn luôn tin tưởng phụng sự Phật pháp. Từ sau khi Tuyên Chiêu Đế của nhà Tiền

---

[1] Trích từ sách Pháp uyển châu lâm - 法苑珠林. (Chú giải của soạn giả) Thuộc Đại Chánh tân tu Đại tạng kinh, tập 53, kinh số 2122. Sách có 100 quyển, do ngài Đạo Thế soạn vào đời Đường. Xem chuyện này ở quyển 65, bắt đầu từ dòng thứ 4, trang 785, tờ b. Ở đây thuật lại nội dung, không trích nguyên văn.

[2] Niên hiệu Thái Nguyên kéo dài từ năm 376 đến năm 396.

Tần là Phù Kiên bị Đông Tấn đánh bại, Trường An có đến hơn ngàn hộ dân lành muốn bỏ chạy về phương nam quy thuận Đông Tấn, bị quân binh trấn thủ biên giới bắt được, có ý muốn giết hết đàn ông, còn phụ nữ thì bắt giữ rồi bán đi. Khi ấy, Trương Sùng cũng bị bắt giữ, chân tay đều bị gông cùm, nửa người bị chôn sống trong đất, hôm sau dự tính sẽ cho bọn binh sĩ cưỡi ngựa chạy ngang dùng cung tên bắn chết, xem đó là trò vui.

Trương Sùng nghĩ mình chắc chắn không thoát khỏi cái chết, chỉ biết đem hết lòng thành niệm danh hiệu Bồ Tát Quán Thế Âm. Khoảng nửa đêm, gông cùm bỗng tự mở, thân thể hốt nhiên bay vọt ra khỏi đất, liền nhân lúc đêm tối chạy trốn. Nhưng lúc ấy chân bị đau quá cơ hồ không chạy được, liền tiếp tục trì niệm danh hiệu Bồ Tát, thành tâm lễ bái, rồi đặt một tảng đá trước mặt mà phát nguyện rằng: "Nay tôi muốn vượt Trường giang về phía đông, đem nỗi oán hận này tố giác lên hoàng đế nhà Tấn, mong cứu thoát được hết những người đang bị giam giữ ở đây. Nếu tâm nguyện của tôi có thể thành tựu, xin cho tảng đá này vỡ ra làm đôi." Khấn như vậy rồi, liền nhấc tảng đá lên mà thả rơi xuống đất. Quả nhiên, tảng đá vỡ đôi. Trương Sùng liền nỗ lực hết sức chạy về được đến kinh đô nhà Tấn, đem mọi việc trình lên Tấn đế. Tấn Đế sai quân đến giải cứu cho số người đang bị giam giữ; có một số phụ nữ đã bị bán đi, liền xuất tiền chuộc lại đưa về hết.

Lời bàn

Tự mình chưa thoát được mà đã khởi tâm muốn cứu thoát người khác, ấy là phát tâm của hàng Bồ Tát. Tâm nguyện của Trương Sùng vốn đã tương ưng với tâm nguyện của Bồ Tát Quán Thế Âm, nên sự cầu nguyện của ông đương nhiên phải được linh ứng.

TỪ XA CỨU NẠN GIẢNG ĐƯỜNG SỤP ĐỔ [1]

Đời Bắc Chu, chùa Đại Truy Viễn ở kinh thành có vị tăng hiệu Tăng Thật, vốn họ Trình, quê ở Hàm Dương, là bậc chân tu đạo hạnh. Một hôm, vào lúc giữa trưa ngài bỗng lên lầu gióng chuông rất gấp, tụ tập chúng tăng, dặn tất cả đều phải chuẩn bị hương trầm. Mọi người mang hương trầm đến, thưa hỏi nguyên nhân, ngài liền dạy: "Trong giờ khắc này, tại Giang Nam ở chùa... có một giảng đường sắp bị sụp đổ, có thể đè chết cả ngàn người. Nếu mọi người ở đây đồng tâm trì niệm danh hiệu Bồ Tát Quán Thế Âm, có thể cứu được nạn ấy." Chúng tăng vâng lời, cùng nhau niệm Phật hiệu, âm thanh vang rền cả vùng.

Mấy ngày sau có tin từ Giang Nam đến, quả nhiên đúng là trong giờ ngọ ngày hôm trước, có giảng đường tại Dương Châu đang tổ chức thuyết pháp, thính chúng ngồi chật bên trong đến cả ngàn người. Bỗng thấy từ hướng tây bắc có đám khói hương lạ bay đến,

---

[1] Trích từ sách Đường Cao tăng truyện - 唐高僧傳. (Chú giải của soạn giả) Chúng tôi lại tìm thấy câu chuyện này ở Tục Cao tăng truyện (續高僧傳) do ngài Đạo Tuyên soạn vào đời Đường, được xếp vào Đại Chánh tân tu Đại tạng kinh, tập 50, kinh số 2060. Sách này có 30 quyển, xem chuyện này ở quyển 16, bắt đầu từ dòng 13, trang 558, tờ a. Ở đây kể lại nội dung, không phải trích nguyên văn.

cùng với tiếng nhạc trong trẻo ngân nga. Mây hương từ cửa phía bắc của giảng đường bay vào, rồi bay thẳng ra cửa phía nam. Người trong giảng đường lấy làm kinh dị, tất cả đều đổ xô chạy theo đám mây hương ấy mà ra khỏi giảng đường. Mọi người vừa ra hết thì giảng đường cũng vừa sụp đổ. Nhờ đó mà không ai bị thương tổn gì.

Vua nhà Lương nghe biết chuyện này, ba lần xuống chiếu thỉnh ngài triều kiến nhưng ngài đều không đến. Niên hiệu Bảo Định năm thứ 3,[1] vào ngày 18 tháng 10, ngài thị tịch, trong triều ngoài nội ai ai cũng đều thương tiếc.

Lời bàn

Một niệm chí thành có thể tạo ra khói hương, âm nhạc, chỉ trong chớp mắt đã đến được nơi xa ngàn dặm, từ đó có thể hiểu ra được ý nghĩa *"tất cả đều do tâm tạo"*. Thế thì sao có thể cho rằng việc tu phước cầu siêu thoát cho hương linh không thể trong một chớp mắt thông suốt chốn u minh địa phủ; rằng người niệm Phật cầu vãng sinh không thể trong một sát-na thẳng đến cảnh giới Tây phương Cực Lạc?

BỎ CHỨC QUAN, CỨU THUỘC CẤP[2]

Triều Nam Tống, trong khoảng niên hiệu Chiêu Hưng, vùng Lư Lăng[3] có người tên Chu Tất Đại, làm

---

[1] Tức là năm 563.

[2] Trích từ sách Tống sử - 宋史. (Chú giải của soạn giả)

[3] Nay thuộc thành phố Cát An, tỉnh Giang Tây.

quan ở Lâm An thuộc Chiết Giang, trong đó có một xưởng bào chế thuốc. Một hôm, kho chứa thuốc bị hỏa hoạn, cháy lan sang nhà dân chúng quanh đó. Người phụ trách giữ kho thuốc ấy, theo đúng luật phải bị xử tội chết. Chu Tất Đại gọi người ấy đến hỏi: "Nếu hỏa hoạn ấy là do lỗi của quan thì xử tội gì?" Người ấy đáp: "Bất quá cũng chỉ bị cách chức thôi."

Chu Tất Đại liền nhận tội về mình, bị cách chức quan. Người kia nhờ đó thoát chết.

Ít lâu sau, Chu Tất Đại đến thăm cha vợ, ông nghe việc Tất Đại bị cách chức, trong lòng giận lắm. Bấy giờ gặp lúc tuyết rơi rất nhiều, có đứa trẻ đang quét tuyết trong sân nhà, cha vợ ông nhìn thấy bỗng sực nhớ lại đêm qua nằm mộng thấy mình quét tuyết trong sân để nghênh đón quan Tể tướng, nhân đó mới giữ Tất Đại ở lại chơi, tiếp đãi trọng hậu.

Về sau, quả nhiên Tất Đại dự khảo thí khoa Bác học hoành từ[1] trúng tuyển, ra làm quan thăng dần đến chức Tể tướng, được phong tước Ích Quốc công.

Lời bàn

Tự mình có tội, người thế gian còn muốn đổ vạ cho người khác, huống chi tội của người khác lại khẳng khái nhận lấy về mình, đến nỗi phải mất chức quan? Độ lượng của quan Tể tướng quả thật rộng sâu không thể đo lường!

---

[1] Bác học hoành từ (博學宏辭): tên một khoa thi có từ đời Đường, được tổ chức để chọn người học rộng, văn chương quảng bác.

GIÚP NGƯỜI CHUỘC TỘI ĐƯỢC SINH CON[1]

Vào đời Minh, huyện Quảng Bình thuộc tỉnh Hà Bắc có người tên Trương Tú, nhà nghèo lại không có con. Trương Tú đặt một cái bình đất trong nhà, tiền dành dụm được đều cho vào đó, trải qua 10 năm thì vừa đầy bình.

Có người hàng xóm của ông sinh được 3 đứa con còn nhỏ, vi phạm pháp luật, buộc phải bán người vợ đi để lấy tiền chuộc tội.[2] Trương Tú biết chuyện, sợ người mẹ bị bán đi ắt 3 đứa con nhỏ không người chăm sóc, liền mang hết số tiền dành dụm của mình ra chuộc tội cho người kia. Vì số tiền ấy vẫn còn thiếu, nên vợ ông liền mang cả chiếc trâm cài đầu của bà bán đi để thêm vào cho đủ.

Đêm ấy, Trương Tú mộng thấy có vị thần bế một đứa bé kháu khỉnh đến trao cho ông. Sau đó vợ ông liền có thai, sinh được con trai đặt tên là Trương Quốc Ngạn. Quốc Ngạn về sau làm quan đến chức Hình bộ Thượng thư. Hai người cháu là Trương Ngã Tục và Trương Ngã Thằng sau cũng đều làm đến các chức quan Bố chính sử và Án sát sử.

Lời bàn

Thương yêu con người khác, cuối cùng tự mình sinh được quý tử. Như vậy có thể biết được rằng nếu

---

[1] Trích từ sách Ý hành lục - 懿行錄. (Chú giải của soạn giả)

[2] Trong xã hội phong kiến ngày xưa, cha mẹ có quyền bán con, chồng có quyền bán vợ. Người bỏ tiền mua về xem như có toàn quyền đối với người bị mua, được pháp luật bảo vệ quyền sở hữu đó. Đây cũng có thể xem là một hình thức nô lệ cổ xưa.

làm hại con cái người khác thì sẽ phải nhận lãnh kết quả như thế nào.

XÓT THƯƠNG TRẺ MỒ CÔI, GIÚP ĐỠ NGƯỜI GÓA BỤA

Giảng rộng

Mồ côi, tức những trẻ không còn cha mẹ; góa bụa, tức phụ nữ không may mất chồng. Hai đối tượng này đều đơn chiếc yếu đuối, thường dễ bị người đời xem thường, khinh rẻ. Nếu như không xót thương, giúp đỡ những kẻ ấy, quả thật là không có lòng trắc ẩn, liệu có thể xứng đáng làm người chăng? Dù sức mình không thể giúp đỡ, cũng nên thường khởi tâm niệm thương xót muốn giúp đỡ. Nếu sức mình có thể giúp đỡ, nên hết lòng tận lực mà thực sự ra tay giúp đỡ.

Thương xót giúp đỡ, không nhất thiết phải là chu cấp tiền bạc. Có thể là chỉ bày những điều chưa biết, dạy dỗ những điều chưa làm được, răn nhắc những điều không nên làm, thậm chí có thể là giúp người vượt qua hoạn nạn, giải trừ những việc rối rắm, hoặc vì người mà làm rõ những sự oan uổng, những việc như thế cũng đều là xót thương giúp đỡ.

Trưng dẫn sự tích

GIÚP MẸ GÓA CON CÔI VỀ TẬN QUÊ NHÀ[1]

Đời Bắc Tống, khi Phạm Văn Chánh[2] đang làm tri phủ ở Việt châu, thuộc tỉnh Chiết Giang, có người tên Tôn Cư Trung chết trong lúc đang làm việc cho nha môn. Nhà ấy nghèo túng, con còn thơ ấu, thật khó khăn trong việc đưa về quê cũ. Phạm Văn Chánh liền bỏ tiền ra thuê thuyền, lại phái một viên chức đi theo đưa linh cữu về tận quê nhà. Trước khi thuyền đi, ông lại làm một bài thơ trao cho viên chức đi theo ấy và dặn rằng: "Khi qua các quan ải trên sông, cứ đưa bài thơ này cho họ xem là được."

Nội dung bài thơ ấy như sau:

十口相依泛巨川，

來時暖熱去淒然；

關津不用詢名氏，

此是孤兒寡婦船 。

Thập khẩu tương y phiếm cự xuyên,
Lai thời noãn nhiệt, khứ thê nhiên.
Quan tân bất dụng tuân danh thị,
Thử thị cô nhi quả phụ thuyền.

---

[1] Trích từ sách Ngôn hành lục - 言行錄. (Chú giải của soạn giả)
[2] Phạm Văn Chánh: Phạm Trọng Yêm, thụy Văn Chánh.

Dịch nghĩa:

Mười người cùng nương tựa lẫn nhau,
nổi trôi trên dòng sông lớn.

Ngày đi sao ấm áp,
ngày về thật lạnh lẽo thê lương.

Quan ải các vị không cần phải hỏi
tên họ người trên thuyền,

Đây là thuyền của bà mẹ góa
với đứa con mồ côi.

Dịch thơ:

Nước lớn thuyền trôi, người nương nhau.
Ngày đi ấm áp, về thương đau.
Quan ải cần chi tra xét nữa,
Đây thuyền mẹ góa với con côi!

Nhờ đó mà người trong nhà ấy đều được an toàn về đến quê hương.

Lời bàn

Mẹ góa con côi xưa nay vẫn thường bị người ta xem thường, khinh dễ. Giúp yếu trừ bạo, tất cả đều là dựa vào lòng nhân ái.

VÌ CHỦ NUÔI CON MỒ CÔI[1]

Vào đời Minh, có người tên Lý Tung, vợ làm vú nuôi cho nhà họ Cung. Vợ ông chết, đứa trẻ con nhà họ Cung tên Cung Tích Tước vừa lên 5 tuổi lại mất

---

[1] Trích từ sách Ý hành lục - 懿行錄. (Chú giải của soạn giả)

cha. Gia nhân trong nhà họ Cung khi ấy có ý muốn giết Tích Tước để chiếm đoạt gia sản chia nhau. Lý Tung biết chuyện, đang đêm liền cõng Cung Tích Tước đi trốn. Chạy ra đến cửa thành vẫn còn đang đóng vì còn quá sớm, Lý Tung quỳ xuống kêu khóc. Viên quan giữ cửa thành thương xót, mở cửa cho ra. Lý Tung chạy suốt 5 ngày đêm trong tuyết lạnh, đến được nhà người cậu của Tích Tước là Trầm Triệu.

Trầm Triệu thấy cả vợ chồng Lý Tung đều có ơn nuôi dưỡng, hết sức bảo vệ cháu mình nên vô cùng cảm động, đối đãi với Lý Tung như người nhà. Những người giúp việc cho nhà họ Trầm đều giao cho Lý Tung cai quản, sai khiến, lại chẳng bao giờ để cho ông phải dùng những món cơm thừa canh cặn như hạng tôi tớ. Nhưng Lý Tung trước sau vẫn giữ đúng bổn phận người giúp việc.

Về sau, Cung Tích Tước thi đỗ tiến sĩ, không một lúc nào dám quên việc báo đáp ân đức của Lý Tung, nhưng Lý Tung vẫn ngày ngày mặc áo ngắn, nỗ lực làm việc cực nhọc, không khác với lúc gia cảnh còn bần hàn. Sau khi Lý Tung qua đời, Cung Tích Tước có lời dặn lại con cháu mình phải đời đời nối nhau thờ phụng cúng tế vợ chồng Lý Tung, không được bỏ phế.

Lời bàn

Như muốn báo đáp ơn sâu của Lý Tung, nên làm nhiều việc phước đức mà hồi hướng cầu siêu thoát cho ông, ắt là ông sẽ thực sự được lợi ích. Bằng như nói rằng chỉ lo việc cúng tế, thì việc ông có được thọ hưởng sự cúng tế ấy hay không, rốt cuộc cũng không nói chắc được. Tuy nhiên, cái biết của người thế tục thì bất quá cũng chỉ đến như thế mà thôi. Ví như đứa trẻ còn quá nhỏ, trong cơn giận dữ dù có hết sức muốn biểu lộ cũng chỉ biết la hét khóc lóc mà thôi. Ngoài việc la hét khóc lóc ra, đứa trẻ ấy nào có biết làm gì khác hơn?

CƯỠNG BỨC NGƯỜI CHỊU QUẢ BÁO TỨC THỜI[1]

Đời nhà Minh, vào năm cuối niên hiệu Sùng Trinh,[2] vùng Ngô Giang thuộc tỉnh Giang Tô có người tên Trương Sĩ Bách, mất sớm, để lại người vợ họ Trần có nhan sắc xinh đẹp, tuổi còn trẻ, quyết thủ tiết thờ chồng.

Người anh của Sĩ Bách là Trương Sĩ Tùng mưu tính việc đem bán cô em dâu họ Trần này về làm vợ lẽ cho một tên hào phú đồng hương tên là Từ Hồng. Sĩ Tùng biết Trần thị không thuận theo ý mình, bèn lập kế bắt sống mang lên thuyền giao cho Từ Hồng. Trần thị kêu la to tiếng, Từ Hồng sợ không dám xúc phạm.

Người cha của Trần thị là Trần Tuấn liền viết cáo trạng tố cáo lên quan huyện. Quan huyện là Chương Nhật Sí đang nghỉ trên gác, không thèm dậy. Trần Tuấn tiếp tục viết cáo trạng, lần này dâng lên quan Trực Chỉ[3] là Lộ Chấn Phi. Từ Hồng liền mang tiền hối

---

[1] Trích từ sách Công quá cách - 功過格. (Chú giải của soạn giả)

[2] Tức là năm 1644, đời Minh Tư Tông.

[3] Trực Chỉ (直指): một chức quan có từ đời nhà Hán, được triều đình

lộ cho viên chức phụ trách vụ việc. Tên này liền dối trá báo lên quan Trực Chỉ là đã xem xét sự việc rồi, thấy không đúng như trong cáo trạng trình bày. Hắn ta lại vu vạ cho Trần thị là nhục mạ chồng, xử theo tội ấy bắt giam vào ngục.

Trần thị oan ức nuốt lệ, tuyệt thực suốt 3 ngày. Vừa may gặp lúc có một viên chức họ Lý vừa mới đến, nghe biết oan tình, liền đưa Trần thị đến gặp quan Trực Chỉ Lộ Chấn Phi. Trần thị khóc lóc trình bày rõ sự việc oan khuất của mình, vừa kể xong liền tự vẫn ngay tại đó, chết không nhắm mắt. Lộ Chấn Phi từ án đường bước xuống, đến trước thi thể Trần thị chấp tay cung kính thi lễ, hứa sẽ làm rõ vụ việc này. Khi ấy, đôi mắt Trần thị mới từ từ nhắm lại.

Ngay trong hôm đó, Lộ Chấn Phi viết một bản tấu sớ gửi lên triều đình, báo rõ mọi việc. Triều đình lập tức ban lệnh xử tử Trương Sĩ Tùng và Từ Hồng. Các đồng phạm liên quan đều tùy theo tội nặng nhẹ mà trừng phạt. Quan huyện Chương Nhật Sí lập tức bị cách chức, trên đường đi thuyền về quận phủ bàn giao, bỗng nghe trong thuyền vang rền những âm thanh của ma quỷ, qua hôm sau thì chết. Viên chức trước đây nhận hối lộ của Từ Hồng vu tội cho Trần thị, bỗng nhiên mắc bệnh rồi cấm khẩu, từ đó suốt đời không nói năng gì được nữa.

---

giao cho việc tuần sát các địa phương, thẩm tra xử lý các vụ việc sai phạm.

Lời bàn

Câu chuyện này về sau có người đưa vào nội dung của một bài văn ca,[1] người người đều cảm động, cho rằng việc báo ứng quả là chỉ ngay trước mắt thôi.

KÍNH TRỌNG NGƯỜI GIÀ, THƯƠNG KẺ NGHÈO KHÓ

Giảng rộng

Già yếu là chuyện tất nhiên phải đến, không ai tránh khỏi, nhưng quả là thực trạng đáng thương nhất. Người già rồi thì tóc bạc, răng rụng, thân thể gầy yếu da bọc lấy xương. Gân mạch thì nổi rõ chằng chịt trên da, lưng khòm cong như cánh cung, mọi việc đã qua đều không thể nhớ lại hết được. Đã vậy lại thêm mắt mờ tai điếc, mỗi lúc đứng lên ngồi xuống đều phải nhờ cậy người khác dìu đỡ. Bởi thế, nhìn thấy người già nên sinh lòng kính trọng, không nên sinh lòng chán ghét. Nếu thấy người già yếu mà sinh lòng chán ghét không tôn kính, nên biết rằng chỉ trong chớp mắt thôi, bản thân ta rồi cũng sẽ già yếu. Lại nếu như thấy người già mà sinh lòng chán ghét không tôn kính, chỉ e tự mình không sống được đến tuổi già!

Thương thay cho những người nghèo khó! Người ta ai cũng muốn ăn ngon mặc đẹp, mà riêng họ phải

---

[1] Văn ca: bài hát được hát trong các đám tang, thường để tỏ lòng thương tiếc người đã chết.

thường chịu cảnh đói thiếu, rét lạnh. Người ta ai cũng muốn được vừa lòng thích ý, mà riêng họ phải thường chịu cảnh khốn khổ. Tuy rằng nguyên nhân của sự nghèo đói phần lớn cũng do nghiệp báo đời trước của người ấy tự tạo, nhưng nếu như ta có khả năng cứu giúp mà lại không ra tay cứu giúp, chẳng phải là dạy cho con cháu sau này không biết thương yêu nhau đó sao? Chu cấp cho người đói thiếu khốn cùng, đó là xót thương cảnh ngộ trước mắt của người. Khuyên người tùy khả năng thực hành bố thí, đó là từ bi thương xót đến đời sau của người.

Trưng dẫn sự tích

TRÂU HẠI CHẾT BA NGƯỜI[1]

Vào thời đức Phật còn tại thế, có một thương gia tên là Phất-già-sa, một hôm đi vào thành La Duyệt, vừa vào bên trong cửa thành thì bị một con trâu cái húc chết. Người chủ có trâu sợ quá, gấp rút bán con trâu. Người mua trâu trong lúc dắt trâu đi uống nước thì bị nó từ phía sau húc tới, mất mạng. Gia quyến người ấy giận quá, giết chết con trâu, làm thịt đem bán. Có một nông dân mua cái đầu trâu mang về, trên đường tình cờ đi ngang một cây lớn thì dừng lại nghỉ

---

[1] Trích từ kinh Pháp cú dụ - 法句喻經. (Chú giải của soạn giả) Trong Đại Chánh tân tu Đại tạng kinh kinh này có tên là Pháp cú thí dụ kinh (法句譬喻經), được xếp vào tập 4, kinh số 211, do hai ngài Pháp Cự và Pháp Lập dịch vào đời Tấn, tổng cộng có 4 quyển. Câu chuyện này được tìm thấy ở quyển 1, phẩm Ngôn ngữ - thứ 8, bắt đầu từ dòng thứ 23, trang 582, tờ a. Nội dung ở đây được kể lại, không phải trích nguyên văn kinh.

ngơi, treo cái đầu trâu lên cành cây. Vừa ngồi nghỉ mệt trong chốc lát thì bất ngờ sợi dây buộc bị đứt, đầu trâu rơi xuống, người ấy liền bị sừng trâu đâm chết.

Bấy giờ, vua Bình Sa nghe biết mọi chuyện lấy làm lạ, liền đến thưa hỏi đức Phật. Phật dạy: "Thuở xưa có 3 người thương nhân, cùng thuê phòng trọ ở nhà một bà lão. Ba người này thấy bà già yếu cô độc, cho rằng không có sức làm gì được mình, bèn nhân lúc bà vắng nhà liền bỏ đi mà không trả tiền thuê phòng trọ. Bà lão biết chuyện lập tức đuổi theo kịp, ba người lại to tiếng mắng rằng: 'Bọn ta đã trả tiền trước rồi, sao giờ còn theo đòi?' Bà lão chẳng làm gì được, chỉ biết ôm mối hận thấu xương quay về, thề độc rằng đời sau gặp lại sẽ giết chết cả ba người mới hả giận. Bà lão thuở đó, nay chính là con trâu cái. Ba người thương nhân thuở đó, nay chính là Phất-già-sa với hai người kia, trong một ngày cùng bị giết chết bởi con trâu ấy."

Lời bàn

Đó thật là đã già lại còn nghèo khó. Bọn ông Phất-già-sa... ba người ấy chính là đã khinh thường người già yếu, lại cũng không biết thương người nghèo khó. Đến lúc đủ nhân duyên gặp nhau, nếu như món nợ cũ không trả thì còn đợi đến bao giờ?

NGƯỜI CHẾT CỨU LỬA[1]

Vào đời Thanh, ở Hàng châu có người tên Viên

---

[1] Chuyện này soạn giả được nghe từ chính người trong chuyện. (Chú giải của soạn giả)

Ngọ Quỳ, tên húy là Tư, bình sinh ưa thích làm việc bố thí. Gặp khi có loạn Tam phiên,[1] vùng Chiết Giang rất nhiều phụ nữ bị bắt giam giữ, Viên Ngọ Quỳ từng dốc hết tiền bạc để chuộc nhiều người ra. Ông cũng thường cho khắc in và lưu truyền những bài thuốc hay để trị bệnh, cùng với những câu cách ngôn nói về nhân quả để khuyên người đời bỏ ác làm lành.

Vào niên hiệu Khang Hy năm thứ 5,[2] có người hầu gái của Viên Ngọ Quỳ lo việc pha trà, chứa than trong một cái thùng gỗ. Có cục than chưa tắt hẳn, lửa lan dần ra cả thùng. Thùng than lại đặt bên một giường gỗ trên gác cao, rất ít người lui tới chỗ ấy. Viên Ngọ Quỳ tuy có người con gái đang bị bệnh nằm trong phòng chỉ cách đó một bức tường, nhưng không hề hay biết. Khi ấy, người con gái này bỗng nhiên nhìn thấy một cụ bà đã chết hiện ra ngay giữa ban ngày, dùng móng tay khều vào mặt cô. Cô gái kinh sợ quá, kêu thét vang trời. Nhờ đó, người trong nhà mới vội vã kéo nhau chạy lên thì nhìn thấy cái thùng gỗ đã cháy thành tro, giường gỗ bên cạnh đã cháy hết một nửa, thế lửa đang bốc lên ngày càng lan rộng ra. Mọi người phải cùng nhau tận lực mới kịp thời dập tắt được ngọn lửa.

Cụ bà đã chết hiện hình hôm ấy vốn trước đây khi tìm đến nhà Viên Ngọ Quỳ thì đã 60 tuổi. Viên Ngọ Quỳ thấy bà không con cái nên dùng lời an ủi, cho trú ngụ

---

[1] Chỉ ba phiên vương làm phản thời ấy là Ngô Tam Quế, Thượng Khả Hỷ (và con là Thượng Chi Tín) cùng với Cảnh Tinh Trung. Cuộc chiến tranh này xảy ra trong khoảng năm 1673 đến năm 1681.

[2] Tức là năm 1666.

trong nhà mình. Cụ bà ở lại được mấy năm thì người chồng của bà tìm đến, Viên Ngọ Quỳ cũng thu nhận cho ở trong nhà nuôi dưỡng. Hai vợ chồng này vì thế hết sức biết ơn Viên Ngọ Quỳ. Cả hai người đều sống cho đến khoảng 80 tuổi mới qua đời.

Những người biết chuyện này đều cho rằng cụ bà đã hiện hình giúp họ Viên thoát nạn cháy nhà, đó là để báo đáp ân đức của Viên Ngọ Quỳ.

Lời bàn

Những trường hợp này là già yếu lại thêm nghèo khó. Đã thương người già, lại xót người nghèo, giúp cho cả hai vợ chồng người kia đều được chu cấp đầy đủ, âm đức như thế chẳng phải là to lớn lắm sao?

CHU CẤP CƠM ĂN ÁO MẶC CHO NGƯỜI LỠ ĐƯỜNG ĐÓI RÉT

Giảng rộng

Người lỡ đường đói rét không giống như người nghèo khổ khốn cùng nhưng vẫn đang được ở tại nhà mình. Nếu không phải là những kẻ ngụ cư nơi đất khách, lương tiền đã hết, ắt cũng là người gặp phải hoạn nạn khó khăn đang hết sức cần đến sự giúp đỡ. Những người như vậy là đang nằm trong hoàn cảnh nếu được giúp cho cơm ăn áo mặc thì sống, bằng không được giúp ắt phải chết. Ví như có thể vì họ mà chu cấp giúp đỡ thì tuy giá trị vật chất giúp đỡ là giới hạn, nhưng ân đức ấy quả thật vô cùng.

Trưng dẫn sự tích

LIỀU MẠNG TRẢ ƠN CỨU ĐÓI[1]

Vào đời Xuân Thu Chiến Quốc, Triệu Tuyên Tử[2] làm quan nước Tấn, có lần đi săn ở núi Thủ Dương, bỗng nhìn thấy dưới bóng mát cây dâu có một người đói lả nằm thoi thóp, hỏi ra đã 3 ngày không có gì ăn. Tuyên Tử liền mang thức ăn cho ăn. Người ấy ăn xong, chừa lại một nửa phần thức ăn. Tuyên Tử thấy vậy hỏi, người ấy đáp rằng: "Xin dành phần này cho mẹ già." Tuyên Tử liền bảo người ấy cứ ăn hết, rồi đưa tặng một giỏ thức ăn với thịt để mang về.

Về sau, Tấn Linh Công muốn giết Triệu Tuyên Tử,[3] cho quân giáp sĩ phục sẵn trong cung, đợi Triệu Tuyên Tử vào thì vây giết. Tuyên Tử cô thế lâm nguy, sắp bị giết. Bỗng nhiên có một người xông vào, liều mạng múa giáo đánh giúp, cứu Tuyên Tử thoát chết.

Tuyên Tử hỏi tên, người ấy đáp: "Tôi là người sắp chết đói nằm dưới gốc dâu năm xưa." Lại muốn hỏi cho rõ tên họ, nơi ở, người ấy không đáp mà bỏ đi.

---

[1] Trích từ sách Tả truyện - 左傳. (Chú giải của soạn giả)

[2] Tức Triệu Thuẫn.

[3] Tấn Linh Công ham mê tửu sắc, Triệu Tuyên Tử (tức Triệu Thuẫn) nhiều lần thẳng thắn can ngăn nên vua căm ghét, nhiều lần muốn giết Triệu Tuyên Tử nhưng đều không thành.

Sau có người biết được nói rằng: "Người ấy tên Linh Chiếp."

Lời bàn

Làm ơn cho người một bữa ăn, nhờ đó mà được cứu sống; tặng người một manh áo, liền được niệm tình tha chết.[1] Ai dám xem thường cho rằng giúp cơm áo đó, chẳng qua chỉ là việc giúp kẻ đói rét giữa đường mà thôi sao?

MAU SINH QUÝ TỬ[2]

Thân phụ của Phùng Trác Am ngày thường luôn vui vẻ ưa thích làm nhiều việc thiện. Một hôm giữa mùa đông, sáng sớm ông ra đường bỗng gặp một người té ngã nằm ngất trong tuyết lạnh, sờ vào thấy đã tê cứng nửa người. Ông liền cởi áo ấm lông cừu của mình mặc vào cho người ấy, đưa về cho ăn uống đầy đủ, lo lắng chu đáo mọi bề.

Không lâu sau, ông nằm mộng thấy Đông Nhạc Đế hiện đến bảo rằng: "Số mạng của ông vốn dĩ không có con, nay nhờ cứu sống mạng người, do lòng

---

[1] Tặng người một manh áo, liền được niệm tình tha chết: Cũng vào thời Chiến quốc, quan đại phu nước Ngụy là Tu Cổ từng vu cáo hãm hại Phạm Thư, cho là tư thông với nước Tề. Phạm Thư bị bức hại phải giả chết rồi trốn sang nước Tần, đổi tên là Trương Lộc. Nước Tần tin dùng Trương Lộc làm Tướng quốc. Sau Tu Cổ có việc sang nước Tần, Phạm Thư vờ mặc áo cũ rách đến xin gặp. Tu Cổ thấy mặc áo cũ rách thì thương xót, lập tức sai người mang ra tặng một bộ y phục. Đến khi biết được Phạm Thư bây giờ chính là Tướng quốc nước Tần, Tu Cổ hết sức kinh hãi, quyết định phen này chắc chắn không thể thoát chết. Không ngờ Phạm Thư cảm động việc Tu Cổ có lòng nhân từ tặng áo nên khoan thứ, tha chết cho Tu Cổ.

[2] Trích từ sách Công quá cách - 功過格. (Chú giải của soạn giả)

thành đó mà Ngọc Đế đặc biệt có lệnh cho Hàn Kỳ[1] đến làm con trai nhà ông."

Sau đó liền sinh được con trai, nhân nơi giấc mộng mà đặt tên là Phùng Kỳ,[2] sau mới lấy tên hiệu là Trác Am.

Phùng Kỳ từ thuở thiếu niên đã tài trí hơn người, 20 tuổi được liệt vào hàng văn sĩ tài danh, 36 tuổi thì đã phụ tá cho quan Tể tướng.[3]

Lời bàn

Ở quê tôi trước đây cũng có tổ chức một hội Đồng Thiện, ngoài việc giúp đỡ tiền bạc, lương thực cho những người cùng khổ, mỗi mùa đông chúng tôi đều mua rất nhiều chăn bông cũ để giúp cho những người thiếu thốn chăn mền. Hội này ban đầu do Viên Ngọ Quỳ người Chiết Giang đề xướng thành lập. Sau Viên Ngọ Quỳ trở về Chiết Giang, bọn chúng tôi vẫn theo nếp cũ mà làm, chỉ riêng nhóm ông Cao Điện Cửu có một số người không tham gia nữa mà thôi.

---

[1] Hàn Kỳ (1008-1075) vốn là một vị Tể tướng có tài văn võ song toàn vào đời Tống.

[2] Phùng Kỳ sinh năm 1558, đến năm 18 tuổi (1576) đã đỗ đầu khoa thi Hương vùng Sơn Đông, sang năm sau (1577) lại đỗ tiếp Tiến sĩ. Ông từng làm đến các chức quan như Lễ bộ hữu thị lang, Lễ bộ thượng thư...

[3] Tức là chức quan Lễ bộ hữu thị lang, phụ tá cho quan Thượng thư.

GIÚP QUAN QUÁCH
CHO NHÀ NGHÈO KHÓ
ĐỂ THI HÀI NGƯỜI CHẾT
ĐƯỢC ẤM CÚNG

Giảng rộng

Máu mủ, thịt xương... một đãy da.
Điên đảo mê lầm nhận: thân ta.
Tắt hơi mới biết toàn hư ngụy,
Bao nhiêu xú uế thảy bày ra.

Đó chẳng qua cũng chỉ là chỗ tâm bệnh hết sức thông thường của phần lớn người đời.

Như gặp người có hoàn cảnh bất hạnh, gia đình cùng khốn, không có tiền bạc lo việc an táng người đã chết, hoặc phải để lại qua 3 ngày, hoặc 5 ngày, cho đến 6 tháng, 7 tháng, hình hài thối rửa chẳng còn gì, đến mức người thấy nghe đều không sao chịu nổi... nếu có thể giúp cho họ một cỗ áo quan, giúp đỡ chi phí để an táng thi hài người chết, như vậy đâu phải chỉ riêng người chết thực sự hàm ân kết cỏ ngậm vành mà thôi sao? Xét như tâm niệm an táng thi hài người chết, phàm bất kỳ ai nghe biết đến sự việc ắt cũng đều nên thay người mà lo việc chôn cất.

Trưng dẫn sự tích

MAI TÁNG HÀI CỐT, HƯỞNG QUẢ TỨC THÌ[1]

Đời Nguyên, ở Hội Kê thuộc tỉnh Chiết Giang có người tên Đường Giác, nhà nghèo khó, nhận dạy học trò để sinh sống. Năm Mậu Dần,[2] tướng lãnh nhà Nguyên khai quật lăng tẩm họ Triệu (hoàng gia triều Tống), di cốt đứt đoạn vứt bỏ trong chỗ rậm rạp hoang dã. Đường Giác biết việc ấy hết sức đau lòng, liền gom hết tiền bạc trong nhà được một ít, mua rượu thịt mời bọn thiếu niên trong làng cùng ăn uống. Đợi khi cả bọn đều say sưa, mới bí mật nhờ chúng chôn lấp hài cốt họ Triệu. Cả bọn đều nghe theo. Sau khi làm được việc nghĩa như thế, tên tuổi của Đường Giác được rất nhiều người biết đến.

Sang năm sau Kỷ Mão,[3] vào ngày 17 tháng giêng, Đường Giác đang ngồi bỗng dưng chết giấc. Hồi lâu sống lại, kể chuyện vừa rồi đi đến một ngôi bảo điện, trên điện có một người đội vương miện, bước xuống chào nói: "Nhờ ơn ông chôn lấp hài cốt, sẽ báo đáp ân đức. Ông số mệnh kém lắm, nghèo khổ không có vợ con, nay lòng trung nghĩa cảm động thấu trời, Ngọc Đế truyền ban cho ông sẽ thành gia thất, sinh được 3 người con, ruộng đất được 300 mẫu." Đường Giác bái tạ lui ra, liền giật mình sống lại.

---

[1] Trích từ sách Công quá cách - 功過格. (Chú giải của soạn giả)

[2] Tức là năm 1278.

[3] Tức là năm 1279. Bản gỗ khắc chỗ này là 乙卯 - Ất Mão, nhầm chữ 己 (kỷ) thành chữ ất (乙). Vì năm trước là Mậu Dần nên năm tiếp theo tất nhiên phải là Kỷ Mão.

Không lâu sau bỗng có Viên Tuấn Trai đến Hội Kê tìm thầy dạy cho con, vừa xuống xe liền gặp người giới thiệu Đường Giác. Viên Tuấn Trai được biết Đường Giác trước đây từng nổi tiếng làm việc nghĩa nên đặc biệt hết sức kính lễ. Sau đó liền đứng ra lo việc hôn nhân, giúp Đường Giác kết hôn với một người con gái của Quốc công, được thừa kế ruộng đất vua ban. Mọi chi phí tốn kém đều do Viên Tuấn Trai bỏ ra lo liệu. Sau Đường Giác sinh được 3 người con trai, quả đúng như lời thần báo trước.

Lời bàn

Niên hiệu Sùng Ninh năm thứ 3[1] triều Bắc Tống, có chiếu chỉ của triều đình yêu cầu tất cả các châu huyện đều phải chọn chỗ đất cao thoáng không canh tác được trong địa phương mình để lập thành khu mai táng công cộng, gọi là *Lậu trạch viên*.[2] Những hài cốt không thân nhân trước đây được gửi gắm nơi chùa chiền, đạo quán, giờ cũng quy tập về chôn trong đất này. Ngoài ra, triều đình cũng cho kiến lập Tăng xá để lo việc tế cúng, cầu siêu độ cho các vong linh trong địa phương. Đến niên hiệu Hồng Vũ triều Minh,[3] cũng có sắc chỉ của triều đình yêu cầu thực hiện như trên, lại có chế định thành điều lệnh rõ ràng.

---

[1] Tức là năm 1104, thuộc đời Tống Huy Tông.

[2] Theo quy định của triều đình, khu đất Lậu trạch viên (漏澤圜) này dùng để mai táng những kẻ chết vô thừa nhận, không thân thích, hoặc những người nghèo khổ đến mức không có tiền chôn cất thân nhân. Chi phí mai táng những trường hợp này do quan địa phương xuất công quỹ để lo liệu.

[3] Tức là từ năm 1368 đến năm 1398, đời Minh Thái Tổ.

Tôi cũng từng thấy bên trong thành Tô Châu,[1] ở góc phía tây bắc có lập 2 gian thạch thất, hết sức kiên cố, mỗi gian đều có ô cửa mở đường kính chừng một thước, dùng để đưa hài cốt vào bên trong. Lại thấy dùng màu sắc vẽ thành các ký hiệu bên ngoài để phân biệt hài cốt đó là người xuất gia hay tại gia, nam hay nữ... Nơi ấy được gọi là tháp Phổ Đồng. Ví như người quân tử có lòng nhân ái, có thể mô phỏng làm theo như thế, âm đức thật hết sức lớn lao.

LÀM CON ĐỂ BÁO ÂN[2]

Thượng Lâm làm quan huyện lệnh Vu Sơn thuộc tỉnh Tứ Xuyên, có viên huyện úy tên Lý Chú bị bệnh mà chết. Thượng Lâm giúp tiền bạc đưa người mẹ của Lý Chú cùng với thi hài của ông về quê ở Hà Đông. Sau đó lại tìm một nhà danh giá mà đứng ra gả con gái của Lý Chú về làm dâu.

Một đêm nọ, Thượng Lâm nằm mộng bỗng thấy Lý Chú hệt như lúc còn sống, bái lạy ông mà khóc rồi nói rằng: "Số mệnh ông vốn không có con, đội ơn ông giúp đỡ nên tôi đã hết sức thỉnh cầu Ngọc Đế, ngài cho tôi được làm con nối dõi nhà ông." Trong tháng ấy, quả nhiên vợ Thượng Lâm có thai.

Sang năm sau, Thượng Lâm từ quan về quê, một hôm lại mộng thấy Lý Chú nói: "Ngày mai tôi sẽ ra đời." Quả nhiên hôm sau vợ Thượng Lâm sinh một

---

[1] Nguyên bản ghi Cô Tô thành (姑蘇城) là tên khác của thành Tô Châu, vì ở đó có núi Cô Tô nên cũng gọi như vậy.

[2] Trích từ sách Công quá cách - 功過格. (Chú giải của soạn giả)

bé trai. Nhân đó liền đặt tên là Thượng Dĩnh.[1] Lớn lên hiếu thảo, hiền hậu trung thực, sau làm quan đến chức Tự thừa.

Lời bàn

Như thế gọi là làm con để trả nợ cho cha. Đời trước của Lý Chú ắt hẳn cũng đã tu tích phước đức, nên đời này tuy sinh ra để báo ân cho người, nhưng bản thân cũng được hưởng phú quý. Cho dù nói thế, nhưng trong biển nghiệp thức mênh mang mờ mịt, muốn tự nhìn lại mình e cũng không có dịp.

NHÀ GIÀU SANG PHẢI NÂNG ĐỠ THÂN THÍCH

Giảng rộng

Người giàu sang nên tự có suy nghĩ rằng: "Đều sinh làm người cả, vì sao người kia phải chịu cảnh nghèo khổ, vì sao ta được giàu sang? Ắt hẳn là do đời trước ta đã biết gieo trồng đôi chút phước lành, còn người kia thì không. Ví như đời trước ta chưa từng làm điều hiền thiện, đời nay làm sao được thụ hưởng như thế này?"

Nghĩ như thế thì trong lúc đang được hưởng phước ắt phải lo tính việc gieo trồng phước đức. Cũng giống

---

[1] Chữ dĩnh (穎) có nghĩa là khác lạ, hết sức khác thường.

như ăn quả phải giữ lại hạt và gieo trồng cho năm sau, hoặc cũng giống như thắp một ngọn đèn dầu, phải nghĩ đến việc châm thêm dầu trước khi đèn tắt.

Người thế gian thường cho rằng sự giàu sang thể hiện ra dung mạo con người, nếu gặp lúc nguy nan gấp rút vẫn giữ được dung mạo ung dung, không lộ vẻ quẫn bách ra mặt, ắt phải là người giàu sang. Nhưng với những kẻ nô lệ cho tiền bạc, lúc nào cũng lo sợ những người thân thích đến phiền nhiễu vay mượn nên trước đã tự làm ra vẻ túng quẫn khốn khó, khiến người khác dù muốn nhờ cậy cũng khó lòng mở miệng. Với những kẻ ấy, nếu xét về tiền bạc của cải thì quả là giàu có, mà xét theo dung mạo thì e rằng không đúng thật.

Luận Trang nghiêm[1] nói rằng: *"Người biết đủ là người giàu có nhất."* Kinh Ưu-bà-tắc giới[2] dạy rằng: *"Nếu có nhiều tiền bạc của cải nhưng không thể làm việc bố thí giúp người, thì vẫn chỉ là kẻ nghèo khốn mà thôi."* Những lời ấy thật đúng lắm thay!

---

[1] Luận Trang nghiêm, nói đủ là Đại thừa Trang nghiêm kinh luận (大乘莊嚴經論), được xếp vào Đại Chánh tân tu Đại tạng kinh thuộc tập 31, kinh số 1604, tổng cộng 13 quyển, do Bồ Tát Di-lặc thuyết kệ, Bồ Tát Vô Trước tạo luận, ngài Ba-la-phả-mật-đa-la dịch sang Hán ngữ vào đời Đường. Hiện đã có bản Việt dịch của Quảng Minh, Nguyễn Minh Tiến hiệu đính, NXB Tôn giáo, 2013.

[2] Kinh Ưu-bà-tắc giới (優婆塞戒經), được xếp vào Đại Chánh tân tu Đại tạng kinh thuộc tập 24, kinh số 1488, tổng cộng 7 quyển, do ngài Đàm-vô-sấm dịch sang Hán ngữ vào đời Bắc Lương. Đoạn này trích từ quyển 4, bắt đầu từ dòng thứ 27, trang 1056, tờ a. Nguyên bản kinh nói chi tiết hơn: 若多財寶自在無礙有良福田，內無信心不能奉施，亦名貧窮。 (Nếu người có nhiều tiền bạc của cải không thiếu món gì, nhưng gặp cơ hội gieo trồng ruộng phước mà trong lòng lại không có đức tin, không thể làm việc bố thí cúng dường, đó cũng gọi là kẻ nghèo khốn.)

Trưng dẫn sự tích

ĐÃI CANH RAU THÀNH TÊN GỌI[1]

Đời Bắc Tống, vào thời Tống Thái Tông, Trương Bí phụ trách Sử quán,[2] trong nhà lúc nào cũng đãi ăn rất nhiều khách.

Một hôm, Tống Thái Tông hỏi Trương Bí: "Vì sao nhà ông lại nhiều khách đến ăn uống thế?" Trương Bí đáp: "Đó đều là những thân thích, bằng hữu của hạ thần nơi quê cũ. Họ là những người nghèo khó, không kiếm đủ miếng ăn. Thần được hưởng bổng lộc triều đình, cũng xem là có chút dư dả, nên các vị ấy thường đến nhà thần ăn uống, bất quá cũng chỉ là cơm rau đạm bạc mà thôi."

Một hôm, Tống Thái Tông sai người bất ngờ đến nhà Trương Bí, đúng vào lúc khách đang ăn uống, quan sát thấy quả đúng chỉ là cơm gạo thô với canh rau mà thôi. Thái Tông hết lời khen ngợi, nhân đó gọi ông là Trương Thái Canh.[3]

Lời bàn

Vào đời Xuân Thu, Án Anh làm Tể tướng nước Tề, trong suốt 30 năm chỉ mặc mỗi một chiếc áo hồ cừu, tế tự dùng một cái đùi lợn nhỏ không đủ che trọn đĩa, thế mà người thân trong ba họ[4] đều được

---

[1] Trích từ sách Tống sử - 宋史. (Chú giải của soạn giả)

[2] Sử quán: cơ quan được triều đình giao cho việc ghi chép Quốc sử.

[3] Trương Thái Canh (張菜羹): hai chữ thái canh (菜羹) có nghĩa là canh rau.

[4] Chỉ họ cha, họ mẹ và họ vợ.

hưởng nhờ sự giúp đỡ, chia sẻ. Phạm Văn Chánh tự mình suốt đời sống nghèo thanh bạch, nhưng thân tộc nương dựa vào ông để sống qua ngày có đến hơn trăm nhà. Do đó mà có thể biết rằng, nếu muốn giúp đỡ cưu mang thân tộc, thì trước tiên phải tự mình biết giữ theo nếp sống kiệm ước thanh bần.

CHUYỆN VUI THÍCH NHẤT[1]

Vào lúc La Duy Đức nhận chức quan ở Ninh Quốc thuộc tỉnh An Huy, một hôm đến yết kiến Lưu Dần, sự vui mừng lộ ra nét mặt, nói rằng: "Hôm nay tôi có một việc cực kỳ hân hoan thích ý." Lưu Dần gạn hỏi, Duy Đức đáp: "Trong gia tộc tôi có hơn 10 người nghèo khổ, gặp lúc mất mùa tìm đến nhà tôi. Hôm nay tôi mang hết tiền bạc dành dụm được trong nhà ra giúp đỡ, hết thảy mọi người trong nhà tôi đều hoan hỷ tán thành, không ai trở ngại. Vì thế mà tôi hết sức hân hoan vui thích."

Lời bàn

Sách Cảnh hành lục nói rằng: "Nhà giàu sang phú quý, nếu như có người thân thích nghèo khó tìm đến, ấy chính là khí tượng của người trung hậu có phước đức." Hiện nay lại có những kẻ ngược lại xem việc đó như điều sỉ nhục nên lấy làm chán ghét, thật hẹp hòi xấu xa biết bao!

---

[1] Trích từ sách Công quá cách - 功過格. (Chú giải của soạn giả)

MẤT MÙA ĐÓI KÉM
PHẢI CỨU GIÚP LỐI XÓM

Giảng rộng

Xét về phương thức cứu tế giúp đỡ khi mất mùa đói kém, có những biện pháp cứu giúp khi đã xảy ra, lại cũng có những biện pháp cứu giúp khi việc chưa xảy ra. Ví như xin giảm thuế má, ngăn tàu thuyền chở lúa gạo đi nơi khác, khuyến khích mở các điểm cứu tế phát lương thực cho người đói thiếu, nghiêm cấm những kẻ đầu cơ mua lúa gạo vào để trục lợi... Đó đều là những biện pháp khi đói kém đã xảy ra. Khai thông kênh rạch, củng cố đê điều, khuyến khích nông dân phát triển nông nghiệp, tiết kiệm nguồn nước, tích trữ lúa thóc phòng khi cứu giúp, mộ dân khai khẩn đất hoang, nghiêm cấm việc ngăn sông bắt cá, giết thịt trâu cày... Đó đều là những biện pháp cứu giúp khi việc đói kém còn chưa xảy ra.

Áp dụng các biện pháp khi việc đói kém còn chưa xảy ra, ắt tổn phí ít mà hiệu quả được nhiều, dân được ấm no mà nhà nước vẫn thu được đầy đủ thuế má. Nếu đợi đến khi đói kém đã xảy ra, người đói chết đầy đường, rồi sau mới tính chuyện quyên góp cứu tế, ắt là tổn phí phải rất nhiều, mà người chết cũng không ít.

Ở đây chỉ nói đến việc cứu giúp "lối xóm", thật ra là cách nói biểu trưng, cần phải hiểu thật rộng ra nhiều đối tượng khác. Việc thiên tai mất mùa đói kém vốn có nguyên nhân từ nơi tâm tham lam, bủn xỉn, keo kiệt của con người, cho nên chính là do cộng nghiệp của nhiều người mà chiêu cảm xảy ra. Nếu dùng tâm lành để cứu giúp bằng cách cảm hóa người, thì những thiên tai đói kém trong tương lai ắt có thể tránh được.

Kinh nói rằng: "Vào lúc tuổi thọ trung bình của con người chỉ còn 30 tuổi, sẽ có nạn đói kém xảy ra. Khi ấy kéo dài trong 7 năm 7 tháng 7 ngày đêm không có mưa, trên mặt đất dù một cọng cỏ cũng không mọc được, người chết phơi xương trắng đồng. Khắp hết cõi Diêm-phù-đề, số người sống sót không quá một vạn. Con số ấy chỉ là đủ để lưu lại nòi giống con người trong tương lai."

Luận Bà-sa[1] nói rằng: "Nếu như có người phát tâm đại bi bố thí một miếng ăn cho người đang đói, thì trong tương lai người ấy nhất định không phải gặp cảnh thiên tai đói kém." Như dùng phương tiện này để cứu trừ nạn đói, quả thật là có thể thành tựu mà chẳng lưu chút dấu vết nào.

Trưng dẫn sự tích
CHƯỚC HỌA KHI CÓ NẠN ĐÓI[2]

Những năm cuối đời Tùy,[3] huyện Mã ở tỉnh Sơn

---

[1] Gọi đủ là Tỳ-bà-sa luận (鞞婆沙論), được đưa vào Đại Chánh tân tu Đại tạng kinh, thuộc tập 28, kinh số 1547, tổng cộng 14 quyển, do ngài Thi-đà-bàn-ni soạn, ngài Tăng-già-bạt-trừng dịch sang Hán ngữ vào triều Phù Tần.

[2] Trích từ sách Tùy thư - 隋書. (Chú giải của soạn giả)

[3] Nhà Tùy tồn tại trong khoảng thời gian từ năm 581 đến năm 619.

Tây gặp nạn đói kém. Quan Thái thú là Vương Nhân Cung gấp rút khóa chặt kho lương, chẳng nghĩ gì đến chuyện cứu tế cho trăm họ.

Có người tên Lưu Vũ Chu nói rằng: "Nay trăm họ gặp nạn đói kém, người chết phơi thây đầy đường, họ Vương quả thật vô tâm ngồi nhìn không lo đến, như thế có thể gọi là quan phụ mẫu được chăng?"

Liền giết trâu lấy máu, họp những người đồng tâm lại cùng lập lời thề rằng: "Bọn chúng tôi không cam tâm ngồi chờ chết. Kho lương thực tích chứa trong huyện quả thật là do mồ hôi của muôn dân khổ nhọc mà có, mọi người có thể theo chúng tôi cùng đến đó lấy mà chia nhau, có thể sống thêm được ít lâu nữa."

Mọi người đều hưởng ứng, cùng kéo nhau đến giết Vương Nhân Cung, mở kho lương thực cấp phát cho dân. Do đó mà tất cả các địa phương lân cận trong vùng cũng đều hưởng ứng.

Lời bàn

Lưu Vũ Chu nêu ra ý mình, bất quá cũng chỉ là muốn kêu gọi những người dân đang bị đói nhân cớ ấy mà nổi loạn thôi. Nhưng sự việc ra nông nỗi ấy, đều là do Vương Nhân Cung cả. Vào đời Bắc Tống, Triệu Thanh Hiến[1] làm tri phủ Việt châu,[2] gặp lúc khắp vùng Ngô Việt bị hạn hán to, ông không đợi đến lúc dân đói, đã sớm có sự quy hoạch, phủ dụ người dân, chuẩn bị mọi việc cần làm, nên sau dù có

---

[1] Tức Triệu Biện.

[2] Nay là Thiệu Hưng thuộc tỉnh Chiết Giang.

đói thiếu, lòng dân vẫn yên. Như đám cẩu quan chỉ biết lo bảo toàn cho bản thân với vợ con mình, quả thật không đáng để nhắc đến!

TĂNG GIÁ LÚA CỨU NẠN ĐÓI[1]

Đời Tống, Phạm Văn Chánh làm tri phủ Hàng Châu, gặp năm mất mùa đói kém, mỗi đấu lúa lên giá đến 120 đồng tiền, dân tình hết sức lo lắng. Phạm Văn Chánh chẳng những không lo giá lúa cao, ngược lại còn tăng thêm lên đến 180 đồng tiền một đấu, đồng thời cho yết bảng nói rõ khắp nơi, rằng Hàng Châu lúa thóc ít ỏi, nay bất chấp giá cao, quyết lòng mua vào. Lại sai người truyền bá tin ấy đi khắp nơi, các quan đồng liêu nghe biết việc này đều không hiểu được vì sao.

Qua mấy ngày sau, thương nhân khắp bốn phương nghe giá lúa ở Hàng Châu rất cao, ồ ạt tranh nhau chở lúa đến. Khi ấy, giá lúa chẳng cần tác động mà tự nhiên xuống thấp, thật vô cùng có lợi cho người dân.

Lời bàn

Cũng đồng một ý tưởng như thế này là vào năm mất mùa đói kém lại gia tăng thật nặng nề chuyện sưu dịch, sử dụng nhân công vào việc tu tạo chùa chiền tự viện, xây dựng sửa sang cầu cống...

Người ta thảy đều biết rằng khi mùa màng thất bát ắt việc sưu dịch công ích nên bãi bỏ, nhưng lại chẳng biết rằng những năm như thế thì người dân

---

[1] Trích từ sách Hoang chánh bị lãm - 荒政備覽. (Chú giải của soạn giả)

nghèo thật không có việc gì để làm, chẳng phải lại càng mau chết đói sao? Khi sưu dịch tăng cao, tất nhiên những nhà hào phú không muốn đi làm, buộc phải xuất tiền bạc lúa thóc thuê người làm thay, tự nhiên lúa thóc được phân tán ra cho dân nghèo. Như vậy cũng chẳng làm hại gì nhà giàu, nhưng mang lại lợi ích cho dân nghèo.

TRỒNG ĐẬU THAY LÚA[1]

Vào đời Tống, Trình Hướng làm quan tri phủ Từ Châu, trời mưa dầm kéo dài ruộng lúa đều hư hỏng. Trình Hướng tính toán thấy rằng khi nước rút ruộng khô ráo thì cày bừa cấy lúa không còn kịp nữa, liền vận động các nhà giàu trong địa phương được mấy ngàn thạch đậu giống, đem phân phát cho nông dân, dạy họ mang rải trên ruộng nước. Nước còn chưa rút hết thì đậu đã bắt đầu nảy mầm, kịp khi nước khô hẳn thì ruộng lúa bị hư hỏng nay đã thành ruộng đậu. Năm ấy tuy mất mùa lúa nhưng dân không đến nỗi đói kém chính là nhờ thu hoạch được đậu.

Lời bàn

Trước đây tôi từng đọc qua sách "Tứ hữu trai tùng thuyết", thấy có nói đến một sách lược có thể dùng cho năm mất mùa đói kém. Đó là yêu cầu tất cả các phủ, châu, huyện đều áp dụng việc nộp tiền phạt chuộc tội, rồi tận dụng số tiền thu được để mua lúa thóc vào kho. Hết thảy những tội từ sung quân trở xuống đều

---

[1] Trích từ sách Văn hiến thông khảo - 文獻通考. (Chú giải của soạn giả)

cho phép nộp lúa chuộc tội. Nếu như một vùng gặp thiên tai hạn hán, nên liên lạc với những vùng không gặp thiên tai hạn hán để tạm thời vay mượn cứu dân, năm sau sẽ hoàn trả. Được như vậy ắt là trăm họ sẽ không phải lưu lạc phương xa, triều đình cũng không phải lo lắng nhiều. Những điều đúng đắn như thế rất cần phải gấp gấp thi hành, mong rằng những ai có thiện tâm sẽ cố gắng truyền bá đến với những người đang giữ quyền cai trị các địa phương.

KHÁNG NGHỊ CỨU DÂN LIÊU DƯƠNG[1]

Vào triều Minh, năm cuối niên hiệu Gia Tĩnh,[2] vùng Liêu Dương gặp nạn hạn hán đói kém lớn, đến nỗi quân dân vì đói thiếu mà sát hại lẫn nhau. Binh bộ Thị lang họ Vương dâng sớ lên triều đình xin cứu tế, đề nghị giúp 2 vạn thạch thóc, lại tính toán việc vận chuyển theo đường bộ đến Sơn Hải, chi phí mỗi một vạn thạch ước đến 8.000 lượng bạc, quan viên địa phương đều cho là việc hết sức khó khăn.

Bấy giờ, Hứa Bá Vân, người ở Côn Sơn, đang làm quan Cấp sự, cho rằng người dân Liêu Dương mạng sống mong manh chỉ còn trong sớm tối, nếu dùng đường bộ để vận chuyển không chỉ là kéo dài ngày, mà trên đường còn gây phiền nhiễu cho dân chúng, không bằng nên tạm gỡ bỏ lệnh cấm đường biển, cho dùng thuyền chở lương thực đến Liêu Dương, như vậy ắt có thể giương buồm đến nơi nhanh chóng.

---

[1] Trích từ sách Tỏa vi quản kiến - 瑣闈管見. (Chú giải của soạn giả)

[2] Tức là năm 1566. Niên hiệu Gia Tĩnh kéo dài từ năm 1522 đến năm 1566.

Suy tính rồi liền dâng sớ lên triều đình cực lực kháng nghị, xin thay đổi việc vận chuyển đường bộ sang đường thủy. Lại đem cả tánh mạng toàn gia của mình ra để đảm bảo cho việc vận chuyển bằng đường biển nếu có phát sinh bất kỳ vấn đề gì. Triều đình chấp nhận thỉnh cầu của ông, chuẩn y theo số lương thực trong bản sớ trước đó, lại lấy thêm lúa từ kho ở Thiên Tân, số lượng tăng lên đến hơn 10 vạn thạch, cấp tốc dùng thuyền vận chuyển theo đường biển đến Liêu Dương. Trăm họ ở Liêu Dương được cứu tế, tiếng hoan hô mừng vui kinh trời động đất. Nhờ đó, số người thoát chết tính ra rất nhiều. Dân chúng Liêu Dương lập đền thờ Hứa Bá Vân, đến nay vẫn còn.

Lời bàn

Ấy thật là đem tâm chí thành thương xót mà lo việc cứu tế, gấp rút như cứu người đang dầu sôi lửa bỏng, dâng sớ hết lời trần tình, ân đức rộng đến lê dân. Tuyệt vời thay Hứa Bá Vân! Ân đức ấy thật hết sức lớn lao!

ĐỨC ĐỘ KHÔNG PHÔ BÀY[1]

Vào đời nhà Minh, trong khoảng niên hiệu Sùng Trinh,[2] có vị tiến sĩ quê ở huyện Thường Thục là Tưởng Uyển Tiên, ngẫu nhiên ghé lại Côn Sơn thăm nhà Chu Minh Viễn, vốn là bạn thi đỗ cùng khoa. Năm ấy gặp nạn đói kém dữ dội, đến nỗi vợ chồng, cha con trong

---

[1] Xem trong sách Chu tử du bút ký - 周子愉筆記. (Chú giải của soạn giả)

[2] Niên hiệu Sùng Trinh thuộc đời vua Minh Tư Tông, bắt đầu từ năm 1628 và kéo dài đến tháng 3 năm 1644.

một nhà cũng không còn khả năng lo cho nhau. Bấy giờ có người họ Quách, muốn bán vợ mình đi nhưng vì còn có đứa con quá nhỏ đang bế trên tay nên không bán được. Suy tính không còn đường nào khác, liền nói rằng: "Mỗi người phải tự lo tìm đường sống thôi." Rồi mang đứa con nhỏ đặt bên lề đường.

Tưởng Uyển Tiên thấy việc như thế hết sức đau lòng, than rằng: "Sao có thể chỉ vì miếng ăn vào bụng mà trong phút chốc ly tán cả một gia đình?" Liền hỏi người ấy cần bao nhiêu tiền. Đáp: "Mười lăm ngàn đồng." Uyển Tiên dốc hết túi riêng chỉ được mười ngàn đồng, liền hỏi Minh Viễn vay năm ngàn đồng cho đủ số. Minh Viễn nói: "Việc thiện ở thế gian nên để cho mọi người cùng góp sức, ông sao nỡ vô tâm chỉ muốn riêng mình làm người tốt?" Nói rồi liền góp vào số năm ngàn đồng ấy. Nhờ đó mà người vợ không bị bán đi, đứa con cũng được giữ lại.

Về sau, nhà họ Quách cũng gầy dựng được đôi chút sản nghiệp, đưa con đến tìm Tưởng Uyển Tiên lạy tạ ơn cứu giúp. Tưởng Uyển Tiên không cho lạy, lại cũng không bao giờ nhắc đến việc ấy.

Lời bàn

Chu Minh Viễn chính là ông nội của Chu Tử Di sau này, cùng với Tưởng Uyển Tiên giao du hết sức thân thiết. Tôi có đọc sách của Chu Tử Di viết về những công hạnh tốt đẹp của 3 đời nhà họ Tưởng, thật rất đầy đủ. Nhân đó mới trích ra một số chuyện, chép vào ở phần cuối của sách *Bách phước biền trân* (百福駢臻), ở đây không kể ra nhiều.

CÂN ĐO PHẢI CÔNG BẰNG, KHÔNG ĐƯỢC BÁN RA NON, THU VÀO GIÀ

Giảng rộng

Ở đây không nói đến hành vi hay lời nói, chỉ nhấn mạnh vào việc "cân đo". Đó là vì hành vi hay lời nói đều có ý chủ quan. Đã có ý chủ quan, ắt có ý muốn lợi riêng về mình. Chẳng bằng dựa vào sự "cân đo" vốn chẳng có ý riêng, luôn khách quan, công bằng.

Nói công bằng, có nghĩa là vật nhẹ cho kết quả nhẹ, vật nặng cho kết quả nặng, không hề phân biệt đó là đang cân để bán ra hay cân để mua vào. Vua Thuấn khi tuần du bốn phương, ấn định việc đong lường các nơi đều phải như nhau. Chu Văn vương vừa lên ngôi, trước tiên đã lo việc thẩm sát chuẩn mực cân đo xem có thích hợp đúng đắn hay không. Nếu không trước hết đề xuất lấy sự công bằng làm trọng, làm sao tránh khỏi trong lúc cân đo người ta lại không tùy ý tăng giảm làm sai lệch kết quả? Trong việc đong lường, ắt phải tương đồng các đơn vị như thăng, hộc...; trong việc đo đạc, ắt phải tương đồng về thước, tấc...; nói đến sự lệch lạc nặng hay nhẹ, non hay già, đó là nói chung về tất cả những kết quả cân đong đo đếm, như nhiều hay ít, lớn hay nhỏ, dài hay ngắn, tinh hay thô...

Việc cân đo phải công bằng, không có nghĩa là

mỗi khi cân đo đều phải yêu sách, đòi hỏi sự công bằng, mà nên biết giữ sự công bằng tự trong thâm tâm, lúc nào cũng phải xem trọng sự công bằng, lấy đó làm khuôn thước. Được như vậy rồi thì tâm địa trở nên khoan dung rộng lớn, tự nhiên mỗi lúc cần phải cân đo, dù không lưu tâm cũng vẫn giữ đúng mực công bằng.

Trưng dẫn sự tích

KHIỂN TRÁCH KHÔNG CHỊU TỈNH NGỘ[1]

Đế Quân kể rằng: Người dân vùng Thục quận (Tứ Xuyên) khéo tùy cơ ứng biến, giỏi việc mưu lợi cho riêng mình. Có người tên Lê Vĩnh Chánh, nhà ở phía ngoài Đông Thành, vốn là thợ đóng xe. Vĩnh Chánh chê việc đóng xe nặng nề mà làm ra rồi bán rất chậm, bèn đổi nghề làm các dụng cụ đo lường như đấu, hộc... sau lại làm cả cân với quả cân. Được một năm, có người khách đến đặt hàng dặn phải làm cái đấu cho sâu hơn, quả cân nặng hơn, rồi trả thêm cho nhiều tiền hơn. Ông ta có khả năng làm ra được những quả cân non hoặc già, những cái đấu hơi nhỏ hơn hoặc lớn hơn, rất tinh vi khó biết. Tay nghề của ông ta càng cao thì lại càng có nhiều người sử dụng các dụng cụ do ông làm ra, rộng rãi khắp nơi, tội lỗi ác nghiệt ngày càng nặng nề hơn. Ta đã sai thần địa phương là Đoàn Ngạn hiện ra trong giấc mộng trách phạt, dùng roi đánh Lê Vĩnh Chánh, nhưng ông ta

---

[1] Trích từ sách Văn Xương hóa thư - 文昌化書. (Chú giải của soạn giả)

tỉnh ra vẫn không hối cải. Ta liền phạt ông ta phải mù hai mắt. Năm đó Vĩnh Chánh chưa được 40 tuổi, vợ bỏ đi theo người khác, 2 đứa con sinh ra cũng mù lòa, chịu đủ mọi điều khổ não. Nhưng ông ta bỏ nghề thì chẳng biết làm gì để sống, nên vẫn cố dùng tay thay mắt, ước chừng rộng hẹp, dài ngắn, lại tiếp tục làm theo yêu cầu của khách hàng. Năm ngón ở bàn tay trái của Vĩnh Chánh từ sáng sớm đã chịu đau đớn, đến chiều gần như không thể cử động được nữa, máu mủ thường chảy ra, hết sức khổ sở. Dần dần, các khớp ngón tay rơi rụng, ông ta không còn cầm nắm bằng tay được nữa, phải đi ăn xin ngoài chợ.

Vĩnh Chánh tự nói ra tội lỗi của mình với mọi người, đến 3 năm sau thì chết, hai đứa con cũng nối tiếp nhau chết vì đói. Do đó mà số người sử dụng những dụng cụ đo lường sai lệch do Vĩnh Chánh làm ra không còn nhiều nữa.

Lời bàn

Đời nhà Thanh, vùng Thiệu Hưng thuộc tỉnh Chiết Giang có người đến Tô Châu thuê nhà ở. Người này có nghề khéo nấu bạc đúc thành các loại đồ chứa. Trong lúc nhận làm cho khách, ông ta lén lấy bớt đi số lượng bạc của khách. Năm Bính Tý niên hiệu Khang Hy,[1] vào ngày mồng 3 tháng 7, đang trong lúc đúc đồ chứa, bỗng nhiên có người dở miếng ngói trên mái nhà ông ta trống ra. Ông lấy tay che lại, bỗng có tiếng sét đánh xuống, làm đứt hẳn một nửa cánh tay. Tuy

---

[1] Tức là năm 1696.

chưa đến nỗi chết, nhưng thân thể khi ấy không còn khả năng nhấc được vật gì lên nữa. Cho nên, đối với các loại đồ dùng mà có sự gian lận, ắt không khỏi có sự liên quan đến tạo vật.

CHỊU PHẠT LÀM THÂN TRÂU[1]

Vào đời Đường, ở huyện Vạn Niên thuộc Ung châu[2] có người họ Nguyên, cưới vợ họ Tạ. Hai vợ chồng có đứa con gái gả cho Lai A Chiếu là dân ở Long thôn. Niên hiệu Vĩnh Huy năm cuối[3] đời Đường Cao Tông, Tạ thị qua đời. Đến tháng 8 năm đầu niên hiệu Long Sóc,[4] bà hiện về báo mộng cho đứa con gái, nói rằng: "Mẹ lúc còn sống dùng đấu nhỏ hơn để đong rượu bán, gian lận tiền của người khác quá nhiều, nay đang phải chịu tội, làm con trâu ở nhà một người dưới chân núi Bắc Sơn, gần đây lại bị bán về nhà Hạ Hầu Sư ở gần chùa Pháp Giới để cày ruộng, khổ cực vô cùng. Mong con có thể mang tiền đến đó chuộc mẹ ra." Đứa con gái thức dậy, đem việc ấy mà khóc kể với chồng.

Tháng giêng năm sau, tình cờ gặp một vị ni sư ở chùa Pháp Giới đến Long thôn, hỏi ra mới biết tường tận mọi việc. Hai vợ chồng liền chuẩn bị tiền bạc tìm đến nhà kia để chuộc trâu. Trâu nhìn thấy người con gái thì khóc. Cô ta mua được trâu về, tận tâm nuôi

---

[1] Trích từ sách Minh báo thập di - 冥報拾遺. (Chú giải của soạn giả)

[2] Nay là tỉnh Thiểm Tây.

[3] Tức là năm 655.

[4] Tức là năm 661.

dưỡng. Vương phi và thị nữ của Vương Hầu ở kinh thành nghe biết chuyện này, liền cho gọi người con gái của Tạ thị, bảo dắt trâu đến cho Vương phi xem, rồi ban cho tiền bạc, vải lụa.

Lời bàn

Dùng đấu nhỏ hơn để đong cho người là thói gian lận thường gặp ở dân phố chợ, ắt phải chịu sự trừng phạt đến như thế. Cho nên những kẻ gian lận của người để thủ lợi, ỷ thế cưỡng bức mua lấy vật dụng của người, nói chung đều không tránh khỏi sự nguy hiểm.

NỐI NGHIỆP NHÀ TỐT ĐẸP[1]

Đời Minh, ở Dương Châu có nhà giàu có, mở một cửa hàng ở phía nam. Đến lúc sắp chết, gọi con đến trao cho một cái cân mà nói: "Đây là vật đã giúp ta dựng nên gia nghiệp." Đứa con hỏi vì sao, ông đáp: "Đòn cân này làm bằng gỗ mun, bên trong có giấu thủy ngân. Khi cân bán ra thì trước đã nghiêng cho thủy ngân chạy về đầu cân, người ta thấy tưởng rằng vật đã đủ nặng, không biết rằng thật ra còn nhẹ. Khi cân mua vào thì trước đã nghiêng cho thủy ngân chạy về đuôi cân, người ta thấy tưởng rằng vật cân còn nhẹ, nhưng không biết rằng thật ra đã nặng. Ta nhờ đó mà giàu có." Đứa con nghe như vậy thì trong lòng kinh sợ nhưng không dám nói ra.

Người cha chết rồi, đứa con lập tức mang cái cân

---

[1] Trích từ sách Cảm ứng thiên đồ thuyết - 感應篇圖說. (Chú giải của soạn giả)

ấy ra thiêu hủy. Khi đốt thấy trong đám khói bay lên có vật gì hình giống như rồng, như rắn. Chẳng bao lâu sau, có 2 người con trai đều chết cả. Khi ấy liền than thở rằng đạo trời thật không công bằng, nhân quả đảo điên trái ngược. Một hôm, nằm mộng thấy mình đi đến một nơi, có quan phủ ngồi trên án đường, dạy rằng: "Cha của ngươi vốn số mạng giàu có, thật chẳng cần phải dùng đến cái cân gian lận. Nhưng vì ông ta có tâm bất chính, chẳng giữ lẽ công bằng, nên Ngọc Đế có lệnh sai hai vì tinh tú là Phá tinh với Háo tinh[1] xuống trần, đầu thai vào nhà để hủy hoại gia nghiệp nhà ngươi. Sau khi gia nghiệp đã suy sụp rồi, ắt phải chịu thêm hỏa hoạn. Nay xét thấy ngươi có thể sửa được lỗi lầm của cha ngày trước, buôn bán giữ được lẽ công bằng, nên Ngọc Đế đặc biệt cho triệu hồi Phá tinh với Háo tinh về, sắp tới sẽ cho ngươi được có con ngoan hiền, ngày sau được vẻ vang vinh hiển. Ngươi nên cố sức làm điều thiện, chớ nên oán thán lẽ trời."

Người kia tỉnh dậy hiểu ra mọi sự, từ đó càng kiên trì làm thêm rất nhiều việc thiện. Sau quả nhiên ông sinh được hai người con, đều đỗ tiến sĩ.

Lời bàn

Theo đúng lý thì những chuyện tốt xấu, lành dữ xảy ra với người đời đều có nguyên nhân tiềm ẩn, chỉ là người phàm mắt thịt không có khả năng thấy biết mà

---

[1] Phá tinh (破星) với Háo tinh (耗星): theo người Trung Hoa thời xưa thì đó là hai vì sao chiếu mệnh rất xấu. Phá (破) là phá hoại và háo (耗) là hao tốn.

thôi. Nhưng luật nhân quả báo ứng, dù một mảy may cũng không sai lệch.

Xưa ở Cô Tô (Tô Châu) có người họ Doãn sống bằng nghề viết đơn kiện, xúi giục người khác kiện tụng lẫn nhau. Trong nhà lúc nào cũng có nhiều người đến nhờ viết giúp, đông như họp chợ. Sau người ấy sinh được một đứa con, dung mạo hết sức tuấn tú, thông minh tuyệt trần. Nhân đó, họ Doãn tự hối hận lỗi lầm của mình, bỏ không làm việc viết đơn từ cáo trạng nữa.

Chẳng bao lâu, đứa con trai hốt nhiên bị mù cả 2 mắt. Họ Doãn đau buồn uất hận lắm, trở lại viết đơn kiện như trước. Chưa được một năm thì 2 mắt của đứa con trai sáng ra. Do đó mà họ Doãn cho rằng đạo trời chẳng công bằng, từ đó tuyệt đối không tin lẽ nhân quả, họa phước gì nữa cả.

Đứa con trai họ Doãn tên Minh Đình, vào năm Kỷ Sửu niên hiệu Thuận Trị[1] thì đỗ tiến sĩ. Nhưng rồi chưa được mấy năm, nhân lúc đi nhận chức quan, giữa đường gặp quân phiến loạn, cả nhà đều bị giết, không sống sót một ai.

---

[1] Tức là năm 1649.

VỚI KẺ DƯỚI PHẢI KHOAN THỨ, KHÔNG NÊN KHẮC NGHIỆT, SOI MÓI

Giảng rộng

Chẳng thấy như lúc bỏ tiền mua nô tì, mẹ con phải ly biệt đau khổ đến mức nào sao? Mẹ hiền ruột gan như xé nát, vạn bất đắc dĩ mới phải bước ra về, trước lúc ấy còn dặn dò lại con rằng: "Cha mẹ nghèo làm khổ con rồi! Thôi hãy gắng sức, khéo phụng sự chủ nhân. Chủ có gọi phải to tiếng dạ, chủ có dạy phải lắng tai nghe. Cùng là tôi tớ với nhau chớ tranh giành ganh ghét. Hình hài của con đó là máu thịt mẹ cha, trước đây thương quý nâng niu như châu ngọc, đâu ngờ phải gấp rút đến lúc chia lìa như hôm nay. Mẹ nếu có được tiền, nhất định sẽ đến chuộc con về. Từ nay con phải tự lo cho thân mình, đừng để đến nỗi phải chịu đòn roi đánh phạt."

Dặn dò cẩn thận như vậy rồi, lời chưa dứt thì mẹ con đã không kiềm được mà cùng ôm nhau khóc lớn. Cảnh ấy thật đau đớn thay! Nếu biết nghĩ đến cảnh ấy thì xót thương còn không hết, làm sao có thể nỡ lòng khắt khe, soi mói tìm lỗi để trách phạt?

Trong Kinh dạy rằng: "Người đời đối với kẻ tôi tớ giúp việc, phải giữ trọn theo năm điều. Một là, trước phải xét hỏi xem có đói khát, rét lạnh hay không, sau đó mới sai khiến công việc. Hai là, nếu tôi tớ có bệnh phải lo việc cứu chữa, điều trị. Ba là, không được lạm dụng đòn roi, trước hết phải hỏi rõ ngọn nguồn sự việc rồi mới nghĩ đến việc trách phạt. Nếu là việc có thể tha thứ thì nên tha thứ; nếu buộc lòng phải trách phạt, thì nên vì sự dạy dỗ mà trách phạt. Bốn là, tôi tớ có chút đỉnh tiền riêng, không được cậy quyền chiếm đoạt. Năm là, cấp phát đồ dùng phải thực sự công bằng, không được thiên vị kẻ nhiều người ít, kẻ tốt người xấu."

Trong thế gian, những kẻ làm thân tôi tớ ắt phải là hết sức tối tăm, khổ sở. Bởi tối tăm nên ắt phải mau quên khó nhớ, rối loạn mọi việc. Bởi khổ sở nên dung mạo khó coi, thường nói lời vô nghĩa, nói ra đường đột xúc phạm người trên nhưng vẫn thường tự cho mình là đúng, gượng ép cãi cọ không thôi. Chính vì vậy mà thường tự chuốc lấy đòn roi trách phạt. Nhưng đối với những người tôi tớ như vậy mà khắt khe soi mói để trách phạt họ, thì người chủ ấy rõ ràng là không sáng suốt, lại thêm bụng dạ hẹp hòi. Nguyện sao cho những người làm chủ đều là người nhân hậu, rộng lòng khoan thứ, nên nghĩ đến những kẻ tôi tớ như con cái của chính mình. Đang lúc phải dùng đòn roi, cũng nên dạy dỗ rầy la; đang lúc dạy dỗ rầy la, cũng nên khuyên bảo khích lệ. Được như vậy ắt là tự mình cũng không hao tổn tinh thần, mà kẻ tôi tớ cũng không phải chịu đớn đau thể xác. Không chỉ là trong hiện tại được danh thơm tiếng tốt, mà còn có thể tạo thành nền nếp tốt đẹp cho gia đình trong tương lai.

Trưng dẫn sự tích

SAU KHI CHẾT KHÔNG CÓ NÔ TỲ[1]

Thời Nam Bắc triều, ở Bắc Tề có viên quan họ Lương, nhà hết sức giàu có. Lúc sắp chết bảo vợ con rằng: "Ta bình sinh yêu thích một nô tỳ với con ngựa hay, các ngươi phải vì ta mà chôn theo khi tống táng."

Sau khi họ Lương chết, người nhà liền dùng bao chứa đầy đất đè lên người đứa nô tỳ, ngạt thở mà chết. Riêng con ngựa còn đợi đó, chưa giết. Nô tỳ chết được bốn ngày thì bỗng nhiên sống lại, kể rằng:

"Tôi chết rồi, hồn đi đến phủ Diêm vương, ở bên ngoài cửa ngủ lại một đêm. Sáng hôm sau, nhìn thấy ông chủ bị xiềng xích gông cùm, có người áp giải vào. Ông chủ bảo tôi rằng: 'Ta cứ tưởng sau khi chết cũng cần dùng đến nô tỳ, nên mới dặn người nhà cho ngươi xuống, đâu có ngờ đến hôm nay thì mỗi người đều tự chịu khổ não, chẳng liên quan gì đến nhau. Ta sẽ thỉnh cầu phán quan thả ngươi về.'

"Ông chủ nói rồi phải vào trong điện. Tôi đứng bên ngoài liền ghé mắt nhìn trộm vào, thấy có vị quan tra hỏi quân lính rằng: 'Hôm qua ép ra được nhiều ít mỡ?' Quân lính thưa: 'Được 8 đấu.' Quan dạy rằng: 'Tên họ Lương đó cần phải ép nữa, hãy ép cho ra đủ một thạch[2]

---

[1] Trích từ sách Pháp uyển châu lâm - 法苑珠林. (Chú giải của soạn giả) Xem Pháp uyển châu lâm - Đại Chánh tân tu Đại tạng kinh, tập 53, kinh số 2122, quyển 36, bắt đầu từ dòng 19 trang 577, tờ c. Đoạn kể lại ở đây có lược bỏ một vài chi tiết nhỏ.

[2] Pháp uyển châu lâm chép là "một hộc sáu đấu" (一斛六斗), tuy cách gọi khác nhưng vẫn tương đồng, mỗi hộc hay mỗi thạch ở đây đều được hiểu là 10 đấu.

sáu đấu mỡ.' Ông chủ lập tức bị dẫn đi, không kịp mở miệng nói điều gì.

"Hôm sau lại thấy ông chủ bị dẫn đến, nhưng vẻ mặt có phần hoan hỷ. Quan tra hỏi: 'Có ép được mỡ không?' Quân lính đáp: 'Dạ không.' Quan hỏi nguyên do, quân lính thưa: 'Người nhà ông ấy thỉnh chư tăng tụng kinh lễ Phật, mỗi khi nghe tiếng kinh kệ thì đà sắt tự gãy lìa, nên không ép ra được mỡ.' Ông chủ nhân lúc đó liền lên tiếng xin tha cho tôi về, lại nhờ nhắn lời về với người nhà rằng: 'Nhờ các người làm điều phước thiện nên ta được thoát nỗi khổ lớn, nhưng giờ thật chưa thoát hết tội, mong các người tiếp tục vì ta tụng kinh, tạo tác tượng Phật, ta nhờ đó có thể được giải thoát. Từ nay về sau tuyệt đối không được sát sinh để cúng tế, chẳng những ta không hề được hưởng những thứ ấy, mà ngược lại còn phải chịu tăng thêm tội khổ.'"

Lời bàn

Sau khi chết rồi không thể sử dụng nô tỳ, cũng giống như sau khi nghỉ việc quan thì không thể sai khiến những kẻ giúp việc trong nha môn. Còn như việc tụng kinh có thể tạo phước, làm việc sát sinh ắt gây họa cho người chết, lẽ ấy cũng là đương nhiên.

NÔ TỲ BÌNH ĐẲNG VỚI NGƯỜI CAO QUÝ[1]

Tại Hồng Châu[2] có quan tư mã là Vương Giản Dị bị chứng đau bụng, trong bụng thấy có một khối cứng, tùy theo hơi thở mà di chuyển lên xuống. Ông ấy đau quá đã chết đi, sau sống lại nói với vợ rằng: "Ta bị triệu đến chốn âm ty, vì có đứa nô tỳ kiện ta. Nó nói rằng vì bị ta kiềm chế mất tự do thái quá đến nỗi phải tự vẫn. Nay cái khối cứng trong bụng ta chính là nó đó. Âm ty tra xét sổ bộ thấy ta còn được sống trên dương gian 5 năm nữa, vì thế thả cho ta về."

Người vợ hỏi: "Đứa nô tỳ sao lại dám làm như vậy?" Giản Dị đáp: "Thế gian phân chia kẻ sang quý, người hạ tiện, chốn âm ty đều xem bình đẳng như nhau thôi."

Năm năm sau, quả nhiên Vương Giản Dị bị tái phát chứng đau bụng mà chết.

Lời bàn

Kẻ tôn quý với người thấp hèn, đều do sự phân biệt đối xử mà thành; cha con chồng vợ, bất quá cũng chỉ tạm thời giả hợp thành danh xưng, xét từ đầu vốn không phải những vị trí, danh xưng rốt ráo. Như nhà ở kề cận ta về phương đông, quay nhìn sang nhà ta ắt gọi là phương tây; như từ chỗ nhà của người ở về phương đông của ta mà nói, thì căn nhà kề cận về phương tây của họ, đối với ta lại là phương đông. Cha

---

372

ta gọi ta là con, ấy là nhìn từ phía của người làm cha. Nếu như nhìn từ phía con ta, ắt lại phải gọi ta là cha. Đường xuống suối vàng vốn đã không còn nghe đến chuyện cháu con vui vầy, huống chi đến chốn Quỷ môn quan lại còn có nô tỳ phục dịch bên mình được sao?

NHẪN CHỊU ĐƯỢC ĐIỀU KHÓ NHẪN[1]

Triều Minh có quan Tư đồ là Mã Sâm. Cha ông đến năm 40 tuổi mới sinh con. Con lên 5 tuổi, dung mạo xinh đẹp, cả nhà đều thương yêu trân quý như châu ngọc. Một hôm, đứa tớ gái bế ra ngoài chơi, sẩy tay làm té ngã bị một vết thương trên trán phía bên trái mà chết. Cha ông lúc đó nhìn thấy mọi việc, lập tức gọi đứa tớ gái bảo chạy trốn đi, rồi tự tay bế xác con vào nhà. Mẹ ông đau đớn kinh hồn, nặng tay xô đẩy cha ông té ngã nhiều lần, quyết tìm cho ra con tớ gái mà đánh cho đến chết, nhưng nó đã chạy xa rồi.

Đứa tớ gái chạy về nhà cha mẹ, kể thật sự tình. Cha mẹ nó vô cùng cảm động trước sự tha thứ của ông chủ, ngày đêm thành tâm cầu nguyện cho ân nhân mình sớm sinh quý tử. Năm sau, quả nhiên ông sinh được Mã Sâm, trên trán nơi phía bên trái có một vết sẹo màu đỏ rất rõ.

Lời bàn

Nô tỳ mắc lỗi, còn lỗi nào lớn hơn lỗi làm chết con của chủ? Khoan dung tha thứ, còn có cách nào hơn là

---

[1] Trích từ sách Khuyến trừng lục - 勸懲集. (Chú giải của soạn giả)

buông thả cho đi mất? Kẻ đã làm chết đứa con hiếm muộn lúc tuổi về già của mình, lại thả cho đi không bắt tội, cũng xem như mất hẳn đứa nô tỳ. Nuôi dưỡng được tâm địa như thế, ví như đứa con mà chẳng đủ phước làm đến chức quan Tư đồ, ắt người cha ấy cũng đã thay con mà trồng được cội phước rồi. Bằng như ngược lại, chủ nhân vì con cái mình mà đánh đập, trách phạt tôi tớ, chẳng qua chính là làm tổn hại đến phước thọ của con mình đó thôi.

HUNG BẠO SINH RA RẮN[1]

Vào triều Minh, niên hiệu Sùng Trinh năm thứ nhất,[2] vùng Gia Định có một người họ Cảnh, làm nghề bán mì sợi mà sống. Người vợ ông tính tình hung hãn, thường lăng nhục, ngược đãi tớ gái, khiến nó thật không chịu đựng nổi. Mùa xuân năm Canh Thìn,[3] bà mang thai sắp đến ngày sinh nở, chuyển bụng suốt hai ngày mà không sinh được. Khi ấy, có bà đỡ họ Vương, hết sức... ... ...

(Từ đây trở đi trong cổ bản Hán văn bị mất 21 dòng, mỗi dòng 20 chữ.)

... phong hóa suy vi kiêu bạc,[4] chỉ riêng các vùng

---

[1] Trích từ sách Tiên đại nhân bút ký - 先大人筆記. (Chú giải của soạn giả)

[2] Tức là năm 1628, đời Minh Tư Tông.

[3] Tức là năm 1640.

[4] Câu này bị mất phần trước chỉ còn 3 chữ 下澆風 (hạ kiêu phong) nên không được rõ nghĩa. Có thể đoán phía trước là những chữ mang nghĩa bài trừ, loại bỏ... chẳng hạn.

Thái Thương, Côn Sơn, Gia Định, Sùng Minh, Tùng Giang là còn giữ theo phép sung quân có quan hệ đến đời con cháu.[1] Một khi bị đưa vào, liền chẳng khác gì những kẻ phạm tội phản nghịch.

Đem thân làm kiếp nô tỳ trong nhà những kẻ công danh đại thần, xem như vĩnh viễn không thể thoát ra. Chẳng riêng những kẻ suốt đời phải làm thân nô bộc, cho đến những người theo lệ bắt phải sung quân vĩnh viễn, đều khiến cho con cháu của họ mãi mãi không thể trở thành con cái nhà tốt đẹp. Thật là thảm khốc biết bao! Chẳng dám nghĩ đến việc tự mình làm chủ một gia đình, chỉ riêng hiện nay chịu ơn nặng của mẹ cha cũng đã tự mình không thể lo việc nuôi dưỡng báo hiếu. Làm thân người nô bộc, bất quá chỉ nhận được chút tiền bán thân, nay chủ nhân lại muốn bắt người ta vĩnh viễn suốt đời nô lệ, như thế chẳng phải là trên thì phạm đến hòa khí của trời đất, dưới thì xúc chạm sự phẫn nộ của quỷ thần chốn u minh đó sao?

Trong đời tuy có phân ra kẻ cao quý người hạ tiện, nhưng sinh con ra thì ai ai cũng đều thương yêu trân quý. Thế mà chỉ riêng con cái của những nhà bần cùng khi trở thành nô bộc trong các nhà có danh phận địa vị, ắt là việc dựng vợ gả chồng đều phải phụ thuộc, chẳng được tự do. Hoặc như nữ tỳ có chút

---

[1] Theo Minh sử, phần Hình pháp chí, quyển nhất có ghi: "Bắt vào quân đội có hai hạng, một hạng chung thân, một hạng vĩnh viễn. Hạng sung quân vĩnh viễn là những người phạm tội liên can đến con cháu, nói chung khi phạm vào tội chết nhưng được giảm nhẹ thì sung vào quân đội vĩnh viễn."

nhan sắc, bị ông chủ cưỡng bức chuyện phòng the; hoặc khi bà chủ sinh tâm ghen ghét, thông qua kẻ môi giới mà bán đi phương xa, khiến phải ôm lòng phẫn hận, xấu hổ, oan ức thấu trời xanh mà không thể bày tỏ. Cho đến chuyện còn sống hay đã chết, gia đình thân quyến cũng không chút tin tức hay biết. Đó quả thật là chỗ bi thảm không sao nói hết trong số phận của những đứa con nhà cùng khổ, phải bán cho người làm thân nô bộc.

Ví như làm thân nô bộc lại không con nối dõi, ắt khó nhọc suốt một đời có tích cóp được ít nhiều tài sản đều sẽ bị người chủ công nhiên chiếm lấy, xem như tài sản của ông ta. Thậm chí đến như người chồng của đứa nữ tỳ, nếu có dành dụm được đôi chút tiền bạc, chủ nhà liền nhận rằng cha của nữ tỳ ấy cũng là nô bộc của mình, mượn cớ ấy mà dối trá cướp lấy, cho nên cái họa của một người làm nô bộc suốt đời thật ảnh hưởng đến cả người chung chăn gối.

Cũng chẳng riêng gì những việc như trên, khi đã có người phải chịu cảnh nô bộc suốt đời, ắt lại có những người bị giả mạo vu khống. Chính mắt tôi từng thấy có những kẻ cường hào nhiều thế lực, khi dò xét thấy nhà dân lành yếu đuối thế cô mà có chút tài sản, ruộng vườn, nhà cửa, hoặc người vợ có chút nhan sắc, hoặc có con gái xinh đẹp... liền thống suất gia nhân của mình lên thuyền kéo đến, làm như thể đi bắt cướp không khác, đột nhiên cưỡng bức mang về nhà mình, rồi giải lên quan phủ yêu cầu trừng trị, vu cáo đó là người phản chủ, hoặc mưu sát chủ, lại đưa ra khế thư chứng minh việc bán thân từ nhiều năm trước đây, mà thật ra chỉ là thứ giấy tờ ngụy tạo mà thôi. Đã vậy, bọn quan lại thì nhận hối lộ trước rồi, cứ y theo ý muốn của chúng mà xử, khép tội thật nặng. Sau đó dùng danh phận chủ tớ mà áp đặt, nhận cho khế thư ngụy tạo kia là đúng, xem tội phản chủ là thật, khiến cho người thế cô yếu đuối chịu oan khuất mà không thể bày tỏ, chẳng biết nơi nào để tố giác lên. Tiếp theo lại cân nhắc tính toán theo gia cảnh của người kia, ép phải mang tiền đến chuộc người về.

Thương thay cho người dân nghèo không hiểu pháp luật, lo sợ ngày sau phải chịu sự bức hại, liền mau mau tìm phương cách chạy vạy tiền bạc, lớp thì vay mượn, lớp thì cầm cố để có tiền nhờ người đến biện hộ. Thật không biết rằng quan phủ vốn đã nhận đủ tiền bạc hối lộ, nên căn bản dù có mang tiền chuộc đến rồi cũng không giao trả lại khế thư bán thân kia, chỉ cấp ra một mảnh giấy làm bằng chứng mà thôi. Hóa ra khi có thêm mảnh giấy này thì tờ khế thư ngụy tạo trước kia giờ lại càng thêm tính xác thực, vì bản thân đương sự đã đến xin nộp tiền chuộc thân, tức là thừa nhận khế thư kia là đúng thật, không còn cách nào có thể biện bạch cho ra lẽ được nữa. Quả nhiên đúng vậy, đợi đến 3 năm hoặc 5 năm sau, lại y theo lối cũ gọi người đến phục dịch. Bấy giờ, nếu nghe lời mà đến làm tôi tớ thì số tiền chuộc năm xưa hóa ra uổng phí. Bằng muốn cố sức giữ lấy chút thể diện, ắt là tài sản gia nghiệp phải mất hết. Thậm chí gian dối bức hại cho đến khi người kia chỉ còn lại tấm thân trơ trọi mà thôi!

Như thế quả thật là một lũ cường bạo đạo tặc núp bóng cửa quan, một đám lang sói đội lốt lễ giáo. Chỉ vì xã hội chưa trừ bỏ đi tục lệ bán thân làm tôi tớ suốt đời,[1] nên từ đó mà sinh ra vô số những điều hệ lụy xấu ác. Theo lẽ thường, như bán thân một lượng, nếu muốn chuộc cũng phải mang đến một lượng, đối với người bán thân mà nói thì một khi đem thân cúi đầu phục vụ cũng đã xem như phó mặc số phận một đời.[2] Huống chi nếu bỏ ra một lượng lại đòi hỏi người ta muốn chuộc phải trả lại gấp nhiều lần, theo tôi như thế thật quá tham lam, tổn hại đến đạo trời. Cớ sao cũng cùng là đồng tiền, khi chủ mua nô bộc thì 3 lượng, 5 lượng đều to lớn, xem nặng như Thái sơn; đến khi nô bộc muốn nộp tiền chuộc thân thì lại tăng lên đến số trăm, số ngàn, xem nhẹ như cỏ rác?

Mong sao những bậc quân tử giàu lòng nhân ái đều phát khởi tâm nguyện đại từ đại bi, cùng nhau dâng biểu tấu lên triều đình, sớm có sắc lệnh nghiêm cấm không được gọi gia nhân của các nhà hào phú là quân,[3] và những kẻ nô bộc bán thân nên có hạn kỳ, không phải làm nô bộc suốt đời. Đối với người đã bán thân, chỉ giới hạn với riêng người ấy thôi. Lại nên quy định việc khi nô bộc cưới vợ hoặc theo chồng, người chủ không được đứng ra thu nhận tiền tài lễ vật. Đối

---

[1] Thực chất đây chính là chế độ nô lệ kiểu phương Đông.

[2] Ý nói cho dù một chỉ phải trả lại bằng số tiền bán thân cũng đã quá khó khăn đối với người nô bộc.

[3] Theo ý nghĩa câu này, có thể đoán rằng đoạn bị mất trước đây (420 chữ) có lẽ nói về tệ nạn gia nhân các nhà cường hào tự xem họ như quân binh, dùng thế lực ấy để bức hiếp dân lành.

với số tiền chuộc người, phải quy định không được nâng lên cao hơn số tiền ban đầu. Ví như có người đến cửa quan tố cáo người khác là nô bộc phản chủ, cần tra xét kỹ để loại trừ trường hợp gian trá hại người.

Lại mong sao các địa phương trực thuộc đều tuân thủ đúng theo sắc lệnh, cho khắc những điều lệnh này lên bia đá, đặt ở chốn đông người. Làm được như vậy, không chỉ giúp cho ngàn vạn bậc cha ông không để khổ lụy đến đời con cháu, mà ngàn vạn cháu con cũng sẽ không rơi vào cảnh phải oán trách cha ông; chẳng những giúp cho ngàn vạn gia đình hiền lương trong chốn dân dã thoát được tai họa do bọn cường hào dựng chuyện vu cáo hãm hại, lại cũng giúp cho ngàn vạn cô gái con nhà hiền lương thoát được cảnh sỉ nhục vì bị bọn cường hào cưỡng bức thất thân.

Như vậy, đám con cháu của các nhà giàu sang danh vọng mới biết tự lo lấy thân, không dám khởi sinh những ý niệm tà ác, không cướp giật tiền tài phi nghĩa, nhờ đó mà bồi đắp được tông miếu tổ tiên, như vậy chẳng phải là tạo được phúc đức sâu dày lắm sao?

Giảng rộng bài văn Âm chất
Hết Quyển thượng

PHỤ ĐÍNH:
NGHIÊM CẤM SÁCH KHIÊU DÂM[1]

Nhan Quang Trung nói rằng: "In ấn phổ biến các sách khiêu dâm, dụ dỗ dẫn dắt kẻ ăn chơi, đó là những việc giết người không cần đổ máu. Khi có bậc thánh nhân ra đời, nhất định sẽ gấp rút thu gom thiêu hủy hết thảy các sách dâm ô tà đạo, cũng như các bản gỗ[2] dùng để in ấn chúng. Những kẻ tham gia việc in ấn lưu hành đều phải xử tội thật nặng, xem đồng với tội phạm năm điều đại nghịch, không thể miễn giảm tha thứ. Có như vậy thì phong tục mới được thuần mỹ, mà nền nếp tri thức mới duy trì được theo đường ngay nẻo chính."

Viên Liễu Phàm cũng có nói rằng: "Người nào làm việc thu gom các sách dâm ô tà đạo, kích động bạo lực để thiêu hủy hết đi, sẽ được phước báo con cháu nhiều đời đều có lòng trung hiếu tiết nghĩa. Người nào ưa thích đọc các tiểu thuyết khiêu dâm, lại mang những sách khiêu dâm, bạo lực v.v... cất giữ cùng một nơi với các sách của thánh hiền, sẽ chịu quả báo con cháu nhiều đời ham mê dâm dục. Người nào

---

[1] Trích từ sách Gia đình bảo phạt. (Chú giải của soạn giả)

[2] Việc in ấn ngày xưa được thực hiện bằng cách khắc chữ ngược lên các phiến gỗ, dùng mực bôi đều rồi in vào giấy. Vì thế, muốn in một quyển sách trước hết phải thực hiện việc khắc bản gỗ. Bản gỗ này cũng được lưu trữ để sử dụng nhiều lần.

làm việc in ấn lưu hành hoặc mua bán các sách khiêu dâm, bạo lực... để trục lợi, sẽ chịu quả báo con cháu nhiều đời hèn kém hạ tiện."

Tất Hiệu Lương nói: "Những quyển sách khiêu dâm quả thật là lưỡi dao sắc bén giết chết người. Chỉ mong sao cho các em thanh niên thiếu nữ con em chúng ta, một khi nhìn thấy những loại sách độc hại chết người ấy thì lập tức xé nát, thiêu hủy. Nếu gặp bạn bè xấu đam mê những thứ ấy thì xa lánh không giao du nữa. Phải giúp nhau nhắc nhở cảnh giác ngăn ngừa, đừng để rơi vào cái nguy cơ giết người không hình trạng đó.

"Nay tôi khẩn thiết cúi đầu có lời thưa trước chư vị trong ngành xuất bản cùng giới văn nhân trước tác, ai trong chúng ta cũng đều có con em, chồng vợ, sao lại nhẫn tâm đẩy những người thân yêu ấy vào nơi tối tăm u ám, vào con đường dẫn đến tử vong, dứt tuyệt đường nối dõi dòng tộc?

"Tôi lại khẩn thiết cúi đầu xin thưa với các vị hiệu trưởng, gia trưởng, các vị đang làm công tác thanh tra, xin mỗi vị đều tùy lúc tùy thời mà luôn có sự kiểm tra nghiêm ngặt, thường xuyên khuyên bảo dẫn dắt, giúp cho những con em thanh niên thiếu nữ của chúng ta đều tránh xa được chỗ tối tăm, không rơi vào đường chết.

"Những điều mong mỏi ấy cũng đều tùy thuộc vào sự thực hành đức độ của các vị trong ngành xuất bản, các vị văn sĩ trước tác... Nếu như các vị có thể mạnh mẽ quyết tâm đốt sạch những bản gỗ in sách dâm thư tà đạo, ném bút không viết ra những sách như thế, tôi dám chắc rằng hàng con em trong cả nước sẽ cảm kích mà xem các vị như những bậc đại vĩ nhân, đại mô phạm.

"Nếu như nói rằng các sách khiêu dâm nào hàm chứa sự báo ứng xấu xa thì người đọc ắt tự có khả năng nhận biết mà cảnh giác, tránh xa; vậy xin hỏi có sách khiêu dâm nào mà không hàm chứa quả báo xấu, tại sao chỉ riêng thấy người đọc ngày càng bị lôi cuốn đam mê đắm chìm trong đó?

"Vì thế, tôi lại khẩn thiết cúi đầu trước các vị họa sĩ, văn sĩ tiểu thuyết gia, xin có lời thưa rằng: Dùng ngọn bút để mưu sinh thì chọn cách nào mà chẳng được, cần chi đã khó nhọc lại hoen ố thanh danh, lưu truyền tiếng xấu, dẫn dắt xã hội vào con đường tối tăm u ám, bẩy thanh niên vào chỗ tử vong; chỗ học rộng sâu mà chạy theo mối lợi thật quá ư nhỏ nhoi vụn vặt.

Nói về thuyết âm đức, nhân quả, những kẻ thiển cận ít học đều cho là mơ hồ khó thấy, nhưng trong sách vở, truyện tích của chư vị thánh hiền, 24 bộ chính sử,[1] hết thảy đều có ghi chép đầy đủ rõ ràng. Huống

---

[1] Chỉ các bộ sách, sử được chính thức công nhận qua các thời đại của Trung Hoa, bao gồm: Sử kí, Hán thư, Hậu hán thư, Tam quốc chí, Tấn thư, Tống thư, Nam tề thư, Lương thư, Trần thư, Ngụy thư, Bắc tề thư, Chu thư, Tùy thư, Nam sử, Bắc sử, Đường thư (Cựu Đường thư), Tân đường thư, Ngũ đại sử (Cựu Ngũ đại sử), Tân ngũ đại sử, Tống sử, Liêu sử, Kim sử, Nguyên sử và Minh sử.

chi, các bậc hiền nhân gần đây nghe thấy, ghi chép lại cũng rất nhiều. Thế nên tiên sinh Đinh Phúc Bảo mới sưu tập, lược ghi chép lại nhằm mục đích khuyên dạy răn nhắc người đời.

"Trong mọi điều tệ ác, dâm dục là nặng nhất, hiện tiền không khỏi chịu nhiều báo ứng, sau khi chết lại phải vĩnh viễn nhận chịu những sự đớn đau khổ sở. Than ôi, người trong nước lẽ nào lại có thể không hết sức lưu tâm kinh sợ đối với việc này được sao? Giá như hiện nay trong nước có được bậc đạo cao đức trọng, đứng ra tập hợp những người cùng chí hướng, cùng nhau mở ra hội nghị bàn thảo hoạch định phương pháp bài trừ các sách khiêu dâm, đồng thời cùng với các vị chức sắc, chư tôn giáo phẩm, ban lời khuyên dạy khuyến khích đọc những sách có nội dung tốt đẹp, lành mạnh, góp sức lưu truyền rộng rãi, dùng nhiều phương thức khác nhau để khen thưởng khích lệ, như vậy quả thật là giúp cho xã hội quốc gia được thấm nhuần những điều tốt đẹp vô cùng tận. Cứ nghĩ đến việc này, tôi thật không sao ngăn được cảm xúc trong lòng, chỉ muốn chí thành dâng hương lễ bái, cầu nguyện sao cho sớm được thành tựu."

Mục lục

9 798215 461839